నాలుగు పరమ రహస్యాలు

నాలుగు పరమ రహస్యాలు

ప్రేమకు సంపన్నతకు

సౌందర్యావస్థలో జీవనానికి మార్గదర్శి

ప్రీతాజీ

కృష్ణాజీ

MANJUL

మంజుల్ పబ్లిషింగ్ హౌస్

First published in India by

MANJUL

Manjul Publishing House

Corporate and Editorial Office

•2 Floor, Usha Preet Complex, 42 Malviya Nagar, Bhopal 462 003 - India

Sales and Marketing Office

•7/32, Ansari Road, Daryaganj, New Delhi 110 002 - India
Website: www.manjulindia.com

Distribution Centres

Ahmedabad, Bengaluru, Bhopal, Kolkata, Chennai,
Hyderabad, Mumbai, New Delhi, Pune

Telugu translation of *The Four Sacred Secrets: For Love and Prosperity, A Guide to Living in a Beautiful State* by *Krishnaji and Preethaji*

Published by arrangment with Atria Books,
a Division of Simon & Schuster, Inc.

This edition first published in 2020
Second impression 2020

ISBN 978-93-89143-82-9

Translation by GRK Murthy

Printed and bound in India by Manipal Technologies Limited, Manipal

మానవ చైతన్యాన్ని జీవనంతో ఏకం చేసే
పరివర్తనకు ఈ పుస్తకం అంకితం

విషయసూచిక

ఉపోద్ఘాతం

ప్రీతాజీ

తలుపు తెరిచి వరండాలోకి వస్తూ ఉంటే గాలిలో తేమ చల్లగా సోకింది. దూరతీరాల నుంచి తడిమట్టి వాసన గాలిలో తేలి వస్తున్నది. రెండు నల్లని మేఘాలు చేతులు కలిపి తమ భారం దిగజార్చి తమదారిన తాము పోయాయి. వాన నీళ్ళు చూరు నుంచి కారి తోటలో మడుగులు కట్టుతున్నాయి. ఒక కప్ప గట్టిగా బెకబెకలాడింది. మరొకటి సమాధానం ఇచ్చింది. మరుక్షణం వాటి వాద్యగోష్టి మొదలు అయింది. నాలో అణువణువునా ఆనందం తాండవమాడుతున్నది. అన్నివైపులనించీ ఆనందం నాలోకి పరవళ్ళుతొక్కి ప్రగాఢ ప్రశాంతతగా అవతరించుతున్నది. రాబోయే మా ధ్యానం యాప్ ను గురించి మాట్లాడటానికి లాస్ ఏంజలిస్ నుంచి మా CFO ఫోన్ చేశారు. మేము మాట్లాడుతూనే ఉన్నాం. నా అంతరంగ నిశ్చలత చెక్కుచెదరలేదు...మాటలు మాత్రం దొర్లుతూనే ఉన్నాయి.

జీవితం ఎప్పుడూ అలా అనాయాసంగా ఎందుకు ఉండదు?

మన సంబంధ బాంధవ్యాలలో ప్రగాఢమైన సంతృప్తినిచ్చే క్షణాలు ఎందుకు అరుదు అవుతాయి? మనం ఏదైనా సాధించటానికి ప్రయత్నించే సమయంలో మన పురోగమనం తాబేటి నడకలా ఎందుకు అతి మందంగా ఉంటుంది? అన్ని అడ్డంకులు ఎందుకు ఎదురవుతాయి? ఆనందం ఎందుకు కేవలం క్షణికం అవుతుంది? మన పిల్లల అమాయకపు నవ్వు చూసినపుడు, మన ఆప్తులను కౌగలించుకున్నపుడు, మనం చేసిన మంచిపనికి హర్షధ్వానాలు విన్నపుడూ మనలో చిందులు వేస్తుంది. కానీ ఆ

ఆనందం మరుక్షణం మాయమై మనలో ఆదుర్దా, చింత, సంశయం ఎందుకు చోటు చేసుకుంటాయి?

వేలాది సంవత్సరాలుగా మానవుడు ఈ ప్రశ్నలకు సమాధానం వెతుకుతున్నాడు. ఆనందమయ జీవనం కోసం మనం లెక్కలేనన్ని పథకాలు రచించాం. మన నైపుణ్యాలను సాన పెట్టటానికి, సనాతన శాస్త్రాలను మథించటానికి, అధునాతన పద్ధతులను అనుకరించటానికీ శ్రమపడ్డాం.

ఈ వ్యూహరచన అంతా మనం కలలుకనే జీవనాన్ని మనకు చేరువ చేసిందా? లేకపోతే ఎప్పటికప్పుడు తాత్కాలిక పరిష్కారాలు మాత్రమే చూపిందా?

ఒక పథకం ప్రకారం ప్రయత్నించటంలో తప్పేమీలేదు. మీరు సగటుస్థాయికి అతీతంగా ఎదగటానికి సాయపడటమే మా లక్ష్యం. మీకు తెలిసిన శక్తులన్నింటినీ మించిన శక్తి మీలో మేలుకొలపటమే మా ధ్యేయం. పరమ సంపదకూ, పరమ ప్రేమకూ ఆలవాలమైన జీవితాన్ని సృష్టించే స్తోమతు ఆ శక్తి మీకు ప్రసాదిస్తుంది. మీరు చేయవలసిందల్లా తలుపులు తెరవటమే.

అదే పరివర్తన చెందిన చైతన్య శక్తి.

మరోవిధంగా చెప్పాలంటే, మనసుకు శిక్షణ ఇవ్వాలనీ, మంచి అలవాట్లు అల వరుచు కోవాలనీ చెప్పటంలేదు. వాస్తవాన్ని మీరు అనుభూతిచెందే విధానం పరివర్తన చెందాలి అంటున్నాం. మిమ్మల్ని మీరు ఎలా అనుభూతిచెందుతారు? మీ చుట్టూ ఉన్న ప్రపంచాన్ని, అంతెందుకు, ప్రతిఒక్కదాన్ని.

దాన్ని గురించి ఒక్క క్షణం ఆలోచించండి.

జీవితాన్ని పూర్తిగా మరోవిధంగా అనుభూతి చెందటం అంటే ఏమిటి? మీ మెదడులో కొన్ని కొత్త భాగాలు జీవం పోసుకొని ఉరుకులు పరుగులు తీస్తూ ఉంటే ఆ అనుభూతి ఎలా ఉంటుంది? అడ్డుగోడల స్థానంలో అవకాశాలు ఎదురయితే ఎలా ఉంటుంది? మంచికాలం వచ్చి అదృష్టం తలుపు తట్టితే ఎలా ఉంటుంది?

అటువంటి శక్తివంతమైన చైతన్యంతో ఏమి సాధ్యం అవుతుంది?

గత మూడు దశాబ్దాలలో మేము కలిసిన వ్యక్తులవంటివారే మీరూ, అయితే ఆ జ్ఞానం కోసం మీరు అలమటిస్తున్నారు. ముప్పై సంవత్సరాల క్రితం మా అత్తమామలు శ్రీ అమ్మ, భగవాను లు ఒన్‌నెస్ (ONENESS) అనే ఆధ్యాత్మిక సంస్థను– మనుష్యులను గత్యంతరం లేక బతుకుఈడ్చే స్థితినించి ఆనంద జీవనం దిశగా మళ్లించటంలో సాయపడటానికి అంకితమైన సంస్థ – స్థాపించారు. ఆ తర్వాత ఇరవై సంవత్సరాలకు నాభర్త కృష్ణాజీ, నేను ఒన్ వరల్డ్ అకాడమీ స్థాపించాము. తత్వజ్ఞానము మరియు ధ్యానము ద్వారా చైతన్యాన్ని పరివర్తన చెందించటమే మా ఆధ్యాత్మిక ధ్యాన కేంద్ర లక్ష్యం.

రెండు సంవత్సరాల క్రితం మా అత్తమామలు ఒన్‌నెస్ సంస్థను మాకు అప్పగించారు. మేము ఈ రెండు సంస్థలను కలిపి O&O అకాడెమీ సృష్టించాము.

మనసు నొప్పించని బాంధవ్యాలు, దాడులు, దురాక్రమణ లేకుండా విజయాలు సాధించటం, నిర్భయంగా జీవనం కొనసాగించటంలో మా ప్రణాళిక వేలాదిమందికి ఉపయోగకారి అయింది. వియోగంనించి సంయోగానికీ, భిన్నత్వం నించి ఏకత్వానికీ, పీడననించి ప్రశాంతతకు ఎలా కదలాలో వారికి నేర్పింది. ఆమార్పులో వారు అసలైన వ్యక్తులుగామారి కుటుంబాలలో, సంస్థలలో సభ్యులుగా పరివర్తన చెందుతారు.

O&O అకాడెమీ నిరాశ్రయులకు, వలసదారులకు ఆశ్రమం కాదు. ఈ సంస్థ చేతనామయంగా నేర్చుకోవటానికి విద్యార్థులను పురికొలుపుతుంది. ఇక్కడ నేర్చుకున్న దానిని మీరు నిత్యజీవితంలో అమలు పరుస్తారు. కౌమారులకు, యువతకు, కుటుంబాలకు, ఆధ్యాత్మిక అన్వేషకులకు, సచేతనులైన ఐశ్వర్య స్రష్టలకు, చైతన్య శిఖరాలు అందుకోవాలని అభిలషించే నాయకులకు మేము వేరు వేరు కార్యక్రమాలు ఏర్పాటు చేస్తాము.

మొదట్లో చాలామంది నా దగ్గరికీ, కృష్ణాజీ దగ్గరికీ తాము ఏ కార్యక్రమం అనుసరించాలి అనే సలహా కోసం వస్తారు. చైతన్యశక్తి వల్లవారికి కలిగే పరిజ్ఞానం, అంతర్దృష్టి, తద్వారా వారి జీవితాలలో జరిగే అద్భుతాలముందు ఈ పథకాలు అన్నీ వారికి పేలవంగా తోస్తాయి.

ఈ పుస్తకాన్ని మానవ చైతన్యంలోని అత్యద్భుత సంభావ్యశక్తికి తలుపులు తెరిచే మార్గదర్శిగా భావించండి. ఈ ప్రగాఢ వివేచనను గురించి మనలో ఎవరికీ ఎన్నడూ ఎటువంటి బోధన జరిగి ఉండకపోవటం శోచనీయం. ఆనందం, సఫలత మనింటికి వచ్చి ఒకకప్పు కాఫీ తాగటానికి కూడా ఒప్పుకోని అతిధులలా తోస్తాయి. కనుకనే ఆనందంకోసం, ఏదైనా సాధించటంకోసం మనం ఎన్నో పథకాలు రచించి, ఎంతో సమయం గడుపుతాం అనటంలో ఆశ్చర్యం లేదు!

రాబోయే పేజీలలో మీకు నాలుగు పరమ రహస్యాలు చెబుతాం. ఆ రహస్యాలు మిమ్మల్ని చైతన్యశక్తితో ఏకం చేస్తాయి. ప్రతిరహస్యం వెనుకా ఒక జీవనయానం ఉంటుంది. ఆ జీవనయానం మీరు కనేకలలకు అడ్డుపడే అవరోధాలను తొలిగించటానికీ, విస్తారమైన చైతన్య స్థితులను చేరుకోవడానికి, మీ ఆత్మీయులతో అసలైన బాంధవ్యం పెంపొందించు కోవటానికీ తోడ్పడుతుంది.

చైతన్య పరివర్తనవల్ల కలిగే మహత్తర ప్రతిఫలం ఏమిటంటే ఈ ప్రపంచంలో జీవనం ఒక నూతన అనుభూతి అవుతుంది. దానినే నేను, కృష్ణాజీ 'మనోహర అవస్థ' అంటాం. ఆ స్థితిలో జీవనం ఆనందమయంగాను, అనాయాసంగాను ఉంటుంది. అవకాశాలు మీ జీవితంలోకి అలవోకగా తోసుకు వస్తాయి. ముక్కూ మొగం తెలియని వారు మీకు మిత్రులు, మిమ్మల్ని బలపరిచేవారు అవుతారు. ఆ పయనంలో మీకు అడుగడుగునా సాయం వెతుక్కుంటూ వస్తుంది. మీరు ఎక్కడా ఎందులోనూ ఇరుక్కుపోరు. మీ సద్భుస్ఫురణ కళ్ళుతెరుస్తుంది.

ఈ పుస్తకం గుండెచప్పుడు ఒక్కటే: మన ఉనికిలో ఉన్నవి రెండే రెండు స్థితులు: వేదనావస్థ, మనోహరావస్థ. ఒక స్థితి మీ చూట్టూ కల్లోలం రేపుతుంది. మరొక స్థితి మీ జీవితంలోకి సామరస్య ఘటనలను తీసుకొని వస్తుంది. కనుక మనం చేసుకోవలసిన ముఖ్యాతి ముఖ్యమైన ఎన్నిక "నేను ఏ స్థితిలో ఉండ దలుచుకున్నాను?"

ఈ భావనలోనించి మరొక ప్రశ్న పుట్టుకు వస్తుంది: ఒకసారి ఎంచుకున్న తర్వాత మనం నిత్యమూ ఆ మనోహరావస్థలో ఉండగలమా?

లేదు. అలా వీలుకాదు. ఒక్క ఎంపిక మాత్రమే చాలదు. వేదనావస్థలు మనలో ప్రగాఢంగా నిశ్చేతన స్థితిలో నాటుకొని ఉన్నాయి.అవి మనలో ఎప్పుడు స్థావరం ఏర్పరుచుకున్నాయో చెప్పటం కష్టం. జన్యుపరిణామం వల్ల, గర్భంలో ఉన్నపుడు, బాల్యంలో, లేదా ఆ తర్వాతకూడా ఎప్పుడైనా జరిగి ఉండవచ్చు.

ఆ వేదనావస్థలవల్ల మన పరిపూర్ణత్వాన్ని, నిశ్చలతను, ఆనందాన్ని, ధైర్యాన్ని అనుభూతి చెందలేక పోతున్నాం. కాని మనం వీటిని అధిగమించవచ్చు.

ఈ బాధామయ స్థితులనించి మనం బయటపడలేకపోతే మనం చింతా క్రాంతులము, చికాకుపడే వారం, కోపిష్టులం అయ్యేవరకు అవి మనలను వేధించుతూనే ఉంటాయి. ఆ గాయాల మధ్య మనం చిరకాల ఆనందం, సంబంధ బాంధవ్యాలు, ఐశ్వర్యం సృష్టించలేము. ఆ నిరాశ, నిస్పృహలమధ్య మనలను మనం ముందుకు తోసుకువెళ్లటానికి ప్రయత్నించినా మనం సాధించ గలిగింది చాలా తక్కువ. అంతకు మించిన దారుణం ఏమిటంటే జీవితంలో ఎదగటానికి మనం విపరీతమైన వెల చెల్లించి ఉంటాం. చివరికి, దీనికి ఇంత శ్రమ, ఖర్చు అవసరమా అని మనలను మనమే ప్రశ్నించుకునే పరిస్థితి ఏర్పడుతుంది.

ఆ స్థితిలో ధ్యానం, జపం, నామస్మరణ, తీర్థయాత్రలు అన్నీ వృధా. అగ్నిపర్వతం మీద మంచుగడ్డలు చల్లినట్లు అనిపిస్తుంది.

మనకు లేపనాలను మించినవి కావాలి. మనకు పరివర్తన కావాలి.

ఈ మనోహరావస్థలో మా అనుభవాలు పంచుకోవటానికి మేము ఇద్దరమూ కలిసి ఈ పుస్తకం వ్రాశాం. ఇందులో మా విద్యార్థుల అనుభవాలుకూడా జోడించి ఉన్నాయి. వారంతా ప్రతిఒక్క విషయంలోనూ – నిత్యసత్య సంబంధాల నించి సంతృప్తికరమైన, సఫలమైన ఉద్యోగ జీవితాలు సృష్టించే వరకూ – వారి జీవితాలను పూర్తిగా మార్చుకున్నారు. వారి వ్యక్తిగత గోప్యత కాపాడటానికి వారి పేర్లు, స్వదేశాలు, వారి నేపథ్యం ఉద్దేశ్యపూర్వకంగా మార్చాము. వారికి కలిగిన సూక్ష్మదృష్టులు, పరిజ్ఞానం, పరివర్తనలో అనుభవాలు మాత్రం యధాతథంగా ప్రదర్శించాం.

మీ చైతన్య పరివర్తనను గురించి మీకు ఉత్సుకత ఉంటే జీవనంలో, ప్రేమలో, సాధించటంలో ఎంతో శ్రమరాహిత్యం ఉన్నదని ఈ కథలు చెబుతాయి. ఈ పవిత్ర రహస్యాలకు మీ గుండెతలుపులు తెరిస్తే ఈ విశాలవిశ్వమే మీకు ఆప్తమిత్రుడవుతుంది. జీవనయానంలో మీ శక్తిసామర్థ్యాలకు అద్భుతమైన చేదోడు వాదోడు అవుతుంది.

కలిసికట్టుగా మనం ఈ ప్రయాణం ఆరంభించుదాము.

మొదలుపెట్టబోయే ముందు ఒక సూచన: పుస్తకం త్వరగా పూర్తి చేయటానికి ప్రయత్నించకండి. నాలుగు పరమ రహస్యాలు పుస్తకం మీరు మళ్ళీమళ్ళీ చదవాలి. అది మీ అంతరాత్మతో మాట్లాడుతుంది. రోజులు గడిచినకొద్దీ ఈ మాటలలోని సత్యం మీకు వెల్లడి అవుతుంది. కొన్ని భాగాలు మీ ధ్యాన అభ్యాసంగా రూపు దిద్దుకోవచ్చు. జీవితంలో ఎదురయ్యే సవాళ్ళకు సమాధానం వెతకడానికి ఈ పుస్తకం ఎల్లప్పుడూ మీతోనే ఉండవచ్చు. చదివేటపుడు మీకు కలిగే సందేహాలు, సంశయాలు, పర్యాలోచనలు అన్నీ రాసి పెట్టుకోండి. కంటపడ్డ ప్రతిసారీ అవి మీకు మరికొన్ని కొత్త పాఠాలు నేర్పుతాయి.

ప్రతి భావన వద్దా నిలిచి ఆలోచించండి. మీలో కలిగే అనుభూతులు, సూక్ష్మదృష్టులు గుర్తు పెట్టుకోండి. మీ చైతన్యం మేలుకొంటున్నకొద్దీ కలిగే యాద్రుచ్ఛికాల ను వ్రాసిపెట్టుకోండి.

∞

నా జాగృతి

కృష్ణాజీ

ప్రీతాజీ, నేను మా అమ్మాయి లోకాతో కలిసి దక్షిణ కాలిఫోర్నియాలో బిగ్ బేర్ సరస్సుకు వెళ్లాం. లోకా అప్పుడు ఐదేళ్ళ పాప. అది 2009 వసంతం. ఈ విహారయాత్ర కోసం మేము కొంతకాలం నించి ఎదురుచూస్తూ ఉన్నాం. ఆ కొండమీద నుంచొని చుట్టూఉన్న సౌందర్యం పరికించుతున్నాం.

విస్తారమైన ఆ సరస్సు, నీలిరంగునీటితో అపారంగా తోచింది. అక్కడక్కడ తెల్లని ఆకుపచ్చని, మడుగులలో నింగీ నేలా ప్రతిఫలిస్తున్నాయి. నిశ్చలమైన ఆ నీటిమీద వెండి, బంగారుకిరణాలు దూసుకు పోతున్నాయి. చల్లని మన్ను వాసనతో నా మనసు ఉప్పొంగింది. అంత ఎత్తుగా ఉన్న కొండలలో ఉష్ణోగ్రత మారుతుందని ఆశించాం. కాని మంచుతో నిండిన ఆ సరస్సునించి ఎముకలు కొరికే గాలి వీస్తుందని ఎవరమూ ఆశించలేదు. నా శరీరము, మనసు పూర్తిగా మేలుకొని ఉన్నాయి.

కొన్ని క్షణాల తర్వాత లోకా తన ఉల్లాసంతో నిశ్శబ్దం భగ్నంచేసింది. "నాన్నా, నాన్నా అటు చూడు." అంటూ అరిచింది. నా చెయ్యి పట్టుకొని హార్బర్ వైపు చూపింది. అక్కడ రెండు జెట్ స్కీ బోట్లు ఒడ్డుకు చేరుకుంటున్నాయి. ప్రీతాజీ నేను ఒకరినొకరం చూసుకున్నాం. ఆ ఉత్సాహాన్ని ఎలా కాదనగలం?

లోకా ఉత్సాహం పట్టశక్యం కాదు. ఆ స్కీ బోట్ శిక్షకుడు కూడా మంచి చతురుడు. మాకు అవసరమైన సూచనలు అన్నీ ఇచ్చిన తర్వాత "మీకు నిజంగా లైఫ్ జాకెట్లు కావాలా?" అని అడిగాడు.

అతను అడిగిన తీరుకు నేను తక్షణం "అక్కర్లేదు. అవి లేకపోయినా ఫర్వాలేదు." అనేశాను. బహుశా ఒక అరనిమిషం తర్వాత అనుకుంటాను ప్రీతాజీ నన్ను తన మోచేతితో తట్టి "తీసుకుందాం. ఉంటే మంచిది." అన్నారు. అప్పుడు నాకు జ్ఞానోదయం అయింది! అవి మాకు అత్యవసరం, ప్రీతాజీకి ఈతరాదు! మా లైఫ్ జాకెట్లు తీసుకొని మా జెట్ స్కీ వైపు వెళ్లాం.

నేను ఇంజన్ స్టార్ట్ చేస్తూ ఉండగా ఆ రొదలో, లోకా కేకలమధ్య మా శిక్షకుడు మాకు చివరిసారిగా సూచనలు ఇచ్చాడు. అతివేగంగా పోవద్దని, మలుపులు తిరిగేటపుడు నిదానంగా తిరుగుమని అరిచాడు. మేము బయలుదేరుతుంటే "బోట్ తల క్రిందులైతే దాన్ని ఏడు నిమిషాలలో తిరగతిప్పాలి. లేకపోతే మునిగి పోతుంది." అని గొంతు చించుకొని అరిచాడు. ఆ వెంటనే మా పయనం!

"స్పీడ్ గా, ఇంకా స్పీడ్ గా నాన్నా!" మా నవ్వులలో లోకా నన్ను ప్రేరేపించ సాగింది. మేం అప్పటికే చాలా దూరం వచ్చేశాం. ఆ సరస్సులో ఎంతదూరం వెళ్ళినా తరిగేటట్లు లేదు.

లోకాకు, ప్రీతాజీకి మరుపురాని అనుభవం ఒకటి కలిగించాలి అని అనుకున్నాను. స్పీడ్ మరికొంత పెంచాను. ఒకపెద్ద అల సృష్టించే ప్రయత్నంలో ముందుకు వెనక్కు ఊగసాగాను. ఊగటానికి బదులు మా జెట్ స్కీ తలకిందులు అయింది. మేం నీళ్ళలో పడ్డాం!

అంతా చీకటి. మేం నీటి అడుగున ఉన్నాం. భయంతో నా ఒళ్ళు దడదడలాడింది. ప్రాణభీతితో ప్రీతాజీ నా బట్టలు పట్టుకొని లాగుతున్నది. లోకా ఎక్కడ? కాళ్ళు చేతులు తపతపలాడించుతూ నేను నీటిపైకి తేలాను. అక్కడ ప్రీతాజీ, లోకా లైఫ్ జాకెట్లలో భద్రంగా తేలుతూ కనిపించారు.

ప్రీతాజీ ముక్కులోకి నీళ్ళు పోవటాన ఆమె ఊపిరాడక హైరాన పడుతున్నది. ఆమె కోలుకోవటానికి అవస్థ పడుతూఉంటే నా మనసు భయంకర ఆలోచనల మధ్య ఊగులాడసాగింది. ప్రీతాజీకి ఏమైనా అయి ఉంటే? లోకాకు? వారిని సముదాయించటానికి కొద్ది క్షణాలు పట్టింది. ప్రీతాజీ కంటే లోకా త్వరగా కోలుకున్నది.

"కన్నా దీన్ని సరిగా తిప్పటం ఎలా?" ప్రీతాజీ పొలికేక.

నాలో టెన్షన్ పెరుగుతున్నది శిక్షకుడి మాటలు నా చెవిలో గింగురు మంటున్నాయి. ఆయన చెప్పిన ఏడు నిమిషాల సమయం దగ్గరపడుతున్నది. ఆ జెట్ స్కీ ఏక్షణంలోనైనా మునిగిపోవచ్చు.

మంచునీటిమధ్య మేము ఒడ్డుకు ఎంతో దూరంగా ఉన్నాం. మా ఫోన్లు నీళ్లతో నిండి ఉన్నాయి. భద్రతను గురించి ఆషామాషీగా ఉన్నవారు మమ్మల్ని గురించి పట్టించుకో బోయారా అని అనుకోవటానికి ఎంతోసేపు పట్టలేదు. మాకు సాయపడటానికి ఎవరూ రాకపోతే ఏమవుతుంది? ఈమంచు నీళ్ళలో మేం గడ్డకట్టుకు

పోతాం. ఆ జెట్ స్కీని సరిగా తిప్పటం నావల్ల కాలేదు. అదృష్టవశాత్తూ అది ఇంకా తేలుతూనే ఉంది. మమ్మల్ని ఒడ్డుకు చేర్చటానికి ఎవరో ఒకరు రావాలి. ప్రస్తుతానికి ప్రాణాపాయం తప్పిందని తోస్తున్నది.

పరిస్థితి అంతా ఇలాఉండగా నా మనసు పరుగులు తీస్తున్నది. మేము బయలుదేరే ముందు ఒడ్డున మాకు సూచనలు సక్రమంగా ఇవ్వలేదని నాకు కోపం ఆగటం లేదు. ఆ జెట్ స్కీ ఆపరేటర్‌ను నోరారా తిట్టాలనిపించింది. నా కోపం విపరీతమయింది. ఇదంతా ఎందుకు ఇలా జరిగిందా అని అర్థం చేసుకోవటానికి ఆ సమయంలో నేను కిందామీదా అవుతున్నాను. నా తలలో ప్రశ్నలు పిచ్చిపిచ్చిగా పరుగెట్ట సాగాయి.

ఇది నా కుటుంబానికే ఎందుకు జరగాలి? ఇదంతా ఖర్మ ఫలితమా? విధివ్రాత ఇలా జరగాలని వ్రాసి వున్నదా?

ఇందులో నేర్చుకో వలసిన గుణపాఠంఏమిటి?

నాకు తోచిన సమాధానాలు ఏవీ సంతృప్తికరంగా లేవు. ఈ ప్రమాదాన్ని నా ఖర్మ అనో, విధివ్రాత అనో, నాకు ఒక గుణపాఠం అనో తెలిస్తే, నా కోపం తగ్గి కొంత ఉపశమనం కలగవచ్చు. అక్కడితో నా ప్రశ్నలు ఆగిపోతాయి. కాని నా కోపము, నాప్రశ్నలు ఇంకా చెలరేగుతునే ఉన్నాయి.

అసలు ఏం జరుగుతున్నది? నాలో నన్ను పిండివేస్తున్న ఈ బాధ ఏమిటి?

ఇలాంటి పెద్ద ప్రశ్నలు అడగటం నాకు ఎప్పుడూ సరదాగా ఉండేది. నా పెంపకం అందుకే జరిగిందేమోనని కూడా మీరనవచ్చు. మా తండ్రిగారు శ్రీ భగవాన్ ఒక ఆధ్యాత్మిక గురువు. ఆయన ఒన్‌నెస్ (Oneness) అనే ఒక ఆధ్యాత్మిక సంస్థ స్థాపించారు. ఆ ప్రబోధనకు 'దీక్ష' – దివ్య ఆశీస్సు – ఊపిరి వంటిది. మా తండ్రిగారు బాల్యంలో ఉన్నపుడు, బంగారు కాంతులు విరజిమ్మే ఒక గోళం ఆయనకు దర్శనం ఇచ్చేది. మానవజాతి విముక్తికి ధ్యానం చేయుమని ఆయనను ప్రేరేపించేది. ఆ తర్వాత ఆయన ఒక పాఠశాల స్థాపించారు. అక్కడ మామూలు చదువుతోబాటు పిల్లలు ఆనందమయ సంబంధాలు పెంపొందించే కళను కూడా నేర్చుకునేవారు. నేను కూడా ఆ విద్యార్థులలో ఒకడిని.

మా తండ్రిగారికి దివ్యదర్శనాలు ఆగిపోయిన పదిహేను సంవత్సరాలకు అవి నాలో ఆరంభం అయ్యాయి. అప్పుడు నావయసు పదకొండు సంవత్సరాలు. అంతకు మునుపు ఎన్నడూ ఎరుగని చైతన్య అనుభవాలు నాలో కలగ సాగాయి. ఆ అనుభవాలు నాలోనించి నా స్నేహితులకు, నా తోటి విద్యార్థులకు ప్రసరించ సాగాయి.

నా అనుభవాలను నలుగురికీ బదలాయించగలనా అని ఒకనాడు మా తండ్రిగారు అడిగితే నేను సరేనన్నాను. నా అనుభవాలను ఇతరులకు బదలాయించినపుడు వారుకూడా అదే బంగారు వెలుగులు చిమ్మే గోళాన్ని దర్శించ గలిగారు.

దానిని కొందరు దేవుడన్నారు.... మరి కొందరు ప్రేమ అన్నారు ఇంకా కొందరు పవిత్రజ్యోతి అన్నారు.నా బాల్యం అద్వితీయము, నిరుపమానము. కనుకనే జీవిత రహస్యాలు శోధించటానికి నేను వెనుకాడే వాడిని కాదు. వాటిలో వేదాంత పరమైన ప్రశ్నలు అతి త్వరగా కలిగేవి.

అయితే ఎముకలు కొరికే ఆ చల్లని నీళ్లలో తేలుతున్నప్పుడు నాకు తెలిసిన సమాధానాలు ఏవీ నా మనసుకు శాంతి కలిగించలేక పోయాయి. మాకు దొరికిన ఆ పనికిమాలిన ఇన్స్ట్రక్టర్‌ను తలుచుకున్నకొద్దీ నా రక్తం సలసల మరిగి పోసాగింది. ఈ స్కీ తలకిందులు అయితే దాన్ని ఎలా సరిగ్గా తిప్పాలో అతను మాకు చెప్పలేదు. అంత ముఖ్యవిషయం అతను ఎలా మరిచిపోగలిగాడు? ఎవరైనా అంత అజాగ్రత్తగా ఎలా ఉండగలరు?

ఎంత ప్రయత్నించినా నా కోపం దిగజారటం లేదు. నా ఆలోచనలు చక్కర్లు కొడుతున్నాయి. ఇది నాకు ఒక నూతన అనుభవం. ఎందుకంటే చిన్ననాటి నుంచి కలత చెందటం అంటే ఏమిటో నాకు తెలియదు.

నా లోపల జరుగుతున్న కోలాహలం భరించరానిదిగా ఉంది. అతి ప్రయాసతో నా ధ్యాస అంతర్ముఖం చేశాను. మరుక్షణం పరమసత్యం నా కళ్ళ ఎదుట ప్రత్యక్షమైంది. నా కోపం ఈ ప్రపంచం మీద, ఈ జీవితం మీద, ఈ ఇన్స్ట్రక్టర్ మీద కాదని, నామీద నాకే కోపంగా ఉందని గ్రహించాను.

సరస్సు ఒడ్డున ఉత్సాహంలో మాకు లైఫ్ జాకెట్లు అవసరం లేదని చెప్పింది నేనే కదా. మేము వాటిని ధరించాలని ప్రీతాజీ పట్టుబట్టి ఉండకపోతే ఆనాడు నా కుటుంబం నాకు కాకుండా పోయేది.

ఆ సత్యం కనిపించిన మరుక్షణం నా అంతరంగం కల్లోలం ఆగిపోయింది నిశ్శబ్దం ఆవరించింది.

ఆ తర్వాత జరిగినదంతా ఒక మహావిసర్జన క్రియగా వర్ణించవచ్చు.

కష్టకాలంలో నేను వెతికిన ఆశ్రయం అంతా - దు:ఖము, విచారము ఎదురైనప్పుడు ఓదార్పు కోసం నేను వెతికిన వేదాంత భావాలు అన్నీ - అదృశ్యం అవుతున్నది. సుఖము, భద్రత ఇక్కడ ఎంపికలు ఎంత మాత్రం కావు.

నేను అనూహ్యమైన వేగంతో దూసుకు పోతున్నాను. ఎక్కడికి? ఏమో నాకు తెలియదు. ఆ మహా నిశ్శబ్దంలో నా అనుభవంలోకి వచ్చిన దు:ఖం యొక్క అసల స్వభావం నేను గ్రహించాను. ఆ గ్రహింపు నా నిలువెల్లా నిండిపోయింది: క్షోభకు మూల కారణం నిరంతర, నిరవధిక ఆత్మాభిముఖ ఆలోచన.

అప్పుడు నాకు అర్థమైంది నా బాధ ఒక్కటే కాదు. మానవాళి బాధ అంతటికి నేను మూగసాక్షి అయ్యాను. మానవుడి దు:ఖానికి, విచారానికి అత్యంత ముఖ్యకారణం

ఆ క్షణంలో నేను స్పష్టంగా గ్రహించాను: నేను నేను నేనుతో నిత్య నిరంతర గాఢ బంధం. ఆలోచన నిరంతరం తన చుట్టూనే ప్రవహిస్తూ పరిభ్రమించుతూ ఉంటే చింత, ఆదుర్దా, విచారము, అసంతృప్తి, కోపము ఒంటరితనం అన్నీ తలెత్తుతాయి.

ఈ ఒత్తిడి నుంచి, దు:ఖం నుంచి విడుదల కలగాలి అంటే మన ఆత్మాభిముఖత్వం ఛేదించటం ఒక్కటే మార్గం అన్న గ్రహింపు నా నరనరాలలోను పెల్లుబకసాగింది.

ఆ స్థితిలో నాలో అనుభూతి చెందే వ్యక్తి పూర్తిగా మాయం అయ్యాడు. అప్పుడు అక్కడ బాధపడుతున్నవారు, బాధపడనివారు అంటూ ఎవరూ లేరు. అప్పుడు తన కుటుంబాన్ని రక్షించటానికి ఎవరికోసమో ఎదురుచూస్తున్న కృష్ణాజీ అక్కడ లేరు. అక్కడ ఒంటరిగా ఎవరూ లేరు.

నేను అనంతుడిని అయ్యాను. ప్రీతాజీతో, లోకాతో, నా చుట్టూ ఉన్న ప్రతిదానిలోనూ నేను ఏకత్వం అనుభూతి చెందాను. వారికి నాకూ మధ్య అంతరం ఏమీ కనిపించలేదు. భూమాత నించి పుట్టిన నా దేహానికి, భూమికి మధ్య వ్యత్యాసం ఏమీ తోచలేదు.

నాది అనుకునే ఈ శరీరం పరిశీలిస్తే మా అమ్మ, మా తండ్రిగారు, మా మాతామహులు, పితామహులు, వారి తల్లిదండ్రులు, నాకు పూర్వం ఉన్న మిగిలిన తరాలు అన్ని నాకు దర్శనం ఇచ్చాయి. అనాది నుంచి ఉన్న మానవజాతి అంతా నా పూర్వీకులుగా కనిపించారు.

ఇక్కడ అ వేరు వేరు మనుషులు, వేరు వేరు వస్తువులు, వేరు వేరు ఘటనలు, వేరువేరు శక్తులు అంటూ ఏమీ లేవు. విశాల సాగరానికి, అనంత ఆకాశానికి మధ్యనున్నదంతా నాలోనే చూశాను. నేనే విశ్వాన్ని. ఈ విశ్వం అంతా ఒక మహాజీవి. అందులో ప్రతి ఒక్కటి, మరొకటి అన్నీ ఒకటే.

ఉన్నది అంతా ఒక్కటే. పరమ పవిత్రం. హిందూ సంస్కృతిలో దీనినే బ్రహ్మం అంటారు. మరికొందరు దీనినే దైవం అంటారు

ఆ దైవం నా నుంచి వేరుగా ఉన్న అనుభూతి నాకు కలగడం లేదు.

వేరు అనేది లేదు. కాలం అంతకంటే లేదు.

రక్షక దళం వచ్చేలోపల బహుశా మేము ఆ నీటిలో సుమారు 25 నిమిషాలు ఉన్నాము. ఆ అనుభవం ఒక జీవితకాలంలాగా తోచింది. మా కుటుంబాన్ని భద్రంగా బయటికి చేరుస్తున్నప్పుడు నాలో ఒక మహాపాశం మేలుకున్నది. ఇప్పుడు నాకు కలిగిన అనుభవాన్ని ప్రతి ఒక్కరికి కలిగించాలని, ప్రతి ఒక్కరూ స్వేచ్ఛాజీవులు కావడానికి సాయపడాలని నా తపన.

మనమందరమూ ఒకరి నించి ఒకరం వేరు అనే భావననుంచి విడుదల కావాలి అనేది నా కోరిక. మనలో జరిగే అంతర్యుద్ధం, మన చుట్టూఉన్న బయటి ప్రపంచంతో

జరిగే యుద్ధంనించి మనము విడుదల పొందాలి. మన జీవితాలు అల్పము, నిరర్థకము అనే బాధ నుంచి విడుదల కలగాలి.

మనోహరావస్థలో ఆనందమయ జీవితమే ప్రతిఒక్కరి గమ్యం అని నాకు తెలిసింది. ఈ బాధనుంచి బయటపడే మార్గం కనిపించింది. అది స్పష్టమైన మార్గం.

I

మొదటి పవిత్ర రహస్యం
ఆధ్యాత్మిక దృక్పథంతో జీవనం

1

మొదటి పరమ రహస్యం
ఆధ్యాత్మిక దృక్పథంతో జీవనం

కృష్ణాజీ

బయలుదేరేముందు కొద్ది క్షణాలు
ఇక్కడ ఆగండి
మూడు సార్లు దీర్ఘంగా గాలి పీల్చి వదలండి
నేను వెతుకుతున్న సమాధానాలు నాకు దొరకాలి
నాకు అవసరమైన పరిష్కారాలు కనిపించాలి
నాది అందమైన జీవితం కావాలి
అని మీకు మీరే నిదానంగా చెప్పుకోండి.

ఇక బయలుదేరండి.

ఎన్నో నాగరికతలు, ఎన్నో మతాలు,ఎన్నో సంస్కృతులు వచ్చాయి, పోయాయి. కానీ పరివర్తన చెందిన చైతన్యం కోసం అన్వేషణ/ సాధన మాత్రం మానవ చరిత్రలో నికరంగా నిలిచిపోయింది. మతాలు, జాతులు, సంస్కృతులతో సంబంధం లేకుండా పరమానంద స్థితిలో జీవితాన్ని అనుభవించాలి అనే పాశం మాత్రం స్థిరంగా నిలిచిపోయింది. వారికి

తెలిసినా తెలియక పోయినా పరిపూర్ణ జీవనం, ప్రగాఢ సంబంధాలు, పరిపూర్ణ ప్రేమ ప్రతి మానవ హృదయంలోనూ సజీవ ఆధ్యాత్మిక పాశం.

పరివర్తన చెందిన చైతన్యం అనుభవాలు అనేకం: పరమానందం, అవ్యాజ ప్రేమ, తొణకని ధైర్యం, స్థిర నిశ్చలత్వం.

సాధారణంగా పరివర్తన చెందిన చైతన్యం అనేది హిప్పీలతో, లేదా జీవితంనుంచి విరమణ చెందిన వ్యక్తులతోనూ జోడిస్తారు. అంటే జీవనంలో ఆసక్తి నశించినవారు, జీవితం అంటే భ్రమ తొలిగినవారు మాత్రమే ఈ స్థితిని కోరుకుంటారు అని ఊహ. యుగయుగాలుగా చైతన్యపరివర్తనే ఒక ధ్యేయంగా శోధన జరిగింది. ఈ విషయంలో ప్రీతాజీ, నేను ఒక వ్యత్యాసం దర్శిస్తాం. ఈ ఊహకు, సత్యానికి మధ్య చాలా దూరం ఉన్నదని మా నమ్మకం.

మా జీవితాలే అందుకు నిదర్శనం. ప్రీతాజీ, నేను జీవితంలో పూర్తిగా నిమగ్నుల మై ఉన్నాము. మేము ఇద్దరమూ భార్యాభర్తలం. కౌమారంలో ఉన్న మా అమ్మాయికి మేము తల్లిదండ్రులము. మా తల్లిదండ్రుల యోగక్షేమాల గురించి మేమే జాగ్రత్త తీసుకుంటాము. చైతన్యాన్ని అధ్యయనం చేయడంలో అంతర్జాతీయంగా పేరుపొందిన సంస్థను నడుపుతున్నాము. గత సంవత్సరంలో ప్రపంచంలోని అనేక దేశాల నుంచి 69 వేల ఐదు వందల మంది విద్యార్థులు ఇందులో చేరారు. ఈ సంస్థలో మేము నిరంతరం శ్రమించుతూ ఉంటాం. బోధకులకు శిక్షణ ఇవ్వటం, నూతన విషయాలను ఏరికూర్చటం, ఉన్నత తరగతులకు బోధించటం – ఇవి అన్నీ మేమే చేస్తూ ఉంటాం. అంతేకాక మేము రెండు బృహత్ దాన ప్రణాళికలకు ధనసహాయం చేశాము. మా సంస్థను పరివేష్టించి ఉన్న సుమారు 1000 గ్రామాలలో దాదాపు ఐదులక్షల ప్రజల జీవితాలకు ఈ ప్రణాళికలు సహాయపడతాయి. మా దగ్గర శిక్షణ పొందిన సుమారు రెండు లక్షల 20 వేల యువతరానికి పాఠశాలలో, కళాశాలలో వారి చదువుకు ప్రోత్సహించటానికి సహాయం చేశాము. ఇటీవలి కాలంలో మేము ప్రపంచ వ్యాప్తమైన 5 వ్యాపారాలను స్థాపించాము. వాటికి సలహాదారులుగాను, మార్గదర్శకులుగాను వర్తించుతూ ఉన్నాము.

మేము చేసిన దాంట్లో సఫలత సాధించాము, పరిపూర్ణ సంతృప్తి అనుభూతి చెందుతాము అంటే అతిశయోక్తి కాదు. బయటనుంచి మమ్మల్ని చూసే వారందరూ ఇదంతా ఎలా సాధ్యమా అని ఆశ్చర్యపడుతున్నారు.

అదే మా చైతన్యశక్తి అంటాము మేము.

మనలో ప్రతి ఒక్కరమూ మన మనసు ఊహించినదానికంటే మించిన వాళ్ళం. మన శరీరాలను అధిగమించి ఉంటాము. మనము భావాతీత జీవులం. మీ చైతన్యశక్తిని మేలుకొలిపిన కొద్దీ మీరు ఇంకా ఇంకా శక్తివంతులు అవుతూ ఉంటారు. ఈ విశాలవిశ్వం మీకు సులువుగా సహాయపడుతుంది. జీవితం రోజురోజుకు అద్భుతాల ఆలయం అవుతుంది. మేము చెప్పబోయే రహస్యాలకు కీలకం ఇదే. మీ సమస్యలకు

పరిష్కారాలు కనుక్కోవాలంటే, మీ కోరికలు తీరాలి అంటే మీ చైతన్యశక్తిని మీరు గ్రహించాలి.

మేము చెప్పబోయేది మీ చైతన్యాన్ని శక్తివంతం చేస్తుంది. దానితో మీరు హృదయపూర్వకంగా కోరుకున్నవి అన్నీ సాధించగలుగుతారు. ఈ నాలుగు రహస్యాలు మా జీవితాలలో అనుభవపూర్వకంగా గ్రహించినవి. మేము నేర్పిన ప్రతివారి జీవితాలలోను ఇవి ఫలితాలను చూపించాయి.

మీ గుండె తలుపు తెరవండి. ఒక్కొక్క రహస్యాన్ని మీరు చదివి ఆకళింపు చేసుకున్న కొద్దీ మీ జీవితం అద్భుతమార్గంలో నడుస్తుందని గమనిస్తారు.

మొదటి పరమ రహస్యం తెలుసుకోండి.

మొదటి పరమ రహస్యం: ఒక ఆధ్యాత్మిక దృక్పథంతో జీవించండి. ప్రస్తుతం మీరు ఏ స్థితిలో ఉన్నారు?

ప్రీతాజీ

ఈ పురాతన కథ చదివితే మీకు మొదటి పవిత్ర రహస్యం అర్థమవుతుంది. నిదానంగా చదవండి.

ఎస్మీ, నోమీ అనే ఇద్దరు సాధువులు పక్కనే ఉన్న గ్రామంలో బోధనచేసి తమ ఆశ్రమానికి తిరిగి వస్తున్నారు. తిరిగి వచ్చేటప్పుడు వారు ఒక నది దాటవలసి వచ్చింది. వారు ఆ నదిలో ప్రవేశిస్తుండగా వారికి ఒక స్త్రీ రోదన వినిపించింది.

ఎస్మీ ఆ స్త్రీని సమీపించి కష్టం ఏమిటి అని ఆమెను పరామర్శించాడు.

"నేను నా బిడ్డ దగ్గరికి వెళ్ళాలి. వాడు అవతలిగట్టున ఉన్న గ్రామంలో నాకోసం ఎదురు చూస్తున్నాడు. ఇవాళ నీటి మట్టం ఎక్కువ కావడాన నేను దాటలేకుండా ఉన్నాను." తనకోసం బిడ్డ రాత్రంతా ఏడుస్తూ ఉంటాడు అని ఆమె వాపోయింది.

ఎస్మీ ఆమెను ఆ నది దాటించడానికి సిద్ధమయ్యాడు. ఆయన ఆమెను తనభుజాల మీద ఎత్తుకొని నది దాటించాడు. ఆమె తన ధన్యవాదాలు తెలియ చేసింది. ఆ తరువాత ఇద్దరు సాధువులు తమ ఆశ్రమానికి తిరుగుదారి పట్టారు.

మౌనంగా ఉండటానికి చాలాసేపు అవస్థపడి చివరికి నోమి నోరు తెరిచాడు. కలత పడిన స్వరంతో " నువ్వు ఎంతపని చేసావో గ్రహించావా?" అని అడిగాడు.

"తెలుసు." నవ్వుతూ ఎస్మీ సమాధానం.

నోమి చెప్పసాగాడు. "మన గురువు గారు 'స్త్రీని కన్నెత్తి చూడరాదు' అని చెప్పారు. నువ్వేమో ఆమెతో మాట్లాడావు. గురువుగారు "స్త్రీతో ఎన్నడూ మాట్లాడకు." అని చెప్పారు. నువ్వేమో ఆమెను ముట్టుకున్నావు. గురువుగారు 'స్త్రీని తాకవద్దు' అని

చెప్పారు. నువ్వేమో ఆమెను మోసుకు వెళ్లావు."

ఎస్మీ సమాధానం "నిజమే. కానీ నేను అరగంట క్రితమే ఆమెను కిందకు దించాను. ఆమెను ఇంకా మోస్తూనే ఉన్నది నువ్వే కదా?"

ఈ కథలోని ఇద్దరు సాధువులు మనిషి అంతరంగంలోని రెండు స్థితులకు ప్రతినిధులు. మన జీవితంలో అనుక్షణం మనం దుస్థితిలో లేదా సుస్థితిలోనో ఉంటాము.

ఈ సుస్థితిని మనం మనోహరావస్థ అందాము. మనకు ఏ బాధా లేనప్పుడు జీవితం చాలా సుందరంగా దర్శనమిస్తుంది.

బాధ అనే మాట మీకు నచ్చకపోతే దాని బదులు ఒత్తిడి అని ఉపయోగించండి. సాధారణంగా ఒత్తిడి అంటే మనలను ఏదో పీడిస్తున్నది అని అర్థం. కానీ కోపం, భయం, ఒంటరితనం, నిస్పృహ ఇవన్నీ కూడా ఒత్తిడి కలిగించే అవస్థలే కదా? బాధ అన్న పదం ఈ అవస్థలు అన్నిటినీ సూచించుతుంది.

ప్రశాంతత, అన్యోన్యత, పాశము, ఆనందం, జీవశక్తి, మనశ్శాంతి ఇవన్నీ మనోహరావస్థ లోకి వస్తాయి. మనోహరావస్థలో లేనప్పుడు మనము బాధలోనూ లేదా ఒత్తిడిలోనూ జీవిస్తుంటాము.

మన జీవితంలో లేదా మన చుట్టూ ఉన్న ప్రపంచంలో జరిగే ప్రతి ఒక్క సంఘటనను పరిశీలించితే వాటి వెనుక ఈ రెండు శక్తులే ప్రేరకాలు అని గమనిస్తాం. యుద్ధము-శాంతి, వ్యామోహము- సామరస్యము, కారుణ్యము- క్రూరత్వము, సహకారము- రాక్షస రాజకీయాలు, చిరునవ్వులు చిందించే చిన్నారులు- క్షోభామయం అయిన పెద్దతరం: అయితే మనోహరావస్థ లేకపోతే దుర్భర అవస్థ.

ఇప్పుడు మన కథకు తిరిగివద్దాం. ఎస్మీ సుందర స్థితికి, నోమీ దుర్భర స్థితికి ప్రతినిధులు అనుకుందాం.

నోమీ లేని సమస్యను తెచ్చిపెట్టుకుని దాన్ని పరిష్కరించడంలో సతమతమవుతున్నాడు. ఎస్మీ తోటిజీవి సమస్యను పరిష్కరించి తనదారిన తాను సాగాడు.

ఘటనకు ముందు, ఘటన జరిగేటప్పుడు, ఘటన తర్వాతకూడా నోమీ కలవరపడ్డాడు. అతని అంతరంగంలోని ఆందోళన పరిస్థితిని క్లిష్టతరంచేసి అతని అనుచిత ప్రవర్తనకు దారితీసింది.

ఎస్మీ తను చేసే పనిలో పూర్తిగా నిమగ్నుడై ఉన్నాడు. పని పూర్తయిన తర్వాత ఆ పరిస్థితి నుంచి అతను పూర్తిగా నిష్క్రమించాడు. మనోహరావస్థలో గతజల సేతుబంధనం లేదు, జరగబోయే దాని గురించి చింతకూడా లేదు. సరళమైన అంతరంగం, చిక్కులు లేని మనసు, తేజస్సు మన అనుభూతిలోకి వస్తాయి. మనం వర్తమానంతో ముడిపడి ఉన్నాం. ఒత్తిడి విడదీస్తుంది కనుక నోమీ దారి తప్పాడు. మనము నోమీ అయితే

మన చుట్టూ ఉన్నవారు ఎంత ఆనందంగా ఉన్నా మనం అక్కడ లేనట్లే భావిస్తాం. ఆప్తమిత్రులతో కలిసిఉన్నా మనం ఒంటరితనాన్ని అనుభూతి చెందుతాం.

ఎస్మీ పరిస్థితి వేరు. అతను వర్తమానంలో ఉన్నాడు. నోమీ అనుభవించుతున్న ఒత్తిడి గమనించి, సాయపడే ఉద్దేశ్యంతో, ఒక తెలివైన ప్రశ్న వేశాడు.

మనం మనోహరావస్థలో ఉన్నప్పుడు మనకు మనం సహాయం చేసుకోవడానికి, ఎదుటివారికి సహాయపడటానికి తగిన వివేచన కలుగుతుంది. మన చర్యలు నిర్ణాయకంగాను, ప్రభావశాలులుగాను ఉంటాయి.

మనం అందరమూ ఎస్మీగా ప్రవర్తించిన సమయాలూ ఉన్నాయి, నోమీగా ప్రవర్తించిన సమయాలూ ఉన్నాయి. ఒత్తిడితో ఎవరినీ పట్టించుకోకుండా ప్రవర్తించి మనజీవితాల్లోను, ఎదుటివారి జీవితాలలోనూ కూడా కల్లోలం రేగించాము. మనోహరావస్థలో జీవించిన సమయంలో అన్యోన్యత పెంచుకొని మన శ్రేయస్సు, ఎదుటి వారి శ్రేయస్సుకోసం కూడా పాటుపడ్డాము.

ఇన్ని సంవత్సరాలుగా చైతన్యాన్ని, దాని వ్యక్తీకరణను పరిశీలించిన తర్వాత దానిలో పునరావృతమయ్యే ఒక పద్ధతి గమనించాము. దుస్థితి వినాశనకారి కాగా, మనోహరావస్థ జీవితాన్ని పునరుజ్జీవితం చేసి, చక్కదిద్దుతుంది అనటంలో సందేహం లేదు. మనిషి దుస్థితిలో జీవించిన కొద్దీ జీవితం ఒక పెద్ద చిక్కుప్రశ్న అయి అందులోనుంచి బయట పడటం అసాధ్యం అనిపిస్తుంది. సమస్యలు పెరుగుతాయి, గందరగోళం ఎక్కువవుతుంది, అస్తవ్యస్తత పెరిగిపోతుంది. జీవనం అంతములేని పోరాటం అవుతుంది.

మన నిస్పృహ, నిరాశ, ఈర్ష్య, ద్వేషం కొనసాగుతూ ఉంటే జీవితంలో ప్రతిఅడుగూ దారి తప్పిన అనుభూతి కలుగుతుంది. మన కుటుంబాలతో, పనిచేసే చోట, ప్రభుత్వంతో, అంతెందుకు ప్రతి ఒక్కరితోను పోరాడుతూనే ఉంటాము. వేదనావస్థలో ఉన్నప్పుడు ప్రపంచంలోని అన్నిశక్తులు మనకు వ్యతిరేకంగా పోరాడుతున్న అనుభూతి కలుగుతుంది. మనం ఏమి చేసినా, ఏమి నిర్ణయించినా, జీవితం ఇంకా ఇంకా అల్లకల్లోలంగా అవుతున్నట్లు తోస్తుంది.

అదే, మనం మనోహరావస్థలో ఉన్నప్పుడు అన్నీ కలసిరావడం అనేక పర్యాయాలు చూస్తాం. ఇక్కడ కలిసిరావడం అంటే ఏమిటి అని మీరు ఆశ్చర్యపడుతూ ఉండవచ్చు. కలిసిరావడం అంటే అర్థవంతమైన యాదృచ్ఛికం. మీ ఉద్దేశ్యాలకు అనుగుణంగా సంభవించే సుముఖ సంఘటనలు. మీ మనసులోని కోరికకు అనుగుణంగా మీకు తోడ్పడటానికి అనుకూలమైన రీతిలో ఈ ప్రపంచం నడుస్తున్నది అనిపించుతుంది.

మనోహరావస్థలో మన సృజనాత్మకత పెరుగుతుంది. మన సమస్యలకు అనూహ్యమైన పరిష్కారాలు దర్శనమిస్తాయి. విడిపోయిన బాంధవ్యాలు ఊపిరి పోసుకొని

పునర్జన్మ ఎత్తుతాయి. మన ఆలోచనలు స్పష్టంగా ఉంటాయి. మన వివేకం నిశితం అవుతుంది. మన మనసులు ప్రశాంతత చెందుతాయి.

మనోహరావస్థ అనే ఈ భావనతో మీరు అప్రతిభులు అయినా, ఈ విషయం మీకు సరిగా అర్థం అయిందో లేదో అనే అనుమానం కలిగినా, మనోహరావస్థ అంటే ఒక సంపన్నమైన అనుభూతుల పరంపర అని గుర్తుంచుకోండి. అది ప్రశాంతతగా, ఆనందంగా, కృతజ్ఞతగా, ప్రేమగా, ధైర్యంగా ఎన్నో విధాల మొదలు కావచ్చు. మీ అంతరంగం కల్లోలరహితం. వర్తమానంలో ఆనందం, మీ చుట్టూఉన్న వారిపట్ల గురుతర బాంధవ్యాలు - ఇది మనోహరావస్థ. మీ మనసు వికసించిన కొద్దీ శాంతి, నిశ్చలత, అనుకంప, ఆనందం, నిర్భయత్వం మీలో మేలుకొని ఉంటాయి. అవస్థలలో మీరు జీవన స్రవంతితో కలిసి ప్రయాణం చేస్తారు. జీవకోటి అంతటి ఏకత్వానికి, పరస్పర సంబంధానికి మీ కళ్ళు తెరుచుకుంటాయి. ఈ స్థితి మీలో దృఢతరం అయినకొద్దీ మీ ఆశయాలను సాకారం చేయటానికి మీ చైతన్యాన్ని సులువుగా వినియోగించ గలుగుతారు.

పద అన్వయం

కృష్ణాజీ

జీవనం సంపూర్ణంగా ఉండాలి అంటే మనం మరణ భయం వదలాలి.

పూర్తిగా ప్రేమించాలి అంటే నిరాశను కరిగించాలి.

మనోహరావస్థ అనుభూతి చెందాలి అంటే వేదన అంటే ఏమిటో తీక్షణంగా అవలోకించి, అందులోనుంచి బయటపడాలి.

వేదన అనే పదాన్ని మేము ఎలా ప్రయోగించుతున్నామో ఈపాటికి మీకు అర్థమై ఉండాలి. సరళంగా చెబితే సౌకర్యంగా లేని ఆవేశం, అనుభూతి. ఈ వేదన చాలా విస్తారమైనది. చిరాకు, సంశయం, నిరాశ వంటి అల్ప వేదనలు మన గమనికలోకి రాకముందే వచ్చి వెళ్లిపోతాయి. మీరు ఆ స్థితిలోనే కొనసాగితే అవి కోపం, ఆదుర్దా, సంతాపం అనే రెండవ స్థాయికి పెరుగుతాయి. వాటిని అక్కడే నిర్మూలించటం ఎలాగో మీకు నేర్పి ఉండకపోతే అవి పట్టరాని కోపంగా, పగగా, విపరీతమైన భయంగా, కుంగిపోవటంగా - ప్రాణాంతకమైన మనస్తత్వంగా మారిపోయే ప్రమాదం ఉన్నది.

మీ వేదన ఏ స్థాయిలో ఉన్నా సరే, దానిని అలా కొనసాగించటం ప్రమాదకరమని గ్రహించడం అత్యవసరము. ఈ దురవస్థలే మీ కలలను భగ్నం చేస్తాయి.

వేదన అనే పదం మీకు పూర్తిగా అర్థం కావటానికి మరొక కీలకమైన పదం ఉన్నది. దాని పేరు 'సమస్య'. దానిని మనం సమిష్టిగా పరిశీలించుదాం.

ఈ పదాన్ని విడదీయడంతో మొదలుపెడదాం.

'సమస్య' అంటే ఏమిటి?

వేదనకు, సమస్యకు మధ్య ఉన్న ముఖ్యమైన వ్యత్యాసం ఏమిటంటే వేదన అనేది అంతరంగ అనుభవం. సమస్య అనేది బాహ్య విషయం. సమస్య అంటే ఒక చిన్న అసౌకర్యం నుంచి, అధిగమించరాని అవరోధం కావచ్చు. ఆ సమస్యను ఎలా పరిష్కరిస్తారు - వేదనావస్థలోనించా, మనోహరావస్థనించా - అనేది మీ చేతిలో ఉన్నది.

మార్షల్ ఆర్ట్ ప్రాక్టీస్ చేస్తున్న సమయంలో మీ స్నాయువు గాయపడింది. ఇప్పుడు మీరు అంతక్రితం ప్లాన్ చేసిన విహారయాత్రకు వెళ్లలేరు. నెలల తరబడి చేసిన ఏర్పాట్లు అన్నీ వృధా అయ్యాయి. ఇది ఒక సమస్య.

లేదా మీ ఉద్యోగం పోయింది అనుకుందాం. మీరు మీ కుటుంబాన్ని పోషించలేరు, బాకీలు చెల్లించలేదు. ఇది విపరీత పరిణామాలు కలిగించే సమస్య.

వృద్ధులైన తల్లి లేదా తండ్రి తీవ్రమైన వ్యాధిపాలు అయినారు. వారికి మీ పూర్తిసేవ అత్యవసరం. వారు మీరు ఉంటున్న నగరానికి రావటానికి నిరాకరించారు. మీరే వారు నివసిస్తున్న గ్రామానికి తరలిపోవాలి. ఇప్పుడే మీకు దొరికిన మహత్తర ఉద్యోగ అవకాశం మీరు వదులుకోవాలి. ఇది కూడా ఒక సమస్యే.

ఈ సమస్యలను పరిష్కరించటానికి ప్రయత్నించే సమయంలో మీరు ఏ స్థితిలో ఉన్నారు అనేది జరగబోయే సంఘటనలను నిర్ణయిస్తుంది.

ఇటువంటి సమస్యలను నిశితంగా పరిశీలించితే అవి సకల జీవుల - స్థావరాలు, జంగమాలు, మానవుల జీవితాలు - జీవితాలలోనూ, అన్నిరంగాల లోనూ ప్రత్యక్షం అవుతాయి అని గమనిస్తారు. తుఫాను వచ్చిన ప్రతిసారి వందలాది మొక్కలు చెట్లు కూలిపోతాయి. వాటిలో చాలామటుకు చచ్చిపోతాయి. అడవిలో జంతువులు తమ నివాసస్థానం కోల్పోతాయి. ఆహారం దొరక్క అల్లాడి పోతాయి. అనుకోని ఆపదవల్ల అవి కొన్నిసార్లు తమ స్థావరాలు వదిలి వెళ్ళ వలసి వస్తుంది.

2010 లో మా బృందం టైగర్ క్వీన్ అనే డాక్యుమెంటరీ తయారు చేస్తున్నది. అప్పుడు అరణ్యంలో పులుల సమస్యలకు మన సమస్యలకు ఎంతసామ్యం ఉన్నదో చూసి షాక్ అయ్యాను. ఆ చిత్రంలో మచిలీ అనే ఒక పెద్ద పులి తన స్థావరాన్ని కోల్పోతుంది. సంపన్నమైన ఆ స్థావరాన్ని తన కూతురికి వదిలి అడవిలో సాధారణమైన మరొక స్థావరానికి వెళ్ళవలసి వస్తుంది.

అదృష్టవశాత్తు మచిలీ మనలాగా ఆలోచించదు. అలా చేసి ఉంటే రాణివంటి ఆ పులి జీవితాంతము కుంగిపోయి కుములుతూ ఉండేది.

సవాళ్ళు, సమస్యలు ఒక్క మానవజాతికి మాత్రమే పరిమితం కాదు. కానీ ఆ సవాళ్లను సమస్యలను మనం ఎలా అనుభూతి చెందుతాము అనేది మనలో ప్రతి ఒక్కరి ప్రత్యేకత.

మీ ఉద్యోగం పోతే మిమ్మల్ని మీరు నిష్ప్రయోజకుడుగా భావించుకుని రోజంతా మంచానికి అతుక్కుపోయి ఉంటారా? లేకపోతే మరొక కొత్త అవకాశానికి మార్గం వెతుకుతారా? మీ ప్రాంతంలో భూకంపం లేదా సునామి వస్తే అదే ఉత్పాతం మళ్ళీ వస్తుందేమోనన్న భయంతో స్తంభించి పోతారా లేకపోతే ధైర్యం కూడగట్టుకొని మీ జీవితాన్ని, మీ సమాజ జీవితాన్ని పునర్నిర్మాణం చేయటానికి ప్రయత్నిస్తారా?

జీవితం పట్ల మనం ఎలా ప్రవర్తిస్తామో నిర్ణయించేది ఏమిటి? ఆ సమయంలో మన మన:స్థితి.

జీవితంలో మనకు అందరికీ సవాళ్లు ఎదురవుతాయి.

పేదరికం, నిలకడలేని రాజకీయ పరిస్థితి, క్రమపద్ధతిలో నడిచే దమన క్రియ, ప్రక ృతి విపరీతాలు ఈ సవాళ్లను మరింత ఉధృతం చేస్తాయి.

మా విద్యార్థులు అనేక సామాజిక ఆర్థిక నేపథ్యాలనుంచి వస్తారు. జీవితంలో దు:ఖము కష్టం అంటే ఎరుగని వారు, అనారోగ్యంతో, హింసాకాండతో జీవితమంతా చిన్నాభిన్నం అయినవారు– అందరూ ఉంటారు.

వివిధ జీవనపథాలనుంచి వచ్చిన వీరంతా దు:ఖాన్ని అధిగమించి మనోహరావస్థలో జీవించటం మేము గమనించాం.

అంతేకాదు, ఈ మనోహరావస్థ వారి అడ్డుగోడలను అదృశ్యం చేయడమేగాక అంతకంటే భారీ సమస్యలను, సవాళ్లను సృజనాత్మకమైన పరిష్కారాలతో జయించడానికి సాయపడింది.

మీ అసలైన చైతన్యశక్తి తెలుసుకోవాలి అంటే మీరు ఒకదారి పట్టాలి. ఆ దారిన మొదటి అడుగు వేసే ముందు మీరు ఒక గట్టినిర్ణయం తీసుకోవాలి: ఒక్కనాడైనా సరే ధుఖమయ జీవితం వద్దని, మనోహరావస్థ ఉన్న అంతరంగంతో జీవించుతానని శపథం చేయాలి.

మీరు అలా శపథం చేయగలరా?

అటువంటి జీవితం సాధ్యమని మీరు కలలోనైనా ఊహించగలరా?

వేదనలో గడిపిన ప్రతిరోజూ వ్యర్థమే. మనోహరావస్థలో గడిపిన జీవనమే నిజమైన జీవనం.

ఆధ్యాత్మిక దృక్పథం అంటే ఏమిటి?

ప్రాథమికంగా జీవితంలో రెండు అంశలు ఉన్నాయి:ఉనికి, మనికి. సఫలత సాధించడానికి మనం చేసే ప్రతి ఒక్క పని – సంపర్కాలు ఏర్పరచు కోవటం, బాంధవ్యాలు కలిగించుకోవడం, విడదీసుకొని పోవటం, జీవన క్రమంలో అల వాట్లు చేసుకోవటం – మనటం కిందికే వస్తుంది. ఇది బయటి ప్రపంచానికి మనం ప్రదర్శించే ముఖం. మన శక్తిసామర్థ్యాలు అన్నీ ఈ ప్రదర్శనకే అంకితమై ఉంటాయి.

ఉనికి అంటే జీవితాన్ని మనము ఎలా అనుభవించుతున్నాము అన్న విషయం. ఉదాహరణకు మీరు ఒక సమావేశానికి వెళ్ళినప్పుడు ముఖంమీద చిరునవ్వు వెలిసింది. ఎందుకంటే మీరు ఆత్మవిశ్వాసంతో ఉన్నట్లు కనిపించాలని మీకు తెలుసు. కాని మీలోపలి కథ మాత్రం వేరు. మీరు లోపల భయపడుతూ ఉండొచ్చు, నర్వస్ గా ఉండొచ్చు, లేదా ఏం చేయాలో దిక్కుతోచక ఉండవచ్చు.

మన సమాజం మనికికి ఎక్కువ విలువ ఇస్తుంది. మన ఉనికిని గురించి పట్టించుకోదు అని చెప్పవచ్చు. మన ఉద్యోగం, కార్య నిర్వహణ, వేష భాషలు, అంతస్తు, ఆర్థిక స్తోమతు ఇదే ముఖ్యమని మన భావన. కనుకనే అందమైన అంతరంగ అనుభవం కోసం అతి కొద్దిమంది మాత్రమే ప్రయత్నిస్తారు.

ఉనికి పట్ల పూర్తిగా ఉపేక్ష, కేవలం మనికి పట్ల ఆపేక్ష మన జీవితాన్ని అస్తవ్యస్తం చేసేస్తుంది. మనం ఊహించని ఆటంకాల సుడిగుండంలోకి తోసివేస్తుంది.

'మనుషులందరిలోనూ రోజుకు 12 వేల నుంచి 60 వేల ఆలోచనల వరకు కలుగుతాయి. వీటిలో పదే పదే కలిగే ఆలోచనలు చాలా ఉంటాయి.' అంటారు జెనిఫర్ రీడ్ హాథార్న్ ('చికెన్ సూప్ ఫర్ ది ఉమెన్స్ సోల్: స్త్రీల హృదయాలు కదిలించి వారి స్ఫూర్తిని ఉత్తేజపరచడానికి నూట ఒక్క కథలు' అన్న పుస్తకానికి ఆమె సహరచయిత్రి). మన మనసులో మెదిలే ఆలోచనలలో 80 శాతం విముఖమైన ఆలోచనలే. అంటే దాదాపు అందరూ వారికి తెలియకుండానే 80 శాతం సమయం వేదనలో జీవిస్తున్నారన్న మాట. బహుశా మిగిలిన 20 శాతం సమయం మనోహరావస్థలో జీవిస్తున్నారేమో.

మన జీవనం జీవంతో తొణికిసలాడాలి అంటే ఈ నిష్పత్తిని మనం తిరగ రాయాలి.

మనోహరావస్థలో మనం జీవించే ఈ 20 శాతం క్రమంగా 40 శాతం, 50 శాతం, 60 శాతం, 70 శాతం, 80 శాతం ఇంకా అంతకుమించి పెరగాలి. ఆ స్థితిలో జీవితం ఎంత అందంగా ఉంటుందో ఊహించండి!

మనము ఇది సాధించడానికి మొదటి పవిత్ర రహస్యం రచించబడింది: మీకొక ఆధ్యాత్మిక దృక్పథం కల్పించుకొని దానిని మనసులో స్థిరపరచుకుంటే మీ అంతరంగ ప్రపంచాన్ని పరివర్తన చేయవచ్చు.

ఆధ్యాత్మిక దృక్పథము శక్తి అంటే ఏమిటో మీకు తెలియటానికి నా నిజ జీవితంలో అనుభవం వివరిస్తాను. నా 11వ ఏట నాకు ఆధ్యాత్మిక అనుభవం కలిగింది. అప్పటినుంచి అడగకుండానే అద్భుతమైన చైతన్య అవస్థలు కలగటం ఆరంభం అయింది. కానీ విచిత్రం ఏమిటంటే ఈ అనుభవాలు ఏవీ నా ఆటకారి తనానికీ, అల్లరికి అడ్డు రాలేదు.

సాధకులు అందరికీ ఒక కేంద్రం కల్పించాలి అనే సంకల్పం 19వ ఏట కలిగింది. ఆలోచించినకొద్దీ అది ఒకకేంద్రం మాత్రమే కాదనిపించింది. అందులో

ప్రవేశించిన ఏ వ్యక్తికైనా పరివర్తనలో తోడ్పడే ఒక సంపూర్ణ వ్యవస్థ సృష్టించాలి అని నా కోరిక. యోజనకు మా తల్లిదండ్రుల అనుమతి, ఆశీర్వాదము అర్థించాను. చైతన్యాన్ని ప్రభావితంచేసి దానిని జాగృతంచేసే వ్యవస్థ ఒకటి సృష్టించాలని మా తండ్రిగారి ఆశయం.

నా ఆశయం నిర్ణయం అయిపోయింది. నా అనుభవాలనే ఇతరులు కూడా అనుభవించటానికి సహాయపడే ఒక అద్భుత సృష్టి చేయాలని నా కోరిక. అక్కడికి వచ్చినవారికే కాక సామూహికంగా మానవ చైతన్యాన్ని ప్రభావితం చేయగల వ్యవస్థ సృష్టించాలి అని నాకోరిక. పట్టరాని ఉత్సాహంతో ఆ యోజనలో పూర్తిగా నిమగ్నుడిని అయాను. ఆ సంకల్పం దృఢపరుచుకున్న నెలలోపల యోజనకు అవసరమైన మనుషులు, వనరులు ప్రత్యక్షం అవ్వడం మొదలైంది. చిన్నవి పెద్దవి యాదృచ్ఛిక సంఘటనలు మా చుట్టూ జరగసాగాయి.

ప్రాచీన వాస్తురహస్యాలు తెలిసిన వాస్తుశిల్పి ఒకరు మాకు తటస్థపడటం మొదటి యాదృచ్ఛిక సంఘటన. పవిత్రమైన మా ఆశయాన్ని నెరవేర్చే ఒక అద్భుతమైన స్థలం దొరకటం రెండవ అద్భుతం. ఒక అడవి మధ్యన నమ్మశక్యం కాని పర్వతశ్రేణి పాద ప్రాంతంలో 44 ఎకరాల పట్టా భూమి లభించటం మూడవది. స్థలం బ్లూప్రింట్ చూస్తేనే అక్కడ దివ్య శక్తులు పొంగిపొర్లుతున్నాయి. ఆ యోజన నిర్మాణానికి మేము లార్సెన్- టుబ్రో సంస్థనుఎంచుకున్నాము. అక్కడ భవన నిర్మాణం జరిగింది. 184 చదరపు అడుగుల గర్భాలయంతో మూడు అంతస్తుల చలువరాతి కట్టడం నిర్మాణం అయింది. ఒక వెయ్యి సంవత్సరాలు నిలిచి, మానవ చైతన్యాన్ని ప్రభావితం చేయగల అద్భుతాన్ని సృష్టించాలని నా ఆశయం. ఈనాడు 'ఏకం' ఈ వ్యవస్థ వక్షస్థలం మీద కౌస్తుభం.

యోజన నాలుగునెలలు సాగిన తర్వాత మాకు అటవీశాఖ నుంచి తాకీదు వచ్చింది. "మీ ప్రాజెక్టు నిర్మాణం జరుగుతున్న చోటికి వెళ్ళటానికి మీకు అనుమతి లేదు. మీ పట్టా భూమి జాతీయమైన ఒక అడవి మధ్య ఉన్నది." వెంటనే నిర్మాణ కార్యక్రమాలు ఆపివేయాలని మమ్మల్ని డిమాండ్ చేశారు. నిర్మాణానికి అవసరమైన వాహనాలు అక్కడికి వెళ్లకుండా అడ్డుపడ్డారు.

నేను షాక్ అయ్యాను. నిర్మాణ అధికారవర్గాలు అందరి దగ్గరనుంచి అవసరమైన అనుమతులు అన్నీ మేము పొంది ఉన్నాం. నిర్మాణ పథకాలు ఆమోదం అయ్యాయి. అక్కడికి రోడ్డు ఉన్నది కనుక వెళ్ళవచ్చును అనుకున్నాము. కానీ గృహనిర్మాణ, నగరాభివృద్ధి సంస్థ మాకు ఆ అనుమతి లేదు అని చెప్పటం నిర్లక్ష్యం చేశారు.

నిర్మాణ సంస్థ తమ నిర్మాణపరికరాలను, సాధనాలను, పనివారిని అక్కడికి తరలించారు. పని జరగకపోతే ఖర్చులు పెరిగిపోతాయి అని వారు హెచ్చరించారు. అవును, పని జరగడంలేదు- కనుక ఖర్చులు ఆకాశాన్ని అంటుతాయి.

నేను విచారించిన ప్రతి ఒక్కచోట అదే చెప్పారు. భారతదేశంలో అటవీన్యాయం చాలా కఠినమైనది. కనుక ఒక జాతీయ అరణ్యం మధ్య నిర్మాణానికి అనుమతి దొరకటం

అసంభవం అని ఏకైక తీర్మానం. ఒకవేళ నేను న్యాయస్థానాన్ని ఆశ్రయించినా తీర్పు వచ్చేసరికి ఐదు ఆరు సంవత్సరాలు పడుతుంది. ఈ సంక్షోభం పెరుగుతున్నకొద్దీ నేను నా ఆధ్యాత్మిక దృక్పథంలో లీనమై పోయాను. వేదనావస్థకు తావు ఇవ్వలేదు. ఏకం ఆశయం మా అందరినీ మించి బృహత్తరమైనది అని నాకు తెలుసు. ఈ పవిత్ర స్థలంలో లక్షలాదిమంది చైతన్యం పరివర్తన చెందుతుంది అని నా అచంచల విశ్వాసం. అది జరగాలి, జరిగి తీరుతుంది. నా చైతన్యంలో నమ్మశక్యం గాని శక్తివంతమైన అవస్థలు ఉద్భవించసాగాయి. ఆ యోజన సఫలము, సాకారము అయినట్లు నా చైతన్యంలో దర్శించాను. గతంలో నుంచి భవిష్యత్తులోకి గంతులు వేయడం కాదు. అది వాస్తవం కాబోతున్నది.

మార్గం వినియోగించటానికి జాతీయ అటవీశాఖ నుంచి అనుమతి కోసం మా బృందం సర్వశక్తులా ప్రయత్నించసాగింది. అద్భుతాలు జరగటం ప్రారంభమైంది. 90 రోజులలోగా మా దరఖాస్తు వివిధ స్థాయిల అనుమతి సాధించటానికి 20 మించిన డెస్కులు దాటింది. కాశీమజిలీ కథ క్లుప్తంగా చెబితే ఆ రోడ్డు ఉపయోగించటానికి మాకు అనుమతి దొరికింది. జరిగినదంతా అసాధారణం, చరిత్రాత్మకం. పని జరిపించటానికి నేను అటూ ఇటూ ఎటూ పరిగెత్త నవసరం లేకపోయింది.

ఒక మనోహరావస్థలో ఆ యోజన నిర్మాణం నిర్దేశించటానికి నేను నా ఆధ్యాత్మిక ఆశయంలో లీనమైపోయాను.

ఆ యాదృచ్ఛిక సంఘటన జరిగిన 16 సంవత్సరాల తర్వాత, ఈనాడు కూడా ప్రతిరోజూ వేలాది మంది 'ఏకం' చేరటానికి - వ్యక్తిగత జాగృతికి, విశ్వశాంతికై ధ్యానించటానికి - ఆ మార్గాన నడుస్తారు.

ఆధ్యాత్మిక దృక్పథం అంటిపెట్టుకొని ఉంటే నా జీవితంలో జరిగిన లెక్కలేని సంఘటనలలో, ఈ అనుభవం ఒకటి మాత్రమే.

ఆధ్యాత్మిక దృక్పథం అంటే ఒకలక్ష్యం కాదు. లక్ష్యాలు భవిష్యత్తుకి సంబంధించినవి. అవి మన జీవితాల కోసం మనం పెట్టుకున్న ఆశలు, పథకాలు.

ఆధ్యాత్మిక దృక్పథం ఒక గమ్యం కాదు. మీరు జీవనం సాగిస్తూ ఏ స్థితిలో ఉండదలిచారో అదే ఆధ్యాత్మిక దృక్పథం. కనుకనే ఆధ్యాత్మిక దృక్పథం, మిగిలిన ఆశయాలు అన్నిటికీ తల్లి అంటాను.

మీకు తల్లి/ తండ్రి కావాలనే ఆశయం ఉంది అనుకుందాం. అది ఒక పాత్రనిర్వహణ. అది మనికి. ప్రతిరోజూ మీ అంతరంగ స్థితి ఏమిటి? అయోమయం, నిస్పృహ, నేరస్వభావం నిండిన మనసుతో మీరు తల్లి/ తండ్రి పాత్ర సవ్యంగా నిర్వహించగలరా?

లేకపోతే బాంధవ్యాలు, స్పష్టత ఉన్నతంగా ఉండే మనోహరావస్థలో ఈ పాత్ర నిర్వహించుతారా? సంతోషం, సంతృప్తి, కృతజ్ఞత నిండిన తల్లి/ తండ్రిగా ఉండ కోరుతారా?

ఆ పరమార్థం అంటే మీకు విపరీతమైన మక్కువ ఉన్నదా? మీరు అనుకున్నవి అన్నీ సాధిస్తూనే మనోహరావస్థలో జీవనం కొనసాగించడం మీద మీకు విపరీతమైన మక్కువ ఉన్నదా? లేకపోతే ఎప్పుడూ ఏదో ఒకటి చేస్తూ ఉండటమే మీ అభిమతమా?

మీరు చెయ్యవలసిన అతి ముఖ్యమైన నిర్ణయం ఇదేనని మరొకసారి గుర్తుంచుకోండి. దైనిక జీవనంలో మీరు ఏ స్థితిలో జీవించాలని కోరుకుంటున్నారు? మీ గమ్యాన్ని, మీ లక్ష్యాన్ని ఏ అవస్థలో ఉండి సృష్టించాలని మీ అభిప్రాయం?

వేదనను ప్రక్షాళనం చేసి, ఆధ్యాత్మిక ఆశయం దృఢంగా పట్టుకొని రోజులో కనీసం రెండు నిమిషాలు మనోహరావస్థలో జీవించగలిగితే, మీ మెదడులో ముందు వెనక భాగాలకు రక్తప్రసరణ మెరుగవుతుంది. అందువల్ల మెదడులో అనవసరమైన రణగొణధ్వని తగ్గుతుంది.

సోల్ సింక్ (Soul Sync) అద్భుత అభ్యాసం

ప్రీతాజీ

మీరు తొలి జీవనయానంలో ప్రవేశించేముందు ఇప్పుడు మనము చర్చించిన మనోహరావస్థను మేల్కొలపడానికి ఒక శక్తివంతమైన సాధనాన్ని మీకు పరిచయం చేస్తాం. నేను సృష్టించిన ఈ సోల్ సింక్, ధ్యానాన్ని మించినది. ఇది ఒక పవిత్రమైన అభ్యాసం. వివిధ సంస్కృతులనుంచి వందలు వేలుగా వచ్చి మా సంస్థలో పట్టభద్రులు అయిన వారు తమ రోజును మనోహరావస్థలో ప్రారంభించడానికి, వారి హృదయపూర్వక ఆశయాలను సాకారంచేసే ప్రయత్నంలో అనంత చైతన్యంలోని శక్తిని పొందటానికి ప్రతిరోజూ ఈ అభ్యాసం చేస్తారు.

సోల్ సింక్ శాస్త్రీయము, అద్భుతం కూడా. మొదట ఇందులోని అద్భుతం ఏమిటో చూద్దాం.

ఆధునిక నాడీశాస్త్రం రూపొందటానికి యుగాలకు మునుపే భారత దేశపు సనాతన ఋషులు చైతన్య జ్ఞానంలో ఆద్యులు. వారు కనుక్కొన్నది మానవ మేధస్సును అధ్యయనం చేసేవారికేగాక, తమ ఆలోచనా విధానాన్ని, అనుభూతిని, జీవన అనుభవాలను పరివర్తన చేయాలని ప్రయత్నించే ప్రతి ఒక్కరికి ఆసక్తి కలిగిస్తుంది.

సాధారణంగా తెలిసిన చైతన్యంకాక మన పూర్వీకులు మరొక విస్తృతమైన చైతన్యాన్ని గురించి వివరించారు. దాన్ని వారు 'బ్రహ్మగర్భ' అన్నారు. అంటే అనంత చైతన్యానికి గర్భాశయం. దానిని వారు మెదడులో ఉన్న పీనియల్, పిట్యూటరీ, హైపోథాలమస్ అక్షలకు జోడించారు.

సోల్ సింక్ అభ్యాసంతో తమ చైతన్యంలో ఈ భాగాన్ని మేలుకొలిపిన వారికి ఎవరికైనా, వారి ఆశయాలు బలవత్తరమైన ఆలోచనా అవరోధాలను అధిగమించి వస్తు ప్రపంచంలోకి ప్రవేశిస్తాయి. ఆ తర్వాత ఈ విశాలవిశ్వంతో మీ సంబంధం ఒక నూతన వ్యక్తిగతబంధం కావటం అనుభూతి చెందుతారు. మీకు యాదృచ్ఛికాలు సంభవించేటట్లు ఈ ప్రపంచం తనను తాను సర్దుకుంటున్నది అని తోస్తుంది. జీవనం అద్భుతమైన మలుపులు తిరిగి రహస్యగమ్యాలకు దారితీస్తుంది.

మీ లక్ష్యం ఆర్థిక భద్రత కానీయండి, సంబంధాలు పటిష్ఠం చేసుకోవటం కానీయండి, ప్రయోజనకరమైన ఉద్యోగం కానీయండి, ప్రగాఢమైన ఆధ్యాత్మిక జీవనం కానీయండి, ఈ విశాల విశ్వంతో బాంధవ్యం కానీయండి, మీరు ఆశించినది ఏదైనా సాధించి అద్భుతాలు సృష్టించడానికి ఈ అభ్యాసాన్ని వినియోగించవచ్చు.

సోల్ సింక్ అభ్యాసానికి క్రమం ఇది.

ఘనమైన సోల్ సింక్

ఆసనం

కుర్చీలోగాని, ధ్యానానికి వినియోగించే మెత్త మీద సుఖంగాగాని కూర్చోండి. మీ అరచేతులు తొడలమీద ఉంచండి. మీ బొటనవేళ్లను మీ వేళ్ళతో శ్వాసలను లెక్కించటానికి ఉపయోగించండి. ఎడమచేతి చూపుడు వేలితో ప్రారంభించండి. తర్వాత మధ్యవేలు, అలా 8 లెక్కపెట్టినదాకా చేయండి. మీరు ఎవరైనా చిన్నారికి నేర్పుతూ ఉంటే ఈ లెక్కను 4 దగ్గర ఆపండి.

అది పని చేసే విధానం

సోల్ సింక్ అభ్యాసం చేసేటప్పుడు సంఘర్షణ కలిగించే రసాయనచర్యను నిర్వీర్యం చేస్తాం. అప్పుడు ప్రశాంతమైన విరామస్థితి – మనోహరావస్థలోకి ప్రవేశించగలం.

- **మొదటి మెట్టు.** దీర్ఘ ఉచ్ఛ్వాసం,మందమైన నిశ్వాసం ఎనిమిది సార్లు చేయడంతో ప్రారంభించండి. ఒక శ్వాసనించి మరొక శ్వాసకు కదులుతున్నప్పుడు మీవేళ్ళతో లెక్క పెట్టండి. తరుచూ మీధ్యాస చంచలం కావచ్చు. మీ ధ్యాస వెనక్కు మళ్ళించి మీరు తప్పిపోయిన చోటినుంచి మళ్లీ లెక్క మొదలు పెట్టండి. మొదటి అవస్థ

పూర్తి చేసేసరికి మీ పారాసింపథెటిక్ నాడీవ్యవస్థ పూర్తిగా చురుకు అవుతుంది. వాగాస్ అనే నరం మెదడులో నుంచి గుండెకు ఊపిరితిత్తులకు జీర్ణాశయానికి వ్యాపించి ఉంటుంది. దీర్ఘఉచ్ఛ్వాసం, మందమైన నిశ్వాసంవల్ల ఈ వాగాస్ నాడి చురుకు అవుతుంది. వాగాస్ నరం చురుకుదనం పొందటంవల్ల ప్రతిచర్యాత్మక అయిన నాడీ వ్యవస్థ నిర్వ్యాపారి అవుతుంది.

మీ నాడీస్పందన మందగిస్తుంది. మీ రక్తపోటు సమతుల్యం అవుతుంది. మీ జీర్ణవ్యవస్థ కూడా సుముఖంగా ప్రతిస్పందించుతుంది. చేతనంగా చేతులు కదులుతూ ఉండటంవల్ల మీ మెదడులో మోటార్, సమన్వయ కేంద్రాలు మరింత చైతన్యవంతం అవుతాయి అని డాక్టర్ ఆంద్రూ న్యూబెర్గ్, మార్క్ రాబర్ట్ వాల్డ్ మన్‌ల అభిప్రాయం.అందువల్ల మెదడు యొక్క సామర్థ్యం పెరుగుతుంది. జ్ఞాపకశక్తి వృద్ధి అవుతుంది.

- **రెండవ మెట్టు:** దీర్ఘంగా ఊపిరి పీల్చండి. వదిలేటప్పుడు మందంగా తేనెటీగ ఝుంకారం చేయండి. సాధ్యమైనంత సేపు ఈ ఝుంకారం చేస్తూ పూర్తిధ్యాసతో దానిని వినటంవల్ల మీ విశ్రాంతి ప్రగాఢం అవుతుంది. నిశ్వాసం ప్రయాస కలిగేట్లు కొనసాగించకండి. మరొకసారి ఎనిమిది శ్వాసలు పూర్తి చేయండి. సోల్ సింక్‌లో ఈ భాగం మీ నిద్రను ప్రగాఢం చేస్తుంది. మీ రక్తపోటును శాంతపరుస్తుంది.

- **మూడవమెట్టు:** 8 శ్వాసలలో ఉచ్ఛ్వాసానికీ, నిశ్వాసానికీ మధ్య విరామం గమనించండి. మనం ఊపిరి పీల్చి వదులుతున్నపుడు ప్రతి ఉచ్ఛ్వాసం తర్వాత, తర్వాతి నిశ్వాసం మొదలు కాబోయే ముందు ఒక చిన్న విరామం ఉంటుంది. ఆ విరామాన్ని గమనించండి. ఇది కొంచెం తికమక పెట్టవచ్చు. అయినా, మీరు ఈ విరామాన్ని గమనించటం మొదలుపెట్టితే మీఆలోచనలు మందగించు తున్నాయని మీరు అనుభవ పూర్వకంగా తెలుసుకుంటారు. ఊపిరి బిగబట్టి, ఆ విరామాన్ని బలవంతంగా కలిగించటానికిగాని, దానిని పెంచటానికిగాని ప్రయత్నం చేయకండి. మీ శ్వాస సహజంగా సున్నితంగా ఉండాలి.

- **నాలుగవ మెట్టు:** ఇప్పుడు మీ ధ్యానాన్ని ప్రశాంతత నించి విస్తరింప జేయండి. తర్వాతి ఎనిమిది శ్వాసలు చేసేటపుడు ' ఆ– హం' అని స్మరించండి. 'అహం' అంటే సంస్కృతంలో 'నేను' అని లేదా 'నేను అనంత చైతన్యాన్ని' అని అర్థం.

- **ఐదవ మెట్టు:** మీ శరీరం అంతా ఒక వెలుగుగా మారిపోతున్నట్లు ఊహించండి, లేదా అనుభూతి చెందండి. నేల, బల్ల, మీ చుట్టూ ఉన్న మనుష్యులు, అంతా ఒక శక్తివలయంగా విస్తరించుతున్నట్లు ఊహించండి. వేరు వేరు వస్తువులు, వేరువేరు మనుష్యులు, వేరువేరు ఘటనలు అక్కడ లేవు. ఈ చైతన్యక్షేత్రంలో

అంతా ఒకటే. మీకు తెలిసిన, మీరు కలిసిన వ్యక్తులు ఎవరైనా, ప్రతి మొక్కా, ప్రతి ఒక్క జీవీ, మీ ఆశయాలు, ఆశలు, ప్రతి ఒక్కటీ, మీరు చూసిన, అనుభూతి చెందిన, విన్న, తెలుసుకున్న ప్రతి ఒక్క వస్తువూ, మీరు ఊహించినదీ, ఆలోచించిన ప్రతి ఒక్కటీ – అన్నీ ఒకే ఒక చైతన్య క్షేత్రంలో ఉన్నాయి. అందులో భిన్నత్వం, విభజన అంటూ ఏమీ లేదు. ఈ క్షేత్రంలో ఆలోచనా, వస్తువూ అన్నీ ఒకటే. కోరికా, వాస్తవము ఒకటే.

- **ఆరవ మెట్టు:**ఆ అనంతజ్యోతిలో మునకలువేస్తూ మీ మనసులోని కోరిక ఇపుడే, ఇక్కడే తీరుతున్నట్లు అనుభూతి చెందండి, ఊహించండి. ఉదాహరణకు మీ ఆప్తులతో మీ సంబంధం సరిదిద్దాలని మీ కోరిక అనుకుందాం. ఈ స్థితిలో మీ బాంధవ్యం మారిపోతే మీ ఇద్దరికీ కలిగే ఆనందాన్ని ఊహించండి. లేదా మీరు కొత్త ఉద్యోగాన్ని గురించి కలలు కంటు ఉంటే, ఆ కొత్త పాత్రలో మిమ్మల్ని ఊహించుకుని అనుభూతి చెందండి. మీ కల నిజమయితే ఎలాఉంటుందో అనుభూతి చెందండి. ఆ స్థితిలో కొన్నిక్షణాలు ఉండండి. మీరు సిద్ధంగా ఉన్నపుడు కళ్ళు తెరిచి తర్వాతి అంశానికి కదలండి.

సోల్ సింక్‌కు మంచి ముహూర్తం

చాలామంది నిద్రలేవగానే సోల్ సింక్ అభ్యాసం చేస్తారు. మరికొందరు ఏదైనా ముఖ్యమైన నిర్ణయం తీసుకోబోయే ముందు చేస్తారు. ఇంకా కొందరు రోజంతా పనిచేసి అలసిపోయిన తర్వాత ఆ అలసట తగ్గించుకోవటానికీ, విశ్రాంతి చెందటానికీ, మనసు గజిబిజిగా చిరాకుగా ఉన్నపుడు ఆ చిరాకు తగ్గించు కోవటానికీ సాయంత్రాలు చేస్తారు.

మీరు ఒంటరిగాగాని, ఒక బృందంలోగాని అభ్యాసం చేయవచ్చు. కొన్ని సంస్థలు ఉదయం పని మొదలు పెట్టబోయేముందు ప్రశాంతత కోసం ఉదయం అభ్యాసం చేస్తాయి. ఒకే ఆశయంతో దానిని సాధించటానికి తమ సామూహిక శక్తి ప్రయోగించే బృందాలుకూడా ఉన్నాయి. రోజుకు ఒకసారయినా అభ్యాసం చేసే లక్ష్యం ఉండాలని మా సూచన. ఇది కేవలం సూచన మాత్రమే, దానితో పరిమితం కాకండి. రోజుకు ఐదుసార్లు అభ్యాసం చేసేవారుకుడా ఉన్నారు. ఈ అభ్యాసంలో హడావిడి, తొందరపాటు ఉండకూడదనేది ముఖ్యం. ఈ అభ్యాసం కేవలం తొమ్మిది నిమిషాలు మాత్రమే పట్టుతుంది. కాని రోజంతా మీకు అద్భుతమైన అనుభూతి కలిగిస్తుంది.

మా విద్యార్థులలో ఒకరు పారిశ్రామికవేత్త. ఆమె ఒక సంస్థను కొత్తగా ఆరంభించారు.ఆమె తన బృందం అందరికీ ఈ అభ్యాసం దినచర్యగా చేశారు. ఇరవైఒక్క రోజులకు ఒకసారి వారు కొత్త ఆశయాలు ఏర్పరుచుకుంటారు. తర్వాతి మూడువారాలు ఆ లక్ష్యంమీద ధ్యాస కేంద్రీకరించుతారు. ఆ లక్ష్యాలు అన్నీ దాదాపు నెరవేరాయి అనటం ఒక అద్భుతం.

అటువంటి సంఘటన ఒకటి వినిపిస్తాం. ముఖ్యమైన వనరులు సాధించాలి అని ఒక సంకల్పం తీసుకున్న తర్వాత, వారు ఒక సంస్థను కలిశారు. ఆ సంస్థ భాగస్వాముల కోసం వెతుకుతున్నది. కూలంకష చర్చల తర్వాత ఆ సంస్థ సి ఇ ఓ ప్రారంభదశలో ఉన్న ఈసంస్థలో భారీ పెట్టుబడి సూచించారు. దానితోబాటు కలిసి పనిచేసేఅవకాశము, అమ్మకాలకు తోడ్పాటు, బ్రాండ్ పేరు వినియోగించుకోవటంలోను సహకారం అందించారు.

అయితే మాసంస్థ పట్టభద్రురాలిని చలింప జేసింది వరదలుకట్టి వస్తున్న ఈ సహాయము, సహకారము కాదు. ఆ అనుభవంతో పరివర్తన చెందిన చైతన్యం శక్తి ఏమిటో, వాణిజ్య ప్రపంచంలో అది ఎంత ప్రభావశాలి కాగలదో ఆమెకు అర్థం అయింది.

"ఆయన నా కళ్ళలోకి సూటిగా చూస్తూ, మేము అడిగినదంతా కాదనకుండా ఇస్తూ ఉంటే నమ్మశక్యం కాలేదు." అని ఆమె అన్నారు. "స్పష్టమైన ప్రత్యేక సంకల్పం అంత బాహాటంగా మేము ఆశించినట్లు సాకారం అవుతుంటే – అది పరమ అద్భుతం!"

సోల్ సింక్ అభ్యాసం చేసేవారి దగ్గరినించి మేము రోజూ వినే అనేక కథలలో ఇది కేవలం ఒకటి మాత్రమే. ప్రతిజీవనయానం తర్వాత మనం సోల్ సింక్ అభ్యాసానికి తిరిగి వస్తాం. సమస్యలు, సవాళ్లు ఎదుర్కోవటానికి దానిని ఎలా మార్పులు చేయవచ్చునో, శక్తివంతమైన సంకల్పాలు తీసుకోవటం ఎలాగో చెబుతాం, చూపుతాం. ఇప్పుడు మొదటి ప్రయాణానికి బయలుదేర వలసిన సమయం అయింది.

ప్రీతాజీ నిర్వహించే గ్రేట్ సోల్ సింక్ ఆడియో కావాలంటే www.breathingroom.com దర్శించి ఆ యాప్‌ను డౌన్-లోడ్ చేసుకొండి.

తొలి జీవనయానం

గాయ పడ్డ బిడ్డకు చికిత్స

కృష్ణాజీ

దాదాపు అందరూ క్లాస్ట్రోఫోబియాతో (మూసి ఉన్న స్థలాలు అంటే భయం) జీవించుతూ ఉంటారు. ఇది వారికి వారు స్వయంగా విధించుకున్న శిక్షే.

ఈ వేదనామయ స్థితి మీకు కూడా అనుభవంలోకి వచ్చి ఉండవచ్చు. ఎవరో ఒక సమూహం మీ ఇంటి ముంగిటి వచ్చి విందు చేసుకోబోతున్నామని ప్రకటించినట్లు అనిపిస్తుంది. కాకపోతే ఈ సమూహం మరి ఎవరోకాదు: పిలవని పేరంటానికి వచ్చినట్లు మీ ముందు గదిలోకి తోసుకుని వస్తున్న ఈ సమూహం అంతా మీకు అన్యాయం చేసినవారే, నొప్పించినవారే, మిమ్మల్నిచూసి మీరే సిగ్గుపడేట్లు చేసినవారు.

మీకు తెలిసే లోపలనే మీ ఇంటి అలంకరణ, మీరు ఎంచుకున్న సంగీతం, అంతెందుకు మీ ప్రతి ఒక్క నిర్ణయాన్ని గురించి, మీరు అడగకుండానే వారు తమ అభిప్రాయాలు వెలిబుచ్చారు. వారు బిగ్గరగా చెబుతున్నారు. ప్రతిదానిని గురించి తీర్పు ఇస్తారు. వారు అక్కడినుంచి కదలరు.

ఈ విమర్శను, అస్త్రాలను తప్పించుకోవటానికి మీకు సాధ్యమైనంతా మీరు చేశారు. కానీ ఆ సమూహాన్ని తప్పించుకోవటం అసాధ్యమైంది. దురదృష్టవశాత్తు సారాయం వారి గొంతును మరింత బిగ్గరగా చేసింది.

వారిని శలవు తీసుకోమని మీరు చెబుతున్నకొద్దీ వారి రణగొణధ్వని మరీ ఎక్కువైంది. ఏం చేయాలో తెలియక మీరు నిశ్చేష్టులయారు. ఆ క్షణంలో మీరు

కోరుకున్నది ప్రశాంతత, నిశ్శబ్దం మాత్రమే. విచిత్రం ఏమిటంటే ఈ రగడ కొంతసేపు జరిగిన తర్వాత అపాత్రులైన ఆ అతిథులకు మీరు అలవాటు పడిపోయారు. వారిలో చాలామంది మీకు ఆప్తులే – మీ తల్లిదండ్రులు, మీ తోడబుట్టినవారు, మీ ప్రియమిత్రులు!

అయినా వారు ఎంతకాలం ఎక్కువగా ఉంటే అంతగా మిమ్మల్ని వేధించుకు తిన్నారు. వాళ్ళమాటలు, అభిప్రాయాలు, భావాలు పట్టించుకోకుండా ఉండటం అసాధ్యంగా తయారైంది. అటూఇటూ గాక మీ పరిస్థితి గోడమీది పిల్లివాటం అయింది. మీకంటూ కొంత వ్యవధి, ఆస్కారము కొరత అయింది.

ఇందులో నుంచి బయటపడగలిగితే ...

ఇకనైనా మీరు ముందుకు సాగ గలిగితే...

జీవితం ఒక నదీ ప్రవాహం. అది ఎప్పుడూ ముందుకే సాగుతూ ఉంటుంది. ప్రేమలు, బాంధవ్యాలు, పటిష్ఠం కావటానికి నిరంతరం అవకాశాలు చూపుతూ ఉంటుంది. దానితోపాటు మనం కూడా ముందుకు సాగాలి అంటే మనం మనగతం నుంచి విడుదల కావాలి. ఈ గతం మనలను బురదకంపు కొట్టే ఒడ్డున కట్టిపడేస్తుంది. అక్కడినుంచి ముందుకు సాగటం సాధ్యం కాదు.

మన విందుకు తిరిగివస్తే, మన మనసులోనూ, హృదయాలలోనూ తిష్ఠ వేసుక్కూర్చున్న అవాంఛిత అతిథులను మంచి చేసుకోవాలి. మన చైతన్యంలో ప్రశాంతకోణాన్ని మేల్కొలపాలి. మనలోని గొంతుకలు మనల్ని మూర్ఖులని, మందమతులు అని, కొరగానివారు అని అంటూ ఉంటాయి. పక్కనే మరికొన్ని గొంతుకలు మనము చేసింది సబబేనని, మిగిలిన వారంతా తప్పు దారి తొక్కారు అని చెబుతూ ఉంటాయి.

ఎలా?

మన అందరి లోనూ ఒక చిన్నారి ఉన్నది. ఆ చిన్నారి గాయపడి ఉన్నది. చుట్టుపక్కల ఉన్న గుంపు గోలలో ఆ చిన్నారి ఆర్తనాదం ఎవరికీ వినపడలేదు. కాల క్రమేణా ఆ చిన్నారి బిగుసుకు పోయింది. గతం మనమీద బిగించిన పట్టు సడలించాలి అంటే మనం ఆధ్యాత్మిక దృక్పథం అలవరుచుకోవాలి. అప్పుడే మన అంతరంగంలోని మంచుగడ్డలు కరిగి గతం విధించిన కాఠిన్యం నుంచి విడుదల పొందుతాం. అప్పుడే మనం వర్తమానంలోకి ప్రవేశించి భవిష్యత్తులోకి అడుగు పెట్టగలుగుతాం.

అలా చేసిన తర్వాత వెనుదిరిగి చూడటం అంటూ ఉండదు. మన జీవితం సముద్రం దిశగా – ఘనతరమైన వ్యవస్థకు, శ్రేయస్సుకు, విస్తరణకు – పరుగులు తీసే ఒక మహావాహిని అవుతుంది.

రండి, బయల్దేరుదాం.

ఒక మంచి రెస్టారెంట్ లో మీరు లైన్ లో కాచుకుని ఉన్నారు. అప్పుడు మీరు జారి పడ్డారు. అక్కడ ఉన్న వారంతా విస్మయంతో అవాక్కు అవుతారు. అవమానంతో

మీ బుగ్గలు ఎరుపెక్కాయి. అందంగా కనిపించాలని మీరు ఎంతో ప్రయత్నించారు. కానీ ఒక్క తప్పటడుగుతో ఈ ప్రపంచానికి నిజం తెలిసి పోయింది.

ఇది మీ స్వస్థలం కాదు. ఆ విషయం ప్రతి ఒక్కరికి తెలుసు.

మీరు లేచినుంచున్న తర్వాతకూడా చాలాకాలం వరకూ మీ పతనం మిమ్మల్ని వేధిస్తూ ఉంటుంది. శరీరానికి భౌతికంగా కలిగిన బాధ అతిస్వల్పం. కానీ మానసికంగా మీకు కలిగిన గాయం పడిలేచిన తర్వాత చాలాకాలం మిమ్మల్ని వెంటాడుతూనే ఉంటుంది. జీవితంలో తర్వాతి అనుభవం ఆహ్వానించినప్పుడు మీరు కలగాపులగం అయిన మీ ఆలోచనలో తలమునకలై ఉన్నారు. మీ అంతరంగం చేసే రణగొణ ధ్వనిలో మునిగిపోయారు.

ఇప్పుడిప్పుడే నడక నేర్చుకుంటున్న బోసినవ్వుల చిన్నారిగా మిమ్ములను ఊహించుకోండి. మీరు పడి మోకాలికి దెబ్బ తగిలితే ఏడుస్తారు. ఆ నొప్పి తగ్గగానే, మీ కంటికి మరేదో కనబడుతుంది. కన్నీళ్లు అయినా తుడుచుకోకుండానే మీరు ఆ తర్వాతి అనుభవానికి సంసిద్ధులౌతారు. అంతకుమునుపు కలిగినబాధ మీకు గుర్తుకూడా ఉండదు.

చిన్నారి ఆనందమయస్థితి అంటే అది. ఆకాశంలో పక్షులు తమ దారికి ఆనవాళ్లు పెట్టుకుంటూ రావు. అలాగే మనగతం జీవనమార్గంలో ఆవేశపు ఆనవాళ్లు వదలదు. అది తర్వాతి అనుభవానికి సంసిద్ధంగా ఉన్న మచ్చలేని స్వచ్ఛమైన చైతన్యం.

ఆనందంతో చిందులువేసే చిన్నారి, గాయపడిన చిన్నారి మన గతంలోని జ్ఞాపకాలు కావు. మనకు తెలిసినా తెలియకపోయినా అవి మనం అనుభవించే మనోహరావస్థకు, వేదనావస్థకు దృష్టాంతాలు.

జీవితంలో ఎప్పుడో ఒకప్పుడు మనమందరము ఆనందంతో చిందులు వేసిన చిన్నారులమే. చీకు చింత, భయం తెలియని అవస్థను మనము అందరము అనుభూతిచెంది ఉన్నాం. ఆనందం నిండిన ఆ చిన్నారిగా మీరు తప్పులు చేయటానికి భయపడలేదు. ఆత్మాభిముఖులై చింతల సుడిగుండంలో చిక్కుకు పోలేదు. మీ చిరునవ్వు వెలుగులు చిమ్మింది. మీ నవ్వు ఆనందంతో పరవళ్ళు తొక్కింది. మీ దు:ఖానికి అడ్డుకట్టలు లేవు. మీ ప్రేమ, అనురాగం అగాధం. జీవితం అతిసరళం. ఒక అందమైన గమ్యం సృష్టించుకోవాలని ఒక దృఢ నిశ్చయం కలుగుతుంది. మీకు మీరు నచ్చ చెప్పుకోవడానికి దాన్ని పదేపదే చర్వితచర్వణం చేయనక్కర్లేదు. అక్కడ పనిలోనూ, బాంధవ్యాలలోను ఆసక్తి లోపించడం, పట్టించుకొనక పోవడం అంటూ ఏమీ ఉండదు.

ఆనందంతో చిందులు వేసే చిన్నారి అమాయకత్వం సేద తీరుస్తుంది, నిజాయితీ ఆనందింపజేస్తుంది.

అత్యంత ప్రజాదరణ పొందిన వీడియో ఒకటి (https://www.youtube.com/watch?v=E8aprCNecU) యూ ట్యూబ్‌లో ఉన్నది. ఈ వీడియోను ఈనాటికి

114 మిలియన్ల మంది చూశారు, ఇంకా చూస్తున్నారు. ఈ వీడియో ఒక చిన్న పిల్లవాడు వాళ్ల అమ్మతో ప్రేమను గురించి, కుకీస్ గురించి జరిపే సంభాషణ. తన తల్లిని ప్రేమిస్తాడు కానీ ఆమె పట్ల ఇష్టం ఎల్లప్పుడూ ఉండదు.

ఆమె వాడికి కుకీస్ ఇచ్చినప్పుడే అమ్మ అంటే ఇష్టం!

బాల్యంలో జరిగినవి అన్నీ గుర్తు ఉన్నా లేకపోయినా, మనం కూడా ఒకనాడు ఆ ఆనందంతో చిందులు వేసిన చిన్నారులమే. మనందరమూ ఆ సరళ అవస్థలో కొంతకాలం గడిపాము. మనకు ఆనందం కలిగిస్తాయి అనుకున్న వస్తువుల ను ఇష్టపడ్డాం. మనకు బాధ కలిగిస్తాయి అనుకున్న వస్తువులను అయిష్టపడ్డాం. మనోహరావస్థలో ఉన్న ఆనందమయమైన చిన్నారికి అనుభూతులు తప్పా ఒప్పా అనే ప్రసక్తి లేదు. అవి రెండూ మనవే. అటువంటి అనుభూతుల తప్పు ఒప్పుల నిర్ణయాలు చేయడం ఇంకా నేర్చుకోలేదు కనుక మనం ఆనందంగా ఉన్నాము.

మరి ఆనందంతో చిందులువేసే ఈ చిన్నారి ఆనందం మాయంకావటానికి కారణం ఏమిటి? ఆ స్థానంలో గాయపడిన చిన్నారి ఎలా ప్రవేశించింది?

ఆనందం పంచే ఆ చిన్నారి ఈ ప్రపంచాన్ని గూర్చి నిర్మొహమాటంగా మాట్లాడితే ఏమవుతుందో మన అందరికీ తెలుసు. ఆ చిన్నారి అమాయకపు సాహసానికి చుట్టూఉన్న పెద్దలందరూ చిరునవ్వులు రువ్వుతారు. ఆ తర్వాత అమ్మ, నాన్న, బాబాయ్ పిన్ని ఆ చిన్నారికి సుద్దులు చెబుతారు."మంచి పిల్లలు అలా మాట్లాడకూడదు. మంచి పిల్లలు కాయగూరలు తినటానికి ఇష్టపడినట్లు, హెూంవర్క్ చేయడానికి ఇష్టపడినట్లు, అమ్మను నాన్నను సర్వదా ప్రేమిస్తారు."

ఈ సుద్దుల వెనుక సదుద్దేశ్యం ఉండవచ్చు. కానీ ఆమాటలు ఆ పసిమనసులో సంశయాన్ని, అయోమయాన్ని, ఇంకా చెబితే అవమానాన్నికూడా నాటుతాయి. ఆ పసివాడి మనసులో అనుభవాలు మారకపోవచ్చు. వాడికిష్టమైన వస్తువులు ఇస్తూఉంటే తల్లిదండ్రులను వాడు ఆత్మీయంగా ప్రేమిస్తాడు. తనకంటే మంచి ఆట వస్తువులు ఉన్న పసివాడివి చూస్తే ఈర్ష్య పడతాడు. హెూం వర్క్ ఒక్కొక్కసారి వాడికి తలనొప్పి అవుతుంది.

కానీ ఇప్పుడు ఆ అనుభూతులు చెందుతున్నందుకు వాడు అవమానంతో తల వంచుకుంటాడు.

కాలం గడుస్తుంది. చిన్నారి పెరిగి – సంఘర్షణతో నిండిన అంతరంగంతో –పెద్దవాడవుతాడు. దాన్ని మనం సాధారణంగా కౌమారదశలో సహజంగా కలిగే అసంతృప్తిగా కొట్టిపారేస్తాం.

ఈ వేదనామయ అవస్థ అసహజం అయితే? మనోహరావస్థకు తిరిగి రావటానికి దారి దొరికితే?

మీ నిజ స్వరూపం ఏమిటి?

ఉపనిషత్తుల నుంచి ఒక కథ తీసుకుందాం. ఉపనిషత్తులు జీవితాన్ని, ఆధ్యాత్మికతను అత్యంత వివేచనా మయంగా వివరించే భారతీయ గ్రంథాలు.

అడవిలో ఆడసింహం ఒకటి గర్భిణిగా ఉన్నది. దానికి ప్రసవవేదనతో పాటు ఆకలి కూడా వేయసాగింది.

హఠాత్తుగా దానికి ఒక గొర్రె తనపిల్లలతో కనిపించింది. అవి దారితప్పి గ్రామంనుంచి అడవిలో పడ్డాయి. ఆకలిగొన్న ఆడసింహం గొఱ్ఱెల మంద మీదికి దూకింది. మరుక్షణంలో దానికి ప్రసవం అయింది, అది మరణించింది.

తల్లిగొర్రె ఆ సింహంపిల్లను కూడా తనపిల్లలతోపాటే పెంచింది. ఆ సింహంపిల్ల తానుకూడా ఒక గొర్రె అని అనుకుని మిగతా గొఱ్ఱె పిల్లలతో పాటు గడ్డి మేస్తూ, వాటిలాగానే మే.. మే.. అంటూ పెరిగింది.

చేతకాని వికారపు చేష్టలతో సింహంపిల్ల ఆ గొఱ్ఱపిల్లలను అనుకరించడానికి ప్రయత్నించింది. తన అన్నదమ్ములు అక్క చెల్లెళ్ళు చేసిన పనులు చేయడానికి నానా అవస్థలు పడింది. లేత ఆకులు నమలటానికి చిటారు కొమ్మలు అందుకోవటానికి ప్రయత్నించింది. పచ్చిగడ్డి మేయడానికి కొండదారులు నడిచింది.

కానీ ఆ సింహంపిల్ల ఎదుగుతున్నకొద్దీ దానిలో ఒక విచారం చోటుచేసుకుంది. ఇంతకంటే వేరుగా, ఇంతకంటే ఘనంగా ఏదోచేయాలని దానితపన. ఒక మధ్యాహ్నం దానికి దూరం నుంచి ఒక సింహం గర్జన వినిపించింది. వెంటనే తల్లిగొర్రె దగ్గరికి పరిగెత్తింది "నేనుకూడా అలా గర్జించగలనా?" అని అడిగింది

తల్లి గొర్రె ఏమి సమాధానం చెప్పి ఉంటుంది?

అది ఒక సింహం. "అది అడవికి రాజు. నువ్వు కేవలం ఒక గొర్రెవి." కొంత నిస్పృహతో తల్లిగొర్రె అన్నది "నువ్వు, నేను అణకువగా, జాగ్రత్తగా మసలుకోవాలి. ఇది మన జీవితం. నీ పగటికలలు వదిలి పెడితే అది నీవంటికి మంచిది. నువ్వు గడ్డి మేయడంకూడా ఇంకా సరిగానేర్చుకోలేదు. నీ సహోదరులతో స్నేహం చేసి పెరిగి పెద్దవాడివి కావాలి."

ఈ కథలో ఏదో ఒక భాగం మనజీవితంలో ఎప్పుడో ఒకప్పుడు అనుభవంలోకి వచ్చి ఉంటుంది కదా!

ఏదో విధంగా మన ఆలోచనలు ఆవేశాలు, సర్దుకుపోవాలని ఎప్పుడో ఒకప్పుడు మనకు చెప్పారు కదా. ఒంటరితనం, భయం, ఒత్తిడి వగైరాలతో జీవించటం మామూలే అని మనకునచ్చచెప్పారు కదా. అంతేగాక అందరూ అలాగే జీవిస్తారనికూడా చెప్పారు కదా! మనకు కలిగే అనుభూతులను మర్చిపొమ్మని, సగటు దినచర్య అలవరచుకోమని చెప్పారా లేదా? మనకు కలిగిన అనుభవాలు అన్నిటిలోనూ మన తల్లిదండ్రులతోను, వారి స్థానంలో ఉన్న మరి

కొందరితోనూ, కలిగిన అనుభవాలు మనమీద అత్యంత ప్రభావం చూపించాయి. ప్రేమ, పోషణ, సానుభూతి, బాంధవ్యం, ఆనందం తొలిసారిగా వారినుంచే అనుభూతి చెందాం.

తిరస్కారం, నిరాశ, ఒంటరితనంలో కూడా అవే మన తొలిఅనుభవాలు. ఈతొలిఅనుభవాలే మన సహజ స్థితులై కూర్చున్నాయి. మనలను గురించి మనం ఎలా అనుభూతిచెంది అనుభవంలోకి తెచ్చుకుంటాం, ఇతరులను గురించి మనం ఎలా అనుభవం చెంది ఎలా సంబంధాలు ఏర్పరుచుకుంటాం అనటానికి ఇవి మూలస్తంభాలు.

మనలో కొందరి తలిదండ్రులు అద్భుతమైనవారు. మనబాల్యాలు ఆనందంగా గడిచాయి. మరికొందరి బాల్య అనుభవాలు చేదుగా ఉంటాయి. చిన్నపిల్లలు పెరిగే వాతావరణం ఎలాంటిదయినా సరే, చిన్న చిన్న తిరస్కారాలు, నిర్లక్ష్యం అనుభూతులు (అవి ఎంత చిన్నవి అయినా సరే) వారిలో తీవ్రమైన గాయాలను రేపుతాయి. ఈ గాయాలను నిర్లక్ష్యం చేయకూడదు. వాటి ప్రభావం ప్రగాఢం, నిత్యం అవుతుంది. గాయపడ్డ బిడ్డ మనస్తత్వానికి అది పునాది.

పసితనంలో మనకు కలిగిన కోపం, మానసిక క్షోభ కేవలం కొంటెతనంవల్ల కలిగాయనీ, ప్రస్తుత జీవనంతో దానికి సంబంధం లేదనీ కొట్టిపారేస్తాం. మనం మారి పోయామనీ, మనం ఆనాటి పిల్లలం కాదనీ మన నమ్మకం. బాధ్యతాయుతులైన, దృఢమనస్కులైన, స్వతంత్ర వ్యక్తులమని మన భావన.

ఒక్క క్షణం మనం తగిలించుకున్న పెద్దలమనే ముసుగు తొలిగిస్తే, మన అసలు స్వరూపాలు బయట పడతాయి. బాధాకరమైన మన గతం మన చైతన్యం మీద ఎంతగాఢమైన ముద్రవేసిందో కనబడుతుంది. మనకు సత్యదర్శనం అవుతుంది: పసితనంలోని చేదు అనుభవాలు ప్రస్తుతం వేదనావస్థగా అనుభవించు తున్నాం. ఈ సత్యాన్ని నిర్భయంగా దర్శించగలిగితేనే దానిలోనించి విడుదల సాధ్యం అవుతుంది. శ్రీరామకృష్ణులు (ఆయన సుమారు 130 సంవత్సరాల క్రితం జీవించారు) చెప్పిన ఒక కథ వేదనామయస్థితి ప్రభావం గ్రహించటానికి సాయపడుతుంది.

తమ సరుకులు అమ్ముకోవటానికి ఇద్దరు స్త్రీలు ఒకనాడు విపణివీధికి వెళ్ళారు. వారిలో ఒక ఆమె పూలు అమ్ముతుంది, రెండవ ఆమె చేపలు అమ్ముతుంది. వారు తిరిగి వచ్చేటపుడు జోరున వాన కురవ సాగింది. పూలు అమ్ముకునే స్త్రీ ఇల్లు దగ్గరలో ఉండటాన ఇద్దరు మిత్రులు ఆ రాత్రికి అక్కడే నిద్రపోవాలని నిశ్చయించుకున్నారు.

కాని చేపలు అమ్ముకునే స్త్రీకి నిద్ర పట్టలేదు. తనకు ఎందుకు నిద్ర రావటం లేదా అని ఆలోచిస్తూ ఆ స్త్రీ పక్కనే ఉన్న పూలబుట్ట గమనించింది. ఒక చిరునవ్వుతో ఆమె ఆ పూలబుట్ట పక్కకుతోసి కంపుకొడుతున్న చేపలబుట్ట దగ్గరికి లాక్కున్నది. ఆ వాసన గట్టిగాపీల్చి త్వరలోనే ఆమె గాఢనిద్రలోకి ఒరిగి పోయింది.

మంచికాని, చెడుకాని పసితనంలో మనం పెంచి పోషించిన అవస్థలు మన సహజస్వభావాలు అయి కూర్చుంటాయి.

మనకు అలవాటైన ఆవేశకావేషాలకు పదేపదే లొంగిపోతూ ఉంటే మన మెదడులో ఒక విచిత్ర ప్రక్రియ మొదలు అవుతుంది. నాడీశాస్త్రవేత్త రిక్ హాన్సన్ మన మెదడు మన కపాలంలో వసించే 'తోఫు'తో పోల్చారు. ఆ మెదడులో 100 బిలియన్ న్యూరాన్లు, ఒక ట్రిలియన్ న్యురోగ్లియా అనే తోడ్పాటు కణాలు, కనీసం 100 ట్రిలియన్ నాడీ లంకెలు కాపురం ఉన్నాయి!

మన ఆలోచనలు, భావావేశాలు - మనకు తెలిసినా, తెలియక పోయినా - న్యూరాన్స్ మధ్య అత్యంత వేగంతో కదిలే విద్యుత్ ప్రేరకాలు. మెదడు సున్నితమైన మెత్తని పదార్ధం. కనుక ప్రతి ఒక్క ఆలోచనా, భావావేశము నీటిమీది అలలాగా ప్రవహించుతుంది. నిర్ణీతమైన ప్రభావం ఏమీ చూపదు.

కాని ఒకే ఆలోచనకు మీరు పదేపదే లోనైతే, న్యూరాన్ లంకెలమీద ప్రభావం చూపుతుంది– తీరాన్ని రూపుదిద్దే పెద్దఅలలలాగా. మీ తల్లిదండ్రులు, ప్రకృతి మీకు ఎలాంటి మేధ ప్రసాదించిఉన్నా సరే, పునరావృతమైన ఆలోచనలతోను, అలవరుచుకున్న భావావేశాలతోను మీ మెదడును రూపుదిద్దుతున్నది మీరే.

ఇక్కడ కొంచెం ఆగండి. మీఉదరవితానంలోకి గాలి పీల్చండి. మీ పొట్ట కొంచెం ముందుకు రానీయండి. ఇప్పుడు ఉపిరితిత్తులు ఖాళీ అయేట్లు గాలి పూర్తిగా వదలండి. ఇలా కొన్ని శ్వాసలుతీసుకోండి.

గత సంవత్సరం అంతా మీరు ఏ అవస్థలో గడిపారో గుర్తుకు తెచ్చుకోండి. ఈ అవస్థ భవిష్యత్తులో మీ మానసిక భావావేశాలకు మూలం కాబోతున్నది అంటే మీకు సంతోషం కలుగుతున్నదా, విచారంగా ఉన్నదా? నిజాన్ని నికరంగా పరికించండి.

మిమ్మల్ని గురించి మీరు దర్శించుతున్న దానిని మార్చటానికి ప్రయత్నం చేయకండి. సుముఖంగా మార్చటానికి బలవంతంగా చేసే ఏ ప్రయత్నమైనా సరే పలాయనమే! తాత్కాలికంగా అది మీ మూడ్ మార్చవచ్చు. కాని కేవలం తలచినంత మాత్రాన మీరు మీ అంతరంగాన్ని మార్చలేరు. క్రమంగా మీ మెదడును నిత్యమూ పరిశీలించే స్థితికి చేర్చితేనే అసలైన పరివర్తన సాధ్యం అవుతుంది.

మీ శరీరం ఏ స్థితిలో ఉన్నదో మెలకువగా గమనించండి. ప్రశాంతత, ఆనందం నిండిన మనోహరావస్థకు బదులు ఎంతతరుచుగా మీరు పీడనావస్థకు లోనవుతారు? కేవలం గుర్తించండి. మరేమీచేయకండి.

గాయపడిన బిడ్డ ప్రతిస్పందన

మిమ్మల్ని గురించి మీరు తెలుసుకున్నది ఏదైనా ఫర్వాలేదు. ఇక్కడమీకు ఒక శుభవార్త. ఆత్మావలోకనం గాయపడిన బిడ్డలో వేదనావస్థ కలిగించిన న్యూరాన్ లంకెలను ఛేదించుతుంది.

మెదడులో మీరు వినియోగించని నాడీవలయాలు క్రమంగా వాడి వడిలిపోతాయి అని నాడీపరిశోధనా విజ్ఞానం చెబుతున్నది. ఇక్కడ శుభవార్త ఏమిటి అంటే మానవ మెదడులో ఒక ఇంద్రజాలం ఉన్నది. దాని కారణంగా మనోహరావస్థకు తోడ్పడే నాడీవల యాలు క్షణాలలో ఏర్పడుతాయి. మీరు వాటిని పాలించి పోషిస్తే, మీ జీవితంలో ఏమి జరుగుతున్నా సరే ఏ ప్రయత్నం లేకుండానే మనోహరావస్థ అనుభూతులు కలిగించే మెదడు మీ సొంతం అవుతుంది.

ఈ గాయపడ్డ బిడ్డ మన అందరిలోనూ ఉన్నది. ఈ బిడ్డ మన బాల్యంలోనూ యవ్వనంలోనూ కలిగిన చేదు అనుభవాలను నెమరు వేస్తూ గతంలో జీవిస్తూ ఉంటుంది. మనకు నిరాశ కలిగిన సమయాల్లో ఆ బిడ్డ రంగంలోకి దిగుతుంది. ఆ సమయాలలో మనలను ప్రేమించే వారు లేరని, మెచ్చుకునే వారు లేరని, మనకు విలువ లేదని అనుభూతి చెందుతాము.

మనము పెద్ద వారం అయి ఉండవచ్చు. కానీ ఈ గాయపడ్డబిడ్డ మన చైతన్యంలో ఒక వేదనామయ స్థితిగా జీవించుతూ ఉంటుంది. కాలక్రమేణా మన జీవితంలో పరిస్థితులు వేషభాషలు మారి ఉండవచ్చు. కానీ చెప్పాపెట్టకుండా కలిగే ఈ వేదనామయ అవస్థలను కాలం ఏరి వేయగలిగిందా? నిరాశ కలిగిన సమయాలలో మనం పసితనంలో ఎలా ప్రతిస్పందించామో ఇప్పుడు కూడా అలాగే ప్రతిస్పందించుతాం కదా? అవే అనుభూతులు కలుగుతాయి కదా!

మనము ఫేస్ బుక్ చూస్తూ ఉన్నప్పుడు ఒక ప్రదర్శనలో మన మిత్రులు దర్శనం ఇస్తారు. వాళ్లు ఆ ప్రదర్శనను గురించి మనకు చెప్పలేదు. అప్పుడు మన అనుభూతి ఎలా ఉంటుంది? పసితనంలో మన అమ్మానాన్న మనల్ని ఇంట్లో వదిలిపెట్టి మన తోబుట్టువుల ను సినిమాకి తీసుకువెళితే ఎలాంటి అనుభవం కలుగుతుంది? ఆ అనుభూతికి, ఫేస్ బుక్ చూసినప్పుడు కలిగిన అనుభూతికి తేడా ఏమైనా ఉన్నదా?

మీ నాన్నగారు మీ అమ్మను తరుచూ కోప్పపడుతూ ఉండటం మీరు గమనించారు. అప్పుడు మీకు చాలాకోపం వచ్చింది. ఎప్పుడో ఒకనాడు మీ నాన్నగారి కి తగిన గుణపాఠం నేర్పాలని నిశ్చయించుకున్నారు. ఇప్పుడు తగవులాడుకుంటున్న ఏ ఇద్దరిని చూసినా బాల్యంనాటి అదే కోపం మీలో చెలరేగుతుంది.

గాయపడిన బిడ్డ అధికారం చలాయించుతున్నప్పుడు మనం ప్రేమకు, నమ్మకానికి తలుపులు మూసేస్తాము. ఆ విషయం గుర్తించటం నేర్చుకోకపోతే ఈ గాయపడిన బిడ్డ ఎప్పుడు పెత్తనం చెలాయిస్తున్నదో చెప్పటం కష్టం. మన వేదనామయ

స్థితి సహజమైనదేనని, తగినదేనని చెప్పి ఈ గాయపడిన బిడ్డ మనలను ఒప్పిస్తుంది, నమ్మించుతుంది.

వాస్తవానికి, ఆ వేదనామయ స్థితికి కారణాలు ఏవైనా అప్రస్తుతం. వేదనామయ స్థితిలోకి అడుగుపెట్టడమే అవివేకం.

ఆ గాయపడిన బిడ్డ ఏడ్చినప్పుడు మనము వినగలిగితే!!

బిడ్డను ఆవేదననించి బయటికి తీసుకు రాగలిగితే!!

గాయపడిన బిడ్డ - రెండు ముఖాలు

జయది చక్కని కుటుంబం. ఉద్యోగంలో ఆమె రాణించింది. కలలోనైనా ఊహించలేనంత చక్కగా తన జీవితాన్ని మలుచుకున్నది. తప్పుతాగి తనను నానా యాతన పెట్టిన తల్లిచాటున గడిచిన తన బాల్యానికి, ప్రస్తుత జీవితానికి పోలికేలేదు.

ఆమె బాల్యంలో ప్రతిరోజు ఒక గండమే. ఎన్నో రాత్రులు ఆమె ఖాళీకడుపుతో నిద్ర పోయింది. ఆ తల్లి హింస, తనకంటే చిన్నవారు ఇద్దరు తోబుట్టువులను కాపాడే బాధ్యత సంవత్సరాల తరబడి భరించి, పన్నెండవ యేట ఇంటి నుంచి పారిపోయింది.

బాల్యంలో ఎన్ని ఘోరాలు భరించినా, తను బలిపశువు అనే భావనను, అనుభూతిని జయ ఎన్నడూ దగ్గరికి రానీయలేదు. దానికి బదులు తను సహించిన యాతన తనసహనాన్ని పెంచిందనే సుముఖ చింతన ఏర్పరచుకున్నది. అదే ఆమెకు అది అనుకూలమైన శక్తిగా మారింది. తన బాల్యంలో ఎదురైన ప్రతి ఒక్క అనుభవము వెనుక ఒక పరమార్ధం ఉన్నదని ఆమె నమ్మింది. తనకు తాను నచ్చ చెప్పుకున్నది. తనతో పనిచేసేవారిని ప్రోత్సహించి ప్రేరేపించటానికి సమయం వచ్చినప్పుడల్లా ఆమె తన కథను చెప్పేది. భయంలోనూ క్షోభలోను ఎవరూ తనను బంధించలేరని తనకుతాను ధైర్యం చెప్పుకునేది.

తనకు అంతా తెలిసిందని ఆమె భావన.

కానీ దశాబ్దాల తర్వాత మా అకాడమీలో శిక్షణ పొందినదాకా ఆమె అంతరంగ క్షోభ ఆమెను వదలలేదు. ఆ సమయంలో ఆమె తన అంతరంగంలో ప్రయాణించు తున్నప్పుడు ఆమె గతం ఊహించరాని శక్తితో ఆమె కళ్ళముందు దర్శనమిచ్చింది. కన్నీరు వరదలై ఆమె చెంపల మీద కారిపోయింది. తన ఊహ అంతా తప్పు, శుద్ధ తప్పు అని అప్పుడు ఆమె గ్రహించింది. స్వశక్తితో జీవితంలో ఎదిగిన స్వతంత్ర వనితగా ఆమె ఒక ముసుగు కప్పుకున్నది. ప్రేమకు అతీతంగా తాను ఎదిగానని ఆమె ఉద్దేశ్యం. కానీ అది అంతా ఒక కపటవేషం, ఒక పెద్ద ముసుగు.

బాల్యంలో సహించిన బాధ ఆమెకు ఎన్నడూ దూరం కాలేదు. పసిపిల్లగా తాను అనుభవించిన ఘోరాలు, అమానుషత్వం అంతటికీ ఒక పరమార్ధం ఉన్నదని నమ్మి, ఆ బాధను పలువిధాల కీర్తించింది. తనలోని చేదుఅనుభవాలకు ఒక మంచితాత్పర్యం

అన్వయించి భరించటానికి ప్రయత్నించింది. అంతేకాని ఆమె ఆ బాధ నుంచి ఎప్పుడూ విడుదల కాలేదు. గతంలో జరిగిన సంఘటనలు నెమరు వేయడం, వాటికి పరమార్థాలు కల్పించి మంచి వేషం వేయటంలో ఆమె తనగతాన్ని సజీవంగా నిలిపింది. ఆమె తనగతాన్ని ఎన్నడూ సమాధి చేయలేదు.

అధికారము అంతస్థు సాధించటానికి ఆమె చెప్పనలవిగాని శ్రమ పడింది. ఆ శ్రమ అంతా ఆమె కోపంతో ప్రోద్భలం అయింది. తనతల్లి తప్పు చేసిందని, తను చేస్తున్నది సబబేనని నిరూపించటానికి జరిగిన విశ్వప్రయత్నం.

తనను నొప్పించిన జ్ఞాపకాలను గుర్తుకు తెచ్చుకున్నప్పుడు తను ఏమీ మారలేదని ఆమె గ్రహించింది. తన బాల్యంలోని బాధను ఆమె అధిగమించలేదు. తన బాధను తనలో దాచుకోవటమే కాక, బయటి ప్రపంచానికి కూడా కనపడకుండా దాచింది. అంతే.

దుడుకుతనం, దురుసుతనంతో ఆమె ప్రేమతో పనిలేని మనిషిగా – స్వశక్తితో పైకి వచ్చిన స్వతంత్ర వ్యక్తిగా – తన వ్యక్తిత్వాన్ని రూపుదిద్దటానికి ప్రయత్నించింది. జీవితంలో ఎటువంటి సవాళ్లనైనా ఎదుర్కొనగలననీ, తను అజేయురాలిననీ తనకుతాను నచ్చచెప్పుకున్నది. ఉద్వేగము, ఆవేశము బలహీనతలు అని ఆమె తరచూ ప్రకటించేది.

కాలం గడిచింది కానీ తన అంతరంగంలోని గాయం అలాగే ఉన్నది అని గ్రహించిన జయ అప్రతిభురాలు అయింది. ఈనాటి జీవితం ఆమె ఎరుకలోలేదు. అంతరాంతరాలలో ఆమె ఇంకా ఆనాటి గాయపడ్డ బిడ్డగానే ఉన్నది.

ఇప్పుడు ఆమె ఖాళీ కడుపుతో నిద్రకు ప్రయత్నించటంలేదు. కాని తను ఎవరికీ అక్కరలేదు అన్న భావం అలానే ఉన్నది. ఆమె చాలామందికి ఉదారంగా సహాయం చేసింది. ఆమె ఔదార్యానికి జోహార్లు. కాని జీవితంపట్ల ఆమెలో పేరుకొనిపోయిన విపరీతమైనకోపం ఆమెను ఇంకా వేధిస్తూనే ఉన్నది. ఆమె అనుభూతులు ఏమీ మారలేదు. తల్లిపట్ల ఆమెకు ఉన్న అసహ్యాన్ని, నిరసనను అన్ని బాంధవ్యాలలోకి ఆమెతనవెంట తీసుకువచ్చింది.

ఆమెకు తన జీవిత భాగస్వామితో బాంధవ్యమే కష్టం అయిపోయింది. ఆమె అతనిని మనసారా ప్రేమించలేక పోయింది. ఆయన ప్రేమను ఆమె నమ్మలేక పోయింది. ఆయనను ప్రేమించటానికి ఆమె ప్రయత్నించింది అనటంలో సందేహం లేదు. పిల్లలపట్ల బాధ్యతగల తల్లిగా ఆమెతన బాధ్యతలు నిర్వర్తించింది. వారికి క్రమశిక్షణ గరిపి వారిలో ఘనమైన విలువలు కలిగించటమే ఆమెకు తెలిసిన ప్రేమమార్గం. వారి చదువులకు ఉద్యోగాలకు ఆమె అద్భుతంగా తోడ్పడింది. అంతవరకే.

తన దగ్గర పనిచేసేవారిని ఆదరించటం ఆమెకు కష్టమైన పని. పనిలో ఎవరు అంత చిన్నతప్పు చేసినా ఆమె సహించ గలిగేదికాదు. ఆమె దగ్గర పనిచేసేవారు తరుచు ఉద్యోగాలు వదిలి వెళ్ళుతూ ఉండేవారు.

తన గాఢ ధ్యానంలో జయ ఎదుటివారితో ఎలావ్యవహరించాలో తనకు తెలియదు అని గ్రహించింది. జీవితంలో ఆమె ఒంటరితనం అనుభవించేది. ఎవరితోనూ ఆత్మీయత అనుభూతి చెందలేదు. మరి ఆమె ఎదుటివారిలో ఎవరిలోనైనా మనోహరావస్థ ఎలా కలిగించగలదు, ఎలా పోషించగలదు?

తన జీవితాన్ని యధాతథంగా ఏ ముసుగూ లేకుండా, మార్పులు చేర్పులు చేయకుండా దర్శించటమే ఆమెలో పరివర్తనకు నాంది. హానికరమైన రేడియేషన్ ప్రసరించే వ్యర్థ రేడియో ఆక్టివ్ పదార్ధంలా ఆమె బాల్యం ఆమెను వేధించటం మానివేసింది. అంతరంగ ప్రశాంత సాగరంలో ఆ జ్ఞాపకాలు శాశ్వతంగా అడుగున పడ్డాయి.

మా సమాజంలో మరొక వ్యక్తి ఆండ్రూ కూడా బాధాకరమైన బాల్యం గడిపారు. ఇక్కడ అతను తన తండ్రివల్ల గాయపడ్డాడు. ఫలితంగా అతను తండ్రిని ఏవగించుకోవటమే కాదు, ద్వేషించేవాడు. కాని అతనికి అది ఒప్పుకోవటం సాధ్యం కాలేదు.ఎందుకంటే మంచి బాలుడు తనతండ్రిని ద్వేషించ కూడదు అనే ఆదర్శాన్ని పట్టుకు కూర్చున్నాడు.

ఆండ్రూ పరివర్తన పయనంలో తనతండ్రితో గల సంబంధాన్ని వివరించుమని అడిగాను. అందుకు అతను పూర్తిగా నిరాకరించాడు. కావాలంటే అతని తండ్రిని ఇంకా తీవ్రంగా ద్వేషించటానికి సాయం చేస్తానని లాలించాను.

దీర్ఘాలోచనతో పచార్లుచేసి వచ్చిన తర్వాత, తన తండ్రితో తెగతెంపులు చేసుకుంటే తన జీవితాంతం అదే నిరాశా నిస్పృహల మధ్య కొట్టుకుంటూ ఉంటాడని గ్రహించాడు. తన తండ్రిపట్ల తన అనుభూతులను, తన ఇతర బాంధవ్యాలలోకి – జీవితంలోని అతి ముఖ్య బాంధవ్యాలలోకి కూడా –విస్తరించిన ఆ కోపాన్ని మొట్టమొదటిసారిగా అతను దర్శించ గలిగాడు.

అతను తన భార్యతో – ఒక లంచ్ ఆర్డర్ చేయటం వంటి చిన్న విషయంలో కూడా – ఎలా వ్యవహరించేవాడో నెమరు వేశాడు. "ఎక్కడికి వెళ్దాం?" అని అడిగేవాడు. ఆమె ఏది చెప్పినా అతనికి కోపమే వచ్చేది.

మూడింటిలో ఏదో ఒకదానికి వెళ్దామని ఆమె అంటే అతను ఆ మూడూ కాక నాలుగోదానికి వెళ్దామనేవాడు.

"నీ యిష్టం.ఏదైనా సరే." అంటే అతనికి కోపం వస్తుంది.

ఆమె నిర్ణయిస్తే, అప్పుడూ అతనికి కోపం వస్తుంది.

ఆమె ఏమి చెప్పినా, ఏమి చేసినా తనమీద అధికారం చలాయించినట్లు ఫీల్ అయ్యేవాడు. ఆమె తన స్వాతంత్ర్యాన్ని దోచివేస్తున్నట్లు ఫీల్ అయేవాడు.

తన జీవితంలో సగభాగం తనను తనే నొప్పించుకున్నట్లు ఆండ్రూ గ్రహించాడు. శేషజీవితం అలా బాధపడుతూ గడపటం అతని అభిమతం కాదు.అతనిలోని గాయపడ్డ

బిడ్డ అతని ఉద్యోగ జీవితాన్నీ, కుటుంబ జీవితాన్నీ ధ్వంసం చేస్తున్నది. తన పచార్ల నించి తిరిగి వచ్చేసరికి ఆంద్రూ తనలోపల మండుతున్న బాధను, ద్వేషాన్నీ ఎలాగైనాసరే వదిలించు కోవాలి అనే దృఢనిశ్చయంతో తిరిగి వచ్చాడు.

గుండెలోని గాయాన్ని కడిగి వేసుకున్నంత మాత్రాన అతను వెంటనేవెళ్లి తండ్రితో సమాధాన పడవలసిన అవసరంలేదని అతనికి స్పష్టం చేశాను. ఈభారంనించి విముక్తి పొందిన తర్వాత ఆ విషయాన్ని గురించి అతను నిర్ణయించుకోవచ్చు అని చెప్పాను. తండ్రితో సంధి కుదుర్చుకోవటం అంటే అతని మానసిక ఆరోగ్యానికిగాని, అతని కుటుంబ క్షేమానికిగాని హానికరం అయితే, అతను ఆ ప్రయత్నం చేయకూడదు అని వివేకం చెబుతుంది. నేను చెప్పే క్షమాపర్వం లోపలి గాయపడ్డ బిడ్డకు చికిత్స చేసి, ఆనందంతో చిందులువేసే బిడ్డ స్థితికి చేరుకోవటంవరకు మాత్రమే.

క్షమాపణ అంటే మనంచేసిన తప్పులన్నీ ఒప్పులని నచ్చచెప్పుకోవటం కాదు, మనకు గతంలో హాని చేసినవారితో, ఇప్పుడు హానిచేస్తూ, ఇకముందు కూడా హాని చేయబోయేవారితో సామరస్యంతో జీవించటము కాదు.

క్షమాపణ అంటే మిమ్మల్ని నొప్పించే దానినుంచి విడుదల పొందటం.

ఆ సాయంత్రం ఆంద్రూ నాతోబాటు మౌనధ్యానంలో ప్రవేశించాడు. అప్పుడు అతనికి అనేక నిరాశల జ్ఞాపకాలు, కోరికలు, బాధలు దర్శనం ఇచ్చాయి. ఎదుటివారి ఆమోదం సంపాదించటానికి అతనిలోని గాయపడ్డ బిడ్డ మూడు వ్యక్తిత్వాలు పెంపొందించుకున్నాడని అతను గ్రహించాడు. కొందరి ఆప్యాయతను పొందటానికి అతను తన ప్రవర్తనతో వారిని ముగ్ధులను చేసేవాడు. మరికొందరి మెప్పుపొందటానికి దేనిని సాధించటానికైనా వెనుదీయని వీరుడయేవాడు. అంకా కొన్ని సమయాలలో ఎదుటివారి మనసు కరిగించటానికి వారిలో ఉద్వేగాలు, రేకెత్తించే వాడు. అన్ని సమయాలలోనూ అతని ప్రవర్తన ధ్యేయం ఒక్కటే: ఎదుటి వారి ఆప్యాయతకు, ఆమోదానికి ఆర్తి.

దారిలో అతను అనేకరకాల ముసుగులు ధరించి ఉండవచ్చు. కాని ఆ ముసుగు వెనకాల ఉన్నది ఆప్యాయతకోసం, ఆదరణకోసం అలమటిస్తున్న ఆ గాయపడ్డ బిడ్డే.

తన దౌర్బల్యాన్ని ఎదుర్కొనటానికి సిద్ధపడ్డ మరుక్షణమే అతను సత్యదర్శనానికి చేరువ అయాడు. జీవితమంతా మోసుకువస్తున్న ఆ ద్వేషాన్ని పట్టుకు వ్రేలాడటం వెనుక అసలు సత్యాన్ని దర్శించ గలిగాడు. తనకోపాన్ని విడిచి పెట్టటం అంటే ఇంతకాల ము తన తండ్రి తనకు చేసిన అన్యాయాన్ని, దౌర్జన్యాన్ని క్షమించటమే కదా! అంటే ఇంతకాలము తను సహించిన బాధను, అవమానాన్ని మర్చిపోవటం అన్నమాటే గదా!

కళ్ళుతెరిచిన వివేచనతో తనప్రతిఘటన పరిశీలించినపుడు అతను ఆఖరి అవరోధం అధిగమించాడు. ఎండినతర్వాత సులువుగా విడిపోయే బాదంకాయమీది పెంకులా అతని కోపము, ద్వేషము విచ్ఛిన్నమై పడిపోయాయి. అతనికి సత్యదర్శనం అయింది గనుక అతనిలో స్వేచ్ఛ, క్షమా అనాయాసంగా ప్రవేశించాయి.

ఆ ప్రశాంత అంతర్యంలో తన జీవితమంతా ఒక పవిత్ర శక్తి ప్రసరిస్తున్నదని అనుభూతి చెందాడు. అతను ప్రేమించినవారు, నిర్లక్ష్యం చేసినవారు, ఇష్టపడనివారు అందరు – అతని తండ్రితో సహా – ఆ శక్తిప్రవాహంలో భాగమే. ఈ శక్తి ఒక ప్రేమగా అనుభూతి చెందినట్లు అతను చెప్పాడు. ఆ ప్రేమకు అప్పుడు అక్కడ స్థానం లేదు. అయినా అది అక్కడ ఉన్నది. ఆంద్రూ లోపలి చిన్నారికి చికిత్స జరిగినప్పటినించీ అతని ఆటోపార్ట్స్ వ్యాపారం క్రమంగా పెరిగింది. వ్యాపారం కోసం కొత్తవారిని కల వటానికి అంతకు మునుపు అతను బిడియ పడేవాడు. ఇప్పుడు ఆ బిడియం, బెరుకు మాయమయాయి. ఖాతాదారులు 'లేదు, కాదు' అంటారేమోనన్న భయం అతనిలో ఇప్పుడు మాయమయింది. బాధ కలుగుతుందేమోనన్న భయం ఇప్పుడు లేదంటాడు అతను. ఈ ప్రపంచం ఇప్పుడు మిత్రలోకంలా కనబడుతున్నది అతనికి!

జయలోను, ఆంద్రూలోను మనం రెండు విభిన్న జీవితాలు చూశాం. జయ సర్వం సాధించగల నాయకురాలి ముసుగు ధరించింది. జీవితంలో ప్రేమ అవసరంలేదు అన్న స్థాయి సాఫల్యాన్ని ఆమె సాధించింది. అలా చేయటంలో ఆమె ప్రేమ ఇచ్చి పుచ్చుకోవటంలో అశక్తురాలు అయింది.ఎవరితోనూ సంబంధం లేకుండా అనుభూతి రహితమైన జీవితానికి అలవాటు పడిపోయింది.

ఆంద్రూ ప్రేమను వెంటాడుతూ జీవించాడు. తన బాధామయ స్థితులు నిరసించటంవల్ల తను ప్రేమించిన వారినే అతను ఆగ్రహించేవాడు.

ఈ కథలు మనసులో ఉంచుకొని మనలోని గాయపడ్డ బిడ్డతో ఎలా వ్యవహరి స్తామో పరిశీలించుదాం.

మనలో ఉన్న ఆ గాయపడ్డ స్థితిమీద ధ్యాస పెట్టటానికి – మన బాల్యంలో అనుభవాలు అంత చేదుగా లేవు గనుకనో, లేదా గతించిన దాని చింతించి ప్రయోజనం లేదనో – మనం నిరాకరిస్తున్నామా?

మన బాధ, పీడనలే మనల్ని ఈనాడు ఇంతవారిని చేశాయి అనే నమ్మకంతో వాటిని మన తురాయిగా ధరిస్తున్నామా?

మన కోపం సబబే నన్న తీర్మానంతో గతంలోని మన బాధాకరమైన జ్ఞాపకాలతో మనం ఉడికిపోతున్నామా?

గతంలోని అనుభూతులతో పదేపదే జీవిస్తున్నా, ఆ అనుభవాలు మర్చిపోయామా?

ఈ ప్రవర్తనలు అన్నీ వేరువేరుగా కనిపించవచ్చు. కాని ప్రతి ప్రవర్తన మనం ఆ గాయపడ్డ బిడ్డ స్థితిలోజీవించుతున్నాం అనటానికి సంకేతం.

ఇక్కడ ఆగండి.

మూడు సార్లు నిదానంగా, ఎరుకతో శ్వాసించండి. ఉచ్ఛ్వాసాల కంటే నిశ్వాసాలు దీర్ఘంగా ఉండేట్లు శ్వాసించండి. మీ బాల్యం మీకు ఎలా దర్శనం ఇచ్చింది - బాగా భయంగానూ, కష్టాలమయంగాను తోచిందా లేక ఆనంద మయంగా కనిపించిందా? మీ గతం మీ వర్తమానంలోకి వివిధ అవస్థలలో ప్రవహించటం గమనించండి. కేవలం పరిశీలకులుగా గమనించండి.

మెదడులోని బురద నీళ్లు - ప్రక్షాళన

మన హృదయాలు సీల్ చేసిన పెట్టెలు కావు. మనలో ఉన్న గాయపడ్డ బిడ్డకు చికిత్స జరగకపోతే ఆ బిడ్డ విచారము, ఒంటరితనము, మన బాంధవ్యాలు, సమాలోచనలు అన్నిటిలోకి ప్రసరించుతాయి. తల్లిదండ్రులు తమకు తెలియ కుండానే ఆ గాయాలను, బాధను భరించుమని బోధించారు కనుక ఆ బాధ ఒక తరం నుంచి మరొక తరానికి వారసత్వం అవుతుంది.

ఈ ఉడుం పట్టు వదిలించుకోవడం ఎలా?

అనుకంపతో.

ఆత్మీయంగా, అనుకంపామయంగా మనలను మనమే ప్రశ్నించుకోవచ్చు. ఈ శిక్ష నాకు నేను విధించు కోవాలా? ఈ వేదనామయ స్థితిలో జీవించాలని నేనుకోరుకుంటున్నానా?

ఎందుకంటే నేను బాధించుకుంటున్నది నన్నే. 10 సంవత్సరాల నాడు లేదా 20 సంవత్సరాల నాడు ఎవరో నన్ను గాయపరిచారు. కానీ ఈనాడు నన్ను నేనే గాయపరుచుకుంటున్నాను.

గాయపడిన బిడ్డ అవస్థ చిరపరిచితమైన అనుభూతినిస్తుంది. ఒక విధంగా లాల నగా కూడా తోస్తుంది. మనలను గాయపరిచినవారిని గురించి మాట్లాడుతుంటే లభించే ఆదరణ, ఆమోదం మనకు వ్యసనంగా మారవచ్చు. మనం ఎంత బాధ భరించామో వాపోయి ఘనమైన అనుభూతి పొందవచ్చు. అయితే ఈ ప్రక్రియ అంతటిలోనూ మనం ఏమవుతున్నాము?

మనం ఏ స్థితిలో జీవించాలని కోరుతున్నాము?

నిజాయితీతో ధైర్యంగా మనలను మనం నిలదీసి ప్రశ్నించుకుంటే, మనము ఇంక ఒక్క రోజు కాదు కదా, ఒక్క గంట, ఒక్క నిమిషం కూడా ఆ వేదనావస్థలో జీవించటానికి సిద్ధంగా లేమని గ్రహించవచ్చు.

గతంలోని ఆ బాధనుంచి విడుదల కావటానికి మీరు ఇంకా సిద్ధంగా లేరు అని మీరు నమ్మినా, దయచేసి మీ ప్రయత్నం మానకండి. వేదనామయస్థితి కలిగినప్పుడు, మనము ఒత్తిడి, ఒంటరి తనము అనుభూతి చెందినప్పుడు, మనసులోని గాయాలను మరువ లేనప్పుడు మనల్ని మనం ఓర్పుతో లాలనగా చూసుకుందాం.

ఒక్క క్షణం ఊహించండి: మనం ఆనందంతో చిందులు వేసే చిన్నారి అమందానంద స్థితికి చేరుకోగలిగితే ఎలా ఉంటుంది?

మళ్లీ ఒకసారి మనం అందర్నీ ప్రేమించి, నమ్మగలిగితే ఏమవుతుంది?

గాయపడిన బిడ్డ మన స్థితిలో మనం ఎంత కూరుకుపోయి ఉన్నా, మన అంతరంగ స్థితిని – గతం వర్తమానంలోకి దారి చేసుకుంటూ రావటం – నిర్వికారంగా దర్శించగలిగితే మన అంతరంగంలో కల్లోలం ఉపశమిస్తుంది.

ఒక నీటి మడుగులో మనం ఏ విధమైన చలనము కలిగించకపోతే మట్టి అంతా అడుగున సెటిల్ అవుతుంది అని మీకు తెలుసు. నిర్లక్ష్యం చేయటం వల్ల, లేదా వాటికి ఏదో పరమార్థం కల్పించటంచేతా మనగతంలోని గాయాలు మానవు. మన అంతరంగస్థితిని మనం అవలోకించ గలిగినప్పుడే మన హృదయాలు ఆ గాయాల నుంచి కోలుకుంటాయి.

అలా చేసినప్పుడు ఒక ప్రశాంతస్థితి మన ఎరుకలోకి వస్తుంది. అప్పుడు మనకు జీవితం మీద నమ్మకం మొదలుఅవుతుంది. మన చుట్టూ ఉన్న శక్తి వలయం పరివర్తన చెందుతుంది. మనం ఇంతకు మించిన సంపద ఆకర్షిస్తాం.

ఆనందంతో చిందులువేసే చిన్నారి స్థితిలో మనం ఈ ప్రపంచమంతా మనదే అన్న అనుభూతి చెందాం. అందరూ మనవారేనన్న అనుభూతి, ప్రేమ – సంస్కృతి, భాష, జాతులకు అతీతంగా వుంటుంది. అంతా మనవారే. అందరూ మన మిత్రులే.

సింహంపిల్ల కథ గుర్తు ఉన్నదా? తొలిసారిగా విన్నప్పుడు మనము విన్న కథలు అన్నిటిలోకి అది అతి విషాదమైన కథగా ధ్వనించింది.

ఇప్పుడు ఆ కథను మరో విధంగా – సుఖాంతంగా – ముగించుదాం.

తల్లిగొర్రె ఆ సింహపుపిల్లకు పగటి కలలు మానుమని చెప్పినప్పుడు అది తల్లిగొర్రెను నమ్మిందా? అందుకు సందేహం ఎందుకు? నిస్సందేహంగా నమ్మింది. అప్పుడు అది పసికూన. పసిపిల్లలు పెద్ద వారు చెప్పిన దానిని నమ్ముతారు.

రెండు సంవత్సరాలు గడిచాయి. ఒకనాడు ఒక పెద్దసింహం ఈ గొర్రెలమందను చూసింది. ఎప్పుడు దాడి చేద్దామా అని ఎత్తులు వేస్తున్నది. సింహాన్ని చూసిన సింహంపిల్ల మిగిలిన గొర్రెలవలెనే మే..మే.. అని అరుస్తూ పరిగెత్తింది. జరుగుతున్నది గమనించిన సింహం, ఆ సింహం పిల్లను పట్టుకుని గర్జించింది: "నువ్వెందుకు గొర్రెలాగా వణుకుతూ మే..మే.. అంటున్నావు? నన్ను చూసి ఎందుకు పరుగెత్తుతున్నావు? నువ్వు ఒక సింహానివి. కళ్లు తెరు."

సింహంపిల్ల సింహం చెప్పిన మాటలు చెవి పెట్టలేదు. అది వణుకుతూ ఇంకా మే..మే.. అని అరవసాగింది. ఆ సింహం అప్పుడు సింహం పిల్లను నది ఒడ్డుకు ఈడ్చుకు వెళ్ళింది. అక్కడ నీళ్లలో తన ప్రతిబింబం చూడు మన్నది. సింహం సరసనే తన ప్రతిబింబం చూసిన సింహంపిల్ల శరీరంలో నమ్మశక్యం కాని శక్తి ఉద్భవించి నరనరాల్లో ప్రసరించింది. తనలో దాగివున్న సహజశక్తి గ్రహించింది. పెద్దగా గర్జించింది – ఆ గర్జన అడవి అంతా ప్రతిధ్వనించింది. తక్షణం అడవిలోని ఇతర జంతువులు అన్నీ నోళ్లు కట్టేసుకున్నాయి.

మీరు ఆ సింహంపిల్ల వంటివారు. మీలో ఉన్న మనోహరావస్థను మీరు గమనించితే – మీ చైతన్యం యొక్క నిజమైన శక్తి – మీ జీవితం అంతా మారిపోతుంది.

ఆ సింహంపిల్ల గర్జన అడవి అంతటినీ నిశ్శబ్దం చేసినట్లే, మీ అవగాహనా గర్జనతో అంతరంగంలో మిమ్మల్ని బాధించుతున్న కల్లోలం అంతా నిశ్శబ్దం అయిపోతుంది.

అది కేవలం ఆరంభం మాత్రమే.

సోల్ సింక్ అభ్యాసం: గాయపడిన బిడ్డకు చికిత్స

గాయపడిన బిడ్డ స్థితినుంచి ఆనందంతో చిందులువేసే చిన్నారిస్థితికి చేరటానికి సోల్ సింక్ అభ్యాసం ఎలా అన్వయించుకోవాలో పరిశీలించుదాం.

ఈ అభ్యాసం ప్రారంభించే ముందు మీరు ఒక సంకల్పం చేసుకోవచ్చు లేదా మీమీద మీకు అనుకంప కలిగేట్లు సాయపడుమని ఈ విశ్వాన్ని ప్రార్థించవచ్చు. గతంలోని గాయాలను, బాధను మర్చిపోవడానికి మీరు సిద్ధంగా లేకపోవచ్చు. అయినా పర్వాలేదు. ఏడుస్తున్న పసిబిడ్డతో ఓర్పు వహించినట్లే, మీపట్ల మీరు ఓర్పు వహించండి.

అప్పుడు కింద ఇచ్చిన 5 సూచనలను 27 –29 పేజీలలో వివరించిన విధంగా అనుసరించండి.

1. మెలకువతో ఎనిమిది శ్వాసలు
2. మెలకువగాఎనిమిది శ్వాసలు. నిశ్వాసంలో తేనెటీగ ఝుంకారం.
3. ఎనిమిది శ్వాసలు.ఉచ్ఛ్వాసానికి నిశ్వాసానికి మధ్య విరామం గమనించండి.
4. మౌనంగా అ–హం ఉచ్చరించుతూ 8 శ్వాసలు

5. మీ శరీరం వెలుగుగా విస్తరించుతున్నది అని ఊహించుకుంటూ ఎనిమిది శ్వాసలు.

ఇప్పుడు ఆరవమెట్టులో మీ అంతరంగం గాయపడినబిడ్డ స్థితినుంచి ఆనందమయ స్థితికి - నమ్మి, ప్రేమించి, కలుపుగోలుగా ఉండే స్థితికి - చేరటం అనుభూతి చెందుతారు.

నిదానంగా ఊపిరి పీల్చి వదలండి. వెచ్చని బంగారుకాంతి మీ గుండెలో నిండటం అనుభూతి చెందండి. మీ హృదయంలో ప్రేమ కళ్ళు తెరవడం గమనించండి. మీలోని చిన్నారి నవ్వుతూ కేరింతలు కొట్టే బిడ్డగా మారటం అనుభూతి చెందండి.

మిమ్ములను, మీ జీవితాన్ని చూసి సంతోషంగానవ్వండి. ఆరంభంలో మీరు ఆలోచించి ప్రయత్నించి నవ్వవలసి రావచ్చు. కాలక్రమేణా ఆ ఆనంద స్థితి ప్రయత్న రహితం అవుతుంది.

II

రెండవ పరమ రహస్యం

మీ అంతరంగ సత్యం తెలుసుకోండి

๑

రెండవ పరమ రహస్యం
మీ అంతరంగ సత్యం తెలుసుకోండి

ప్రీతాజీ

మనలో ప్రతి ఒక్కరూ గొప్పతనం - గొప్ప తల్లి /తండ్రి, గొప్ప భాగస్వామి, గొప్ప వృత్తి నిపుణులు, గొప్ప క్రీడాకారులు, గొప్ప ఐశ్వర్య స్రష్ట, గొప్ప పరివర్తకులు - ఆశిస్తారు. కానీ ఈ ప్రకృతి మనలో ఏదైనా గొప్పతనం కలిగించాలి అంటే దానికి ముందు మన చైతన్యం పూర్తిగా వికసించాలి అని నా ప్రగాఢ విశ్వాసం. మన అంతరంగ సత్యానికి అనుగుణంగా మనం నడుచుకుంటేనే మనలో పరివర్తన కలగడానికి అవకాశం ఉంది.

అంతరంగ సత్యం లోపించిన ఆధ్యాత్మిక పురోగతి అంతా కేవలం ఒక అందమైన ఆదర్శాన్ని వెంటాడటం మాత్రమే. కేవలం అందమైన పదాలతో నడిచే నిస్సారమైన కవిత్వం లాంటిది.

జాతిపిత గాంధీజీ కథను అవలోకించి - ఆయన గాంధీనుంచి మహాత్మా గాంధీఅయిన క్షణం పరిశీలించి -ఈ రహస్యాన్ని అర్థం చేసుకోవడానికి ప్రయత్నించుదాము. మానవ చరిత్ర ప్రభావితం చేసిన మహామహులలో ఆయన ఒకరు. అహింసామార్గం ద్వారా బలవంతులమీద బలహీనుడు సాధించిన విజయానికి ఆయన ప్రతీక. అందుకే భారతదేశం ఆయనను 'మహాత్మా' అని ఆదరించింది.

న్యాయవాది వృత్తిని ప్రారంభించటానికి ఆయన 1893లో దక్షిణ ఆఫ్రికా వెళ్లారు. అక్కడికి వెళ్ళిన కొంతకాలం తరువాత ఒక కోర్టు కేసు విషయంలో

ఆయన దర్బన్ నుంచి ప్రిటోరియా ప్రయాణం చేయవలసి వచ్చింది. రైలు ప్రయాణానికి ఆయన ఫస్ట్ క్లాస్ టికెట్ కొనుక్కున్నారు.

అప్పుడు ఒక తెల్ల టికెట్ కలెక్టర్ వచ్చి ఆయనను నల్లవాడుగా, కూలీగా అవమానించి ఆయనను సామానుతో సహా థర్డ్ క్లాస్ కంపార్ట్‌మెంట్‌కు కదులుమని హుకుం జారీ చేశాడు. తనకు ఫస్ట్ క్లాస్ టికెట్ ఉన్నది కనుక అక్కడ నుంచి కదలటానికి గాంధీజీ నిరాకరించారు. పీటర్ మార్టిన్ బర్గ్ స్టేషన్లో రైలు నిలిపి ఆ టికెట్ కలెక్టర్ గాంధీజీని రైలు పెట్టెలోనించి సామానుతో సహా ప్లాట్ ఫారం మీదికి తోసివేసాడు.

ఇప్పుడు మనం చరిత్ర వదిలి, గాంధీజీ అంతరంగం పరిశీలిద్దాం. ఆయన ఆ ప్లాట్ ఫారం మీద చలికి వణుకుతూ అవమానం భరించుతూ కూర్చున్నారు. గాంధీజీలో కలిగిన ప్రప్రథమ పరివర్తన అనుభవం ఎలా ఉన్నదో ఇప్పుడు నేను, కృష్ణాజీ వివరించబోతున్నాం.

అవమానంతో కుతకుతలాడుతున్న గాంధీ చేయగలిగిన ప్రతిఘటనలు కొన్ని ఉన్నాయి. మొదటిది: ఆగ్రహావేశాలతో దక్షిణాఫ్రికాలో న్యాయవాద వృత్తికి స్వస్తి చెప్పి భారతదేశానికి తిరిగి రావడం. రెండవది: జరిగిన అవమానాన్ని దిగమింగి డబ్బు సంపాదించడంలో నిమగ్నం కావడం. అంతకుముందు చాలామంది అలా చేసిన వారే. మూడవది: కోపంతో మండిపోతూ దక్షిణాఫ్రికాలోనే ఉండి, ఆ టికెట్ కలెక్టర్ మీద ప్రతీకారం ఆలోచించి బ్రిటిష్ సామ్రాజ్యం మీద ఆగ్రహ విప్లవం లేవదీయడం.

కానీ గాంధీ మరొక మార్గం ఆలోచించారు. తన వేదనాఅవస్థలోని కోపంమీద, అవమానంమీద ఆయన తన ధ్యాసను కేంద్రీకరించారు. ఆ ప్రశాంత స్థితిలో ఆయన తనసంగతి వదిలిపెట్టి, ప్రతిరోజూ ఇటువంటి అవమానాలు భరించుతున్న భారతీయుల వైపు దృష్టిసారించారు.

దక్షిణాఫ్రికాలో జరుగుతున్న అన్యాయాలకు ప్రతిగా ఆయన ప్రారంభించిన అహింసా నిరాకరణ బ్రిటిష్ వారి మీద ఆయనకు ఉన్న వ్యక్తిగత ద్వేషంవల్ల కాక, తనప్రజల దుస్థితిమీది అనుకంపవల్ల జనించింది. తన అంతరంగ సత్యం దర్శించిన 54 సంవత్సరాలకు మహాత్మా గాంధీ 390 మిలియన్ల ప్రజానీకం నిండిన భారతదేశాన్ని స్వాతంత్ర్యం దిశగా నడిపించారు. ఆయన ఏనాడూ వారిని హింసాకాండకు, రక్తపాతానికి ప్రోత్సహించలేదు, ప్రేరేపించలేదు. ఆ పోరాటాన్ని ఆయన మనోహరావస్థ నుంచి నడిపించారు.

ఈ కథ నేపథ్యంలో మనం ఇప్పుడు రెండవ పరమ రహస్యాన్ని తరిచి చూద్దాం.

గొప్పవారుగా ఎదగాలి అంటే, మన పథకాలు సక్రమంగా రచించాలని, ప్రత్యర్థుల వ్యూహాలు తెలుసుకోని వాటిని జయించాలని సాధారణమైన ఆలోచన.

అదంతా సరైన ఆలోచన కాకపోతే? గొప్పతనానికి మొదటిమెట్టు వ్యూహరచన కాకపోతే? గొప్పదనం ఒక విరామంతో – మన అంతరంగ సత్యంతో గాఢమైనబంధం ఏర్పరచుకోవటంతో – అయితే?

మనలో చాలామందికి వారి అంతరంగంలో ఏమి జరుగుతున్నదో తెలియదు. మన అంతరంగ సత్యాన్ని గుర్తించటంలో మనం ఒక ప్రాథమికమైన తప్పుచేస్తాం. మన లోపలి పీడనను పాశంగాను, మనలోని చింతను ప్రేమ గాను, కోపాన్ని ఉత్తేజంగాను, భయాన్ని వివేకంగాను పొరపాటు పడతాం.

తమ అంతరంగ స్థితులను గుర్తించినప్పుడు చాలామంది షాక్ తినడం నేను గమనించాను. ఒత్తిడి, పీడన పట్టుకుని వేలాడటం అవివేకం అని వారికి తెలుసు. అయినా ఇంతకాలం వాటినే పట్టుకుని వేలాడుతూఉన్నామని తెలిసి వారు ఆశ్చర్య పోతారు. కల్లోలస్థితిలో జీవించటానికి వారు అలవాటుపడి పోయారు. వారికి అందులోనుంచి బయట పడటం తెలియదు, లేదా మరొక విధంగా జీవించటం వారి ఊహకు అందని విషయం.

మనం మన అనుభూతులకు దూరం ఐతే, మన వేదనా అవస్థని ప్రేరణ స్థితులుగా, వివేక అవస్థలుగా పొరపాటు పడతాం. ఉదాహరణకి మనలో కొందరం మన కోపాన్ని, ఒత్తిడిని ప్రేరకాలుగా ఉపయోగిస్తాం. మన కోపము, ఆదుర్దా మనకు పరికరాలుగా దర్శనమిస్తాయి. ఆ స్థితిలో మనకు కలిగిన ప్రయోజనాలు తలుచుకుంటే మన కోపం ఒక వ్యసనంగా మారటానికి, మన నిరాశా నిస్పృహల మీద ఆధారపడటానికి మార్గం తెరుచుకుంటుంది. అది లేకపోతే సఫలత సాధించలేమని మన నమ్మకం.

మనలో చింతించటం ఒక వ్యసనంగా మారినవారు కూడా ఉన్నారు. మన ఆప్తుల ఆరోగ్యం, వారి భవిష్యత్తు, వారి విజయాలను ధ్యేయంగా పెట్టుకొని వాటిని గురించి చింతించుతూ గడపడమే మనకు తెలిసిన ప్రేమ ప్రకటన. అనేక కుటుంబాలలో తల్లిదండ్రులు తమ బిడ్డలపట్ల ప్రేమచూపించే విధానం ఇదే. మన తల్లిదండ్రులకు, జీవిత భాగస్వాములకు, మిత్రులకు, బిడ్డలకు ప్రేమ చూపించటానికి మనం నేర్చుకునే విధానం ఇదే.

కానీ ఇది వేదనామయ స్థితి.

తమ అంతరంగస్థితి కాక ఎదుటివారి అంతరంగం మీద ధ్యాస కేంద్రీకరించుమని మరికొందరికి బోధన జరిగింది. ఈ అసౌకర్యానికి ఎదుటివారిని నిందించక పోయినా, తమను తాము అర్థం చేసుకునే బదులు, ఎదుటివారిని అర్థం చేసుకోవడానికి ప్రయత్నించటమే వారి ప్రథమ కర్తవ్యం. ఈ మార్గం పరోపకార మార్గంగా కనిపించవచ్చు. కానీ మిమ్మల్ని మీరు తెలుసుకో లేకపోతే, ఎదుటివారిని ఎన్నటికీ తెలుసుకోలేరు.

మన చైతన్యం ఆ స్థితిలో ఉన్నప్పుడు ఏం జరుగుతుంది? ఎలాగో కిందామీదా పడి సఫలత సాధించవచ్చు. కానీ దానికి చాలా మూల్యం చెల్లించవలసి ఉంటుంది.

మనం ఎదుగుతున్నకొద్దీ మన శత్రువులు పెరిగిపోతారు. మన ఆరోగ్యం దెబ్బతింటుంది. మనం సాధించిన విజయాలను మనం ఆనందించలేము. అంతేకాక మనపక్కన ఉన్నవారిని కూడా ఆ ఆనందం అనుభవించనీయం. ఒత్తిడి, ఆదుర్దా ప్రేరకాలు అని నమ్మితే మనమే కాక మన సహచర బృందాలను, కుటుంబాలను కూడా మనతోపాటే ఆ ఒత్తిడికి గురిచేస్తాం.

వేదన అనేది ఒక వరమని, నిరంతరశ్రమ మాత్రమే సఫలతకు కీలకమనే భావనలను సమాజం నూరిపోస్తూ ఉంటుంది. 'చిత్రహింసలు సహించిన కళాకారు'లను, నానాకష్టాలుపడి పైకిఎదిగిన నాయకులను మనం ఎంత ఆరాధిస్తామో ఆలోచించండి. ఈ వ్యక్తుల సఫలతకు వారి వేదనకు సంబంధం లేకపోతే? మన నాయకుల విజయాలకు, మన మేధావుల సఫలతకు నిజానికి అది అడ్డుపడి ఉంటే? వారి విజయాలకు 'బాధ నుంచివిముక్తి' కారణం అయి ఉంటే? అది ఎవరూ గుర్తించక పోయిఉంటే?

మరి అసలు సత్యం ఏమిటి?

అంతరంగ సత్యం: చీకటిలో వెలుగు

అంతరంగ సత్యం అంటే మీ తప్పులు ఒప్పుకోవటం కాదు. నిజాయితీగా మాట్లాడే నీతిశాస్త్రం కాదు. అది అంతకంటే ప్రగాఢమైనది, శక్తివంత మైనది.

అంతరంగ సత్యం అంటే ఒక మెలకువ, ఆ మెలకువను మించినది. మీలో జరుగుతున్న దానిని నిష్పక్షపాతంగా, ఏ తీర్మానము చేయకుండా కేవలం అవలోకించటం. అప్పుడు వేదనను గురించి రెండు అవగాహనలను మీరు పర్యాలోకించవచ్చు. బిగ్ బేర్ సరస్సు దగ్గర కృష్ణాజీకి కలిగిన మేలుకొలుపు వంటివి. అత్యంత శక్తివంతాలు అయిన ఈ పరిజ్ఞానాలు చీకటిలో టార్చ్ లైట్‌లా పని చేస్తాయి. మీ అంతరంగ సత్యం చూపించి మిమ్మల్ని వేదననుంచి విడుదల చేస్తాయి.

ఎప్పుడైనా సరే మన ఉనికికి రెండు అవస్థలు మాత్రమే ఉన్నాయి అనేది ఇందులో తొలి పరిజ్ఞానం: మీరు వేదన అవస్థలో ఉంటారు లేదా మనోహరావస్థలో ఉంటారు. మూడవ అవస్థ అనేది లేదు.

వేదనామయ అవస్థలు అన్నీ మొండి అలవాట్లుగా మారుతాయి అనేది రెండవ పరిజ్ఞానం.

మా విద్యార్థులలో ఒకరు ఈ అంతరంగ సత్యానికి ఎలా పయనించారో చూడండి. అంతరంగ సత్యం దర్శించడమంటే అందరికీ మహాత్మా గాంధీకి కలిగిన చరిత్రాత్మక అనుభవం కాకపోవచ్చు కానీ రెండవ రహస్యానికి అనుగుణంగా జీవించే మన జీవితంలో ప్రతి అంశము అసాధారణ స్థితిని అందుకుంటుంది.

క్రిస్టినా, లీ అనే ఇద్దరు స్త్రీలు మా ఆవరణలో రాత్రి భోజనం చేస్తున్నారు. అప్పుడు ఈ వేదన అనే విషయం చర్చకు వచ్చింది.

"వేదన అనేది ఒక ఎంపిక." క్రిస్టీనా అన్నది. ఆమె ఒక వ్యాపారవేత్త. ఆమె జీవితంలో అనేక సవాళ్లను ఎదుర్కొన్నది. జయించింది.

లీ ఒక సమాజ సేవిక. ఆమె జీవితమంతా ఎదుటివారి కోసం కృషి చేయడంలో గడిపింది. క్రిస్టినా చెప్పినది విని ఆమె "సుగంధ పరిమళాలు వెదజల్లే సంపన్నులతో ఎయిర్ కండిషన్డ్ రూములో కూర్చొని, అలా చెప్పటం సులువు." అన్నది.

క్రిస్టినా కించపడింది. ఆమె అక్కడినుంచి లేచి వెళ్ళిపోయింది.

ఆ సాయంత్రం కలిసినప్పుడు ఆమె ప్రసన్నంగా కనిపించింది. ఆ మార్పుకు కారణం ఏమిటి అని నేను అడిగాను.

"లీ ని, ఆమె చేసే సేవను నేను అర్థం చేసుకున్నాను." ఆమె అన్నది. "అర్థం చేసుకున్న తర్వాత నా వేదన మాయమైంది. ఇప్పుడు నా మనసు బాగున్నది."

"క్రిస్టినా, మీకు ఈనాడు ఆ మెలకువ కలిగింది." నేను అన్నాను."కానీ ఈ సాయంత్రం మరెవరైనా లీ ఒక తల పొగరు మనిషి అని చెప్పి, అందుకు తిరుగులేని సాక్ష్యం చూపిస్తే ఏమవుతుంది? అప్పుడు మీ అనుభూతి ఎలా ఉంటుంది? కోపము, ద్వేషం మిమ్మల్ని ఆవహించుతాయా? ఏమవుతుంది? ఎదుటివారిని అర్థం చేసుకున్నంత మాత్రాన మీకు స్వేచ్ఛ లభించదు. అది మీ అంతరంగం సత్యం గురించి రావాలి. ఆమె మాటలవల్ల కలత పడినప్పుడు మీరు ఎలాంటి అనుభూతి చెందారు, మీరు ఏ స్థితిలోకి వెళ్లారు అన్నది గుర్తించటం మీ స్వేచ్ఛకు ఆరంభం. ఇప్పుడు చెప్పండి. మీరు భోజనశాలలో నుంచి బయటకి నడిచినప్పుడు మీరు ఏ స్థితిలో ఉన్నారు?"

"నేను వేదనామయ స్థితిలో ఉన్నాను. మొదట్లో కించపడి, షాక్ అనుభూతి చెందాను. తర్వాత అది క్రమంగా కోపంలోకి మారింది." అన్నది ఆమె.

"ఆ అవస్థలలో మిమ్మల్ని మీరు మరికొంత నిశితంగా పరిశీలించితే, ఆ సమయంలో మీ ఆలోచనా సరళి ఎలా ఉన్నది?"

సమాధానం చెప్పే లోపున క్రిస్టినా కొద్ది క్షణాలు ఆలోచించింది. "రెండు నెలల క్రితం ఆమె కూతురు జబ్బు పడినప్పుడు, నేను ఆమెకు ఆర్థికంగా సహాయం చేశాను. నాకు తల తిరిగి పోయింది. అందరి ముందు నన్ను అవమాన పరచటానికి ఆమెకు ఎంత ధైర్యం? ఆమె నా మంచితనాన్ని అలుసుగా తీసుకున్నది. ఎంత విశ్వాసం లేని మనిషి? అందరితోనూ జాగ్రత్తగా ప్రవర్తించాలని, మొహమాటం కొద్దీ లొంగిపోకూడదని నాకు మంచి గుణపాఠం."

"క్రిస్టినా, ఒక్క నిమిషం. నువ్వు అవమానం, షాక్, కోపంతో నిండిపోయినప్పుడు నీ స్వీయ అవరోధం వల్లనే నీలో వేదనామయస్థితి చోటు చేసుకున్నదని గమనించావా? ఆ వేదనామయ క్షణంలో మీ స్వీయఅవరోధం గుర్తించగలిగితే మీ వేదననుంచి మీరు విడుదల అవుతారు."

తన అంతరంగ సత్యంలోకి క్రిస్టీనా ప్రయాణానికి అదే ఆరంభం.

ఎదుటి మనిషి ఆంతర్యం తెలుసుకోవటానికి ప్రయత్నించడంలో తప్పేమీ లేదు.

కానీ అదీ, అంతరంగసత్యమూ ఒకటి కాదు.

అనేక స్వయంసహాయక అభ్యాసాలకు, అంతరంగ సత్య పవిత్ర రహస్యానికి ఇది ఒకముఖ్యమైన వ్యత్యాసం. మీలో కలతలు రేగటం మొదలవుతే దేనినీ మార్చటానికి ప్రయత్నం చేయకండి. ఏవో కారణాలు చెప్పి దానిని సమర్థించకండి. దానిని దూషించకండి.

మీరు తప్ప దొరికే ఇతర కారణాలన్నిటినీ వెతికే ప్రలోభాన్ని తిరస్కరించండి.

మీ దురాగ్రహమే మీ అంతరంగం స్థితికి ఆజ్యం పోస్తుంది అని గ్రహించండి. వేదనామయ స్థితిలో మీరు అదే సమస్యను పదే పదే పరిశీలించినంత మాత్రాన మీరు అసలు సమస్యను పరిష్కరించడం లేదు. మీ దురాగ్రహంలో మీరే మునకలు వేస్తున్నారు. మీరు మళ్లీ మళ్లీ చేస్తున్నపని ఇదేనని మీరు గుర్తించగలిగితే సత్యం తన ప్రభావాన్ని మీ మీద చూపగలుగుతుంది. మీ జీవనం ఘనతరమైన సంభవాలకు నిలయం అవుతుంది.

సత్యం అంటే మీ ఉద్వేగాలను ఆవేశాలను, మార్చుకోవటం కాదు. అంతరంగ ప్రపంచం విచిత్రమైంది. అది దాడులకు, దురాక్రమణలకు లొంగదు. మీ ఆదుర్దాను, ఒంటరితనాన్ని దురుసుతనంతోనూ, టక్కరితనంతోనూ జయించలేరు. మీరు చేయ గలిగిందల్లా జరుగుతున్న దానిని తలవంచి గమనించటమే. ఈ గమనించే ప్రక్రియే మీ వేదనామయ స్థితులను భగ్నం చేయగలదు. పీడనామయ స్థితులు కరిగిపోతాయి. వాటి స్థానంలో సుందరమైన ప్రశాంతత, ఆనందం ప్రవేశించుతాయి. మీరు చేయవల సిందల్లా పోరాడి, మెలికలుతిప్పి, కుయుక్తులు ప్రయోగించే బదులు మీ స్థితిని కేవలం సాక్షిగా దర్శించటం.

మరి, మంచి భావాలు కలిగినపుడు మనం వాటిని వదలకుండా పట్టుకోవాలా? పరిపూర్ణమైన, ఆనందకరమైన సాదుభావాలు కలగటానికి మనం శ్రమించాలా?

మీరు ఎప్పుడైనా ప్రాచీన హిందూ ఆలయం చూశారా? ఇతరలోకాలకు చెందిన దేవుళ్ళు, ఋషులు, సాధువుల విగ్రహాలతో అలంకరించి ఉంటాయి. ఆ ఆలయాలు పశువులను మేపే సామాన్యులు, పిల్లల తలదువ్వే తల్లుల బొమ్మలతో కూడా అలంకరించి ఉంటాయి. వీటన్నిటికి తోడుగా దురాలోచనలు రేకెత్తించే స్త్రీ పురుషుల విగ్రహాలు, బానకడుపులు, కోరపళ్ళు, మిటకరించిన గుడ్లు, క్రూరమైన ముఖాలతో వికారులైన రాక్షసుల, దయ్యాల విగ్రహాలు కూడా దర్శనం ఇస్తాయి.

అటువంటి పవిత్ర స్థలంలో ఇటువంటి విగ్రహాలు, చిత్రాలు మీరు ఊహించను కూడా ఊహించలేరు. కదా? పరిపూర్ణమైన భావాతీతమైన స్వర్గాన్ని తలపించే విగ్రహాలే ఉండాలని మీరు ఆశించుతారు. కాని హిందూ ఆలయం పవిత్రమైనవి, సాధారణమైనవి, కామాన్నిరేకెత్తించేవి, కోపగించేవి, శాంతియుతమైనవి, మహాబలులను, బలహీనులను అన్నిఆంశలను చూపుతుంది.

ఎందుకా అని ఆశ్చర్య పోతున్నారా? ఈకట్టడాలు మానవ అనుభవాలను సమగ్రంగా ప్రదర్శించుతాయి.

ప్రశాంతమైన మీ ధ్యాసను సమగ్రమైన మీ మనసు మీద కేంద్రీకరించాలి. కేవలం సుముఖ అంశాలమీద మాత్రమేకాదు. అంతరంగ సత్యాన్ని దర్శించటం అంటే మీకు మీరే అత్యంత కారుణ్యం చూపుతున్నారన్నమాట.

ఉద్వేగాలు, ఆవేశాలు అలలలాగా పడుతూ లేస్తూ ఉంటాయి. కాని మనం స్వీయావరోధంలో చిక్కుకున్నపుడు బాధలో స్తంభించి పోతాం. మన కోపానికీ, విచారానికీ, బాధకూ ఆజ్యం పోస్తాము. అదే మన స్థితి అయి కూర్చుంటుంది.

ఈ ప్రపంచాన్ని అర్థం చేసుకోనీయకుండా మీకు అడ్డుపడే వ్యాధి ఈ స్వీయావరోధం. అది ఆవహించిన తర్వాత మీ దృక్పథం సంకుచితం అవుతుంది. ఆ స్థితిలో మీరు సమస్యలను వివేచనతో ఎలా పరిష్కరించగలరు?

ఈ స్వీయ అవరోధం మనలను సవారి చేస్తున్నపుడు మన ఆత్మీయులతోనే ఏమి జరుగుతుందో చూద్దాం.

మా అకాడమీలో ఒక శిక్షణాశిబిరం ఆరంభమయిన మొదటి రోజున ఒక యువకుడు అతని మిత్రురాలు ప్రశ్న-సమాధానాల గోష్టిలో పాల్గొన్నారు. వయసు ప్రకారం వారు ఇద్దరూ నాలుగో దశకంలో ప్రవేశించారు. అతను "నేను ఇక్కడికి నాకోసం రాలేదు. నా మిత్రురాలికోసం వచ్చాను. మీరు ఆమెకు సహాయపడ గలిగితే మా ఇద్దరికీ సంతోషం. నేను చాలా ధైర్యస్తుడిని. భయాన్ని కళ్ళలో కళ్ళు పెట్టి చూడగలను. నేను కొండగుహలు తిరుగుతాను, బంగీ జంపింగ్, పరాగ్లైడింగ్ చేస్తాను. నాకు సవాలుగా కనిపించే ప్రతిదీ చేస్తాను. కాని నా స్నేహితురాలు ఒట్టి పిరికి మనిషి. ఆమెకు సాహసాలంటే ఇష్టంలేదు. ఆమెను మీరు మార్చగలరా? అప్పుడు మేమిద్దరమూ కలిసి ఆనందించ గలుగుతాం."

కృష్ణాజీ ఆ ప్రశ్నకు సమాధానం చెప్పలేదు. ఆ వారం ముగిసేలోగా ఆ యువకుడు సమాధానం తెలుసుకుంటాడని ఆయనకు తెలుసు. కృష్ణాజీ "మీరు నిర్భయులని మీరు అనుకుంటున్నారా? ధైర్యంగాఉండటము, నిర్భయంగా ఉండటము ఒకటేనా? మీ అంతరంగాన్ని పరిశీలించటానికి కొంత సమయం కేటాయించ గూడదూ? ఇది మీ ఇద్దరిబాంధవ్యానికి సంబంధించినది కదా?" అని అడిగారు.

రెండు రోజుల తర్వాత ఆ యువకుడు తను గ్రహించింది అకాడమీలో ఒక శిక్షకులతో చెప్పుకున్నారు. "సత్యాన్ని చూడటం అనే ఈ ఆలోచనతోనే నేను అదిరి పోయాను. అది తలుచుకుంటేనే నాకు గుండె దడదడలాడుతున్నది."

అతను ఈ పరిజ్ఞానం పట్టుకొని తన అంతరంగ ప్రపంచాన్ని దర్శించటం ఆరంభించాడు.

"గత మూడు సంవత్సరాలుగా నేను అత్యంత గాఢప్రేమికుడిని అని అనుకుంటూ ఉన్నాను." అతను కృష్ణాజీకి చెప్పాడు. "ఆమెను నేను ప్రేమించినంతగా మరెవరూ

ప్రేమించలేరని నాకు నేనే చెప్పుకుండేవాడిని. కాని నాలో అసలు నిజాన్ని చూసినపుడు నామటుకు నేను స్వీయావరోధంలో నిండుగా మునిగి ఉన్నానని చెప్పటానికి నాకు సిగ్గుగా ఉన్నది. ప్రేమించటం అంటే అనుక్షణం ఆమెను గురించి ఆలోచించటం, ఆమెకూడా నన్ను గురించి అదేవిధంగా ఆలోచించాలి అని ఆశించటం. ఆమెను ప్రేమించటం అంటే ఇదీ నా భావన. నేను చేసిన ప్రతిపనీ ఆమె మెచ్చుకోవాలనేది నా తృష్ణ. ఈ శిక్షణలోకూడా నేను ఒక ప్రశ్నకు సంధానం చెప్పిన తర్వాత ఆమె ఆమోదం కోసం మాటిమాటికీ ఆమె వైపు చూసేవాడిని. ఆమె చెయ్యి పట్టుకోవటానికి నేను చెయ్యి చాచుతాను. ఏ కారణం చేతనయినా ఆమె తన చెయ్యి అందించకపోతే నాకు పిచ్చెత్తుతుంది. నా స్పర్శ ఆమెకు సుఖంగా లేదా? ఆమె నన్ను ప్రేమించటంలేదా?

"ఆమెతో నా సంబంధం నా అభద్రతా, మమకారం అన్న వేదనామయ స్థితులలో పెనవేసుకొని ఉన్నది. అంతా నన్ను గురించిన చింతే." అతను అన్నాడు. "ఆమె మారుతున్నదంటే నాకు భయం. ఆమె ఒక స్త్రీగా మారకూడదు. ఆమె ఒక యువతిగానే ఉండాలి - అనుక్షణం ఉత్సాహంగా ఉండే యువతిగానే ఉండాలి. ఆమె స్పందనలో పరిణతి కనిపించినా, ప్రశాంతత కనిపించినా నాకు భయంవేస్తుంది. అంతకంటే దారుణం ఏమిటంటే ఆమె సాంగత్యంలో నాకు సంతోషం కలుగకపోతే నాకు భయం వేస్తుంది. ఆమెపట్ల నాప్రేమ తగ్గిపోతున్నదేమోనని భయం. ఊహించని బహుమతితోనో, అసాధారణమైనఏదో ఒకపనితోనో ఆమెను ఆశ్చర్య పరచాలని ప్రయత్నిస్తాను. ఇదంతా ఆమెను నేను ప్రేమిస్తున్నాను అని నాకు నేను నచ్చచెప్పుకోవటానికే. ఆమెకు నచ్చచెప్పటానికే."

ఆ తర్వాత రోజులు వారాలు గడిచి ఈ మనిషి తన అంతరంగ సత్యం తెలుసుకొని శాంతించిన తర్వాత వారి బాంధవ్యం పరివర్తన చెందింది. పరస్పర అవసరం కొద్దీ ఒకరికొకరు అతుక్కొని ప్రేమ ప్రకటించటానికి ప్రయత్నించే జంట కాదు. మమతామయమైన కుటుంబం సృష్టించటానికి ఒకేదిశగా దృష్టి సారిస్తున్న ఇద్దరు సంపూర్ణ వ్యక్తులు. ఏడు సంవత్సరాల తర్వాత వారి ప్రేమ ఇంకా స్థిరంగా నిలిచి ఉన్నది.

అంతరంగ సత్యం అనే ఈ పరమ రహస్యం అభ్యాసం చేస్తే అనేక వియోగాలను, నష్టాన్ని అడ్డుకోవచ్చు. విపరీతమైన కష్టనష్టాలు కలిగించే తప్పుల నించి తొలగవచ్చు. గతజల సేతుబంధనం చేసే వ్యసనం నుంచి తప్పుకోవచ్చు. జీవనమే ఒక అందమైన అనుభవం అవుతుంది. అంతరంగ సత్యాన్ని అభ్యసించినంత మాత్రాన మీరు ఎన్నటికీ వేదనపాలు కారని చెప్పటం కాదు. సుకుమారంగా ప్రవహించే నీరు దారిలో ఉన్న కఠినాతికఠినమైన శిలను కూడా కరిగించినట్లు, జీవితం అంతా అలవరచుకున్న బాధామయ జీవన స్రవంతిని మలుపు తిప్పగలదు.

మనలో ప్రతి ఒక్కరము వేదనామయ స్థితిలో కొన్ని అలవాట్లు చేసుకున్నాం: ఆదుర్దా, పీడన, కోపం, నిరాశ, ఈర్ష్య, నిర్లక్ష్యం...అంతరంగ సత్యం అభ్యాసం చేయకపోతే ఈ అలవాట్లు శ్రుతిమించి అదుపు తప్పుతాయి. విషమయమైన కలుపు

మొక్కలలాగా మీ జీవితంలోని సౌందర్యాన్ని అంతటినీ ఇవి త్రుంచి వేస్తాయి.

మీ భాగస్వామి మిమ్మల్ని బాధించి ఉండవచ్చు, మీకు మీ తల్లిదండ్రుల మీద కోపం వచ్చి ఉండవచ్చు, మీ తోబుట్టిన వారితో కలహాలు వచ్చి ఉండవచ్చు, పిల్లలతో నిరాశ కలిగి ఉండవచ్చు. ఈ అపశ్రుతులు మనకు బాధ కలిగిస్తాయి. ఇక్కడ వివేకం ఉపయోగించి సామరస్యం సాధించే మార్గం ప్రయత్నించటానికి బదులు మన మీద మనం జాలిపడి, ఎదుటివారిని నిందిస్తాము. ఎంతసేపటికీ మనం మనకు జరిగిన అన్యాయాన్ని గురించే వాపోతూ ఉంటాం.

మీ వేదనామయస్థితిలో మునిగిపోయి మీ జీవితంలో సవాళ్లకు పరిష్కారాలు కనుక్కోలేరు. మీ జీవిత పరమార్థం ఏమిటో మీరు తెలుసుకోలేరు. మీరు ఎందుకు వివాహం చేసుకున్నారు? మీరు పిల్లలను ఎందుకు కన్నారు? మీ జీవితంలో మీ తల్లిదండ్రుల స్థానం ఏమిటి? మీ స్నేహితులతో సంబంధానికి మూలం ఏమిటి?

పనిచేసే చోట ఒక దుర్భరమైన పరిస్థితితో వ్యవహరించి ఉన్నాము అనుకుందాం. ఆ పరిస్థితి తలుచుకుంటేనే మనలో పొగలు సెగలు రేగుతాయి. మనం ఒక్క క్షణం ఆగి మన అసౌకర్యస్థితికి వెనక ఉన్న అసలు సత్యం గమనించితే మన కోపం కరిగిపోతుంది. ప్రశాంతమైన స్థితిలో ఆ పరిస్థితిని మనం మరికొంత ప్రగాఢ దృక్పథంతో పరిశీలించి పరిష్కరించవచ్చు. ఆ సమయంలో మన దృక్పథం ఏమిటి? మనం చేసేపనిలో ధ్యేయం ఏమిటి? మన ప్రవర్తనతో ఇతరులలో ప్రభావం కలిగించటం ఎలా? ఇక్కడ మనతో పనిచేసే వారికి, మనకు మధ్య ఉన్న సంబంధం ఏమిటి"

మనలో ఎంతమంది తమ స్వీయ అవరోధం నించి బయటకు వచ్చి ఈ ఆలోచన చేస్తారు?

లేకపోతే మా విద్యార్థులు లీ, క్రిస్టినాల కథనే తీసుకోండి. తన కోపంలోనించి బయటపడటానికి క్రిస్టినా కనీసం ప్రయత్నం అయినా చేసింది. అనేక విధాలుగా ఆమె సరియైన మార్గంలోనే ఉన్నది. కానీ ఆమె ఒక ముఖ్యమైన విషయం దాటవేసింది. ఆమె తన అంతరంగ సత్యాన్ని గమనించడంలో విఫలం అయింది. ఆమె తన మనసులో ఉన్న ఆలయంలోకి – దేవుళ్లు దయ్యాలు, దాతలు దొంగలు, సౌందర్యం, వికారం వగైరాలతో పూర్తిగా నిండిన ఆలయం – పూర్తిగా అడుగు పెట్టలేదు.

జీవితంలో ప్రతి ఒక్క పరిస్థితిలోనూ సమస్యలు తప్పకుండా ఉండటమేగాక అవి పెరుగుతూ ఉంటాయి. అందుకు కారణం మరెవరోకాదు మీరే. మీకు మీ ప్రపంచమే తప్ప మరేమీ కనబడక పోవడమే ఇందుకు కారణం. మీ ఆలోచన అంతా మిమ్మల్ని గురించి మాత్రమే. అందుచేత మీకు ఎదురయ్యే సవాళ్లలో సరళత మీరు దర్శించలేక పోతున్నారు. జీవితం చిక్కులమయం అవుతుంది.

కానీ అది అలా ఉండవలసిన అవసరం లేదు.

ఇదంతా విచిత్రంగా ధ్వనించవచ్చు. బాధలనుంచి బయటపడాలి అంటే మనసమస్యలు మనమే పరిష్కరించాలి అని మనకు బోధించారు. కానీ అసలు

సత్యం ఇందుకు విలోమం. మీ సమస్యలకు పరిష్కారం కుదరాలంటే, మీ వేదనను కరిగించటంతో ఆరంభం చేయండి.

కొంతకాలం క్రితం కృష్ణాజీ డీగో అనే మిత్రులను మా ఆవరణలో జరుగుతున్న ఒక ప్రక్రియకు ఆహ్వానించారు. సుమారు రెండు సంవత్సరాల క్రితం డీగో తన కుమారుడిని కోల్పోయారు. అది మాదక ద్రవ్యాలు అతిగా ఉపయోగించటం వల్ల జరిగింది. చనిపోయినప్పుడు ఆ కుర్రవాడి వయస్సు 19 సంవత్సరాలు మాత్రమే. కానీ ప్రాణాలు తీసుకోవాలని నిర్ణయించుకోవటానికి పూర్వం చాలా సంవత్సరాలుగా అతను డిప్రెషన్‌లో ఉన్నాడు. అతని తండ్రి మరొక స్త్రీ వ్యామోహంలో అతని తల్లిని వదలి వేశాడు. ఆ విషయం అతను జీర్ణించుకోలేక పోయాడు. అతనికి సవతి తల్లితో ఎన్నడూ పొసగలేదు. ఆ విషయంలో తండ్రితో తరచూ గొడవ పడేవాడు. కొడుకుతో విసుగెత్తిపోయి డీగో అతనికి మనసా దూరమయ్యాడు.

కుమారుడు చనిపోవడానికి ముందురోజు తండ్రీ, కొడుకూ ఇద్దరూ కలిసి భోజనం చేశారు. భోజన సమయంలో కొడుకు "నాన్నా, మీరు ఇక నన్ను చూడ బోరు." అన్నాడు.

కొడుకు తనను మరొక వాదనలోకి దించుతున్నాడు అని డీగో అనుకున్నాడు. కానీ మర్నాడు ఉదయం అతనికి కబురు వచ్చింది.

అంతా ధ్వంసం అయిపోయి ఆయన తనను తాను క్షమించు కోలేకపోయాడు. తను మహాపరాధం చేశానని డిప్రెషన్ లో పడిపోయాడు. మా సంస్థను దర్శించేనాటికి అతనికి ఆత్మహత్య ఆలోచనలు కలుగసాగాయి. తన భార్య, ముగ్గురు పిల్లలతో అతనికి సంబంధం లేకపోయింది. పనిలో శ్రద్ధ కోల్పోయాడు. ఉద్యోగం పోయింది. వెనక వేసుకున్న సొమ్ము తిని బతుకుతున్నాడు. ఆ సొమ్ము కూడా త్వరగా కరిగిపోసాగింది. అతని ఆరోగ్యం క్షీణించసాగింది. కృష్ణాజీకి ఇదంతా వెళ్లబోసుకున్నప్పుడు అతను స్థిమితం కోల్పోయి ఎక్కుపెట్టి ఏడవసాగాడు. ఆయన తనను శిక్షించుకోవాలి అని అనుకున్నాడు. చచ్చేటంతవరకూ యాతన అనుభవించటమే తను చేసినదానికి ప్రాయశ్చిత్తం అని ఆయన దృఢ విశ్వాసం. తన కుమారుడిని కలుసుకొని క్షమాపణ కోరుతామనే ఆశతో డీగో తన చావుకోసం ఎదురు చూస్తున్నాడు.

అతనికి ఈ బాధనుంచి విముక్తి కలగడానికి కృష్ణాజీ ఒక ప్రక్రియ తయారు చేశారు. ఆ ప్రక్రియలో తనకు కలిగిన బాధ, కోపం, నేరభావం అంతా తన ప్రపంచంలో తను మునిగి ఉండటమే కారణం అని డీగో దర్శించ గలిగాడు. నేరస్వభావంలో జీవించడమే తన కుమారుడిని ప్రేమించటం అని ఆయన అప్పటివరకూ నమ్మాడు. శేషజీవితం అంతా బాధ అనుభవించాలని తనకు రాసిపెట్టి ఉన్నదని ఆయన నిశ్చయించుకున్నాడు.

ఇదంతా ప్రేమ కాదని, అర్థంలేని స్వీయావరోధం అని గ్రహించి డీగో షాక్ అయ్యాడు. కొడుకు జ్ఞాపకాలు గాని, ఇంటిదగ్గర భార్యాబిడ్డలను గురించికానీ

ప్రశాంతంగా ఆలోచించలేక పోయాడు. అతని ఆలోచనలు అన్నీ తనని గురించి మాత్రమే:

"నేను అంత గుడ్డిగా ఎందుకు ప్రవర్తించాను? వాడు ఇచ్చిన సంకేతాలు నేను ఎందుకు లక్ష్యపెట్టలేదు? నేను అంత స్వార్ధపరుడిని ఎందుకు అయ్యాను? ఆనందంగా జీవించటానికి నేను తగను. వాడి చావుకు నేనే కారణం. అమాయకుడైన బిడ్డను చంపుకున్నాను. వాడిని ఈ ప్రపంచంలోకి తీసుకు వచ్చాను. కానీ వాడిని గురించి బాధ్యత తీసుకోలేదు. ఈనాడు వాడు లేకపోవటానికి కారణం నా తప్పే. నన్ను నేను ఎన్నడూ క్షమించు కోలేను.... నేను ఎందుకు అంత గుడ్డివాడిని అయ్యాను?"

ఈ ఆలోచనలు నెలల తరబడి డీగో మనసులో నిత్యము గంతులు వేస్తున్నాయి.

ఇది ప్రేమ కాదని, స్వీయావరోధం అన్న సత్యం అతను గుర్తించిన మరుక్షణం అతని నేరభావం నేలరాలింది. సజీవులై ఉన్న తన కుటుంబసభ్యులకు తను ఎలా దూరం అవుతున్నాడో అతను దర్శించాడు. తనకు తెలియకుండానే అతను కుమారుడితో ప్రవర్తించిన విధానాన్ని పునరావృతం చేస్తున్నాడు.

నేరభావం వదిలిన తర్వాత డీగో ఒక ప్రశాంతతను అనుభూతి చెందాడు. మనసులో అనవసరమైన నిరంతర ప్రేలాపన సద్దుమణిగింది. ఆ తర్వాత కృష్ణాజీతో కలిసి ధ్యానం చేస్తున్నప్పుడు ఆయన తన కుమారుడి సన్నిధానం అనుభూతి చెందాడు. కొడుకును గురించి పట్టించుకోనందుకు, అతని పట్ల అనుభూతిరహితంగా ప్రవర్తించినందుకు హృదయపూర్వకంగా క్షమాపణ కోరాడు. తన కుమారుడు తన హృదయంలో లీనం అయిన అనుభూతి చెందాడు. ఆ అనుభవం తర్వాత ఆయన "కుమారుడితో సంపర్కం పెట్టుకోవడానికి నేను చనిపోనక్కర్లేదు. నా కుమారుడు నాలో ఒక అంశగా ఉండేవాడు, ఇకముందు కూడా అలాగే ఉంటాడు." అన్నాడు.

తనతో తను చేస్తూవచ్చిన యుద్ధం ఆయనలో ముగిసింది,

కొడుకుతో అనుసంధానం జరిగిన మరుక్షణం డీగో " నా కుమారుడి జ్ఞాపకార్థం నేను చేయగలిగింది ఏదైనా ఉన్నదా? వాడిని సంతోష పెట్టటానికి ఈ ప్రపంచానికి ఏమైనా ఇవ్వగలనా?" అని తనను తాను ప్రశ్నించుకున్నాడు.

DJ పాటలు పాడటం తన కొడుకుకు ఎంత ఇష్టమో డీగోకు జ్ఞాపకం వచ్చింది. ఆ కౌశల్యం విస్తరింపజేయడానికి తన నగరంలో ప్రతి సంవత్సరం పోటీలు నిర్వహించి, అత్యుత్తమ కౌశలాన్ని గుర్తించి, సేకరించి వారిని వృద్ధిలోకి తీసుకురావడానికి సర్వప్రయత్నాలు చేయాలని నిశ్చయించుకున్నాడు. అదే తన కుమారుడికి తను ఇవ్వగలిగిన కానుక.

మా జీవితాలలోనూ, ఇక్కడికి వచ్చిన మా పట్టభద్రుల జీవితాలలోనూ వేదనామయస్థితి నుంచి విడుదల అయిన మరుక్షణం క్షితిజంలో అద్భుతమైన పరిష్కారాలు గోచరించుతాయని గమనించాం. ఎన్నాళ్లనుంచో వేధిస్తున్న సమస్యలు

మాయమవుతాయి, డిప్రెషన్, ఆదుర్దా వాటి పిడికిలి బిగువును కోల్పోతాయి.

వేదననుంచి విడుదల కలగటమే ఒక పెద్ద పురస్కారం. ఆ తర్వాత ప్రేమ, అ బాంధవ్యాల సౌందర్య అవస్థ అలవరచుకోవడానికి పుస్తకంలో చెప్పిన పద్ధతులు అనుసరించితే, ఈ విశాల విశ్వం నమ్మశక్యం కాని వరాలను ప్రసాదిస్తుంది. కనుక మీ స్వీయ అవరోధం నుంచి బయటకు వచ్చి ప్రశాంతమైన మనోహరావస్థలో ప్రవేశించటానికి అనువైన ఒక అభ్యాసం ఇక్కడ చెబుతాను.

ప్రశాంతమైన మనసు అభ్యాసం ప్రపంచమంతటా చాలామంది నాయకులు, అన్వేషకులు - పసిపిల్లలు, కౌమారులతో సహా- అనుసరించు తున్నారు. అభ్యాసం అలవాటు చేసుకున్నప్పటినుంచి వారి చుట్టూ ఉన్న పరిస్థితులు అద్భుతంగా మారి పోతాయి అని వారు అంటారు. సమస్యలకు సవాళ్లకు వారు అంతకుముందు ఊహించని విధంగా స్పందించ గలుగుతున్నారు.

ఈ అభ్యాసం ఎంత సులువో నమ్మశక్యం కాదు. కానీ పరిమితమైన అవస్థలను స్వీయావరోధ అవస్థలు కాకుండా అడ్డుపడటంలో ఇది అత్యంత ప్రభావశాలి. వివాద సమయాల్లో అభ్యాసంచేస్తే అది మిమ్మల్ని అయోమయస్థితి నుంచి స్పష్టంగా ఆలోచించగల స్థితికి నడిపించుతుంది. జీవితం లోని సమస్యలకు సవాళ్లకు అవలోకనం కలిగించగల ప్రశాంత స్థితికి మిమ్ములను చేర్చుతుంది.

ప్రశాంత మానస అభ్యాసం

(సెరీన్ మైండ్ ప్రాక్టీస్)

- **మొదటి మెట్టు:** నిశ్చలంగా కూర్చోండి
- **రెండవ మెట్టు:** పూర్తి ఎరుకతో మూడు దీర్ఘమైన ఉదర శ్వాసలు చేయండి.
- **మూడవ మెట్టు:** మీరు అనుభూతి చెందే భావం పూర్తిగా గ్రహించే వరకూ మీ అవస్థ గమనించండి.
- **నాల్గవ మెట్టు:** మీ ఆలోచనా ప్రవాహం ఏ దిక్కుగా ఉన్నదో గమనించండి. మీరు గతంతో ముడి పెట్టుకుని ఉన్నారా? అల్లకల్లోలమైన భవిష్యత్తును ఊ హించుకున్నారా? లేక మీరు వర్తమానం లో ఉన్నారా?
- **ఐదవ మెట్టు:** మీ కనుబొమ్మల మధ్య ఒక చిన్న జ్వాలాశిఖ ఉన్నట్టుగా ఊహించండి. ఆ జ్వాలాశిఖ మీ కపాలం మధ్యలోకి కదులుతున్నట్లు చూడండి. ఈ శిఖ శూన్యంలో తేలి ఆడుతున్నట్లు దర్శించండి.

ప్రీతాజీ నడిపించే ఈ ప్రశాంత మానసం అభ్యాసం ఆడియో గైడ్ కొరకు www.thefoursacredsecrets.com లో ఆడియో బుక్ గురించి మరింత తెలుసుకోండి.

ఈ అభ్యాసంలో ఉత్తమ గుణం ఏమిటంటే, ఈ అభ్యాసానికి కేవలం మూడు అంటే మూడే నిమిషాలు చాలు. అంతేగాక ఇది ఎక్కడైనా ఎప్పుడైనా అభ్యాసం చేయవచ్చు. మీ పిల్లలతో గాని మీ భాగస్వామి కానీ పేచీ పడుతున్నప్పుడు దీనిని ఉపయోగించవచ్చు. మీరు ఏదో ఒక పెద్ద మీటింగ్ కు వెళ్ళబోతున్నపుడు మీ ఆలోచనలు గజిబిజిగా అస్పష్టంగా ఉంటే స్పష్టత కోసం ఈ అభ్యాసం వినియోగించవచ్చు. ఉదయం మీ యోగాభ్యాసానికి, వ్యాయామానికి అడ్డుపడే నిరాకరణను తప్పుకోవటానికి దీనిని ప్రయోగించవచ్చు. కొత్తగా పుంజుకున్న ఫోకస్‌తో, శక్తితో జీవితంలో మళ్ళీ అడుగుపెట్టడానికి మీకు కావలసింది ఈ మూడునిమిషాల విరామమేనని గుర్తుంచుకోండి.

గతానికి అతుక్కుపోవటం, భవిష్యత్తును గురించి భయపడటం మానివేసిన మరుక్షణం మీరు ప్రశాంత మానసం సాధించారని తెలుసుకుంటారు. వర్తమానం ప్రసాదించిన దానిని ఆనందంగా స్వీకరించటానికి సిద్ధంగా ఉన్నారు.

మీ అంతరంగ సత్యం గుర్తించటం ఎలాగో తెలిసిన తర్వాత ఇప్పుడు మీరు రెండవ జీవన యానానికి సిద్ధంగా ఉన్నారు.

పదండి బయల్దేరుదాం.

∞

రెండవ జీవన యానం
అంతరంగ విభజన లయం

ప్రీతాజీ

మా అమ్మాయి లోక ఐదు సంవత్సరాల పాపగా ఉన్నప్పుడు ఆమె ఇంగ్లీషు ట్యూటర్ ఆమెకు 'ఇన్ సైడ్-ఔట్ సైడ్' (అబి గెయిల్ రచన) అనే ఒక పద్యం ఇచ్చింది.

నా అంతరాత్మ, నా వెలుపలి ఆత్మ
ఎంత వ్యత్యాసం అంటే అంత వ్యత్యాసం

ఆ పద్యంలో ఆ పాత్ర తనభౌతిక ఆకారానికి అంతరంగంలో తన గురించి తాను పొందే అనుభూతికి మధ్య వ్యత్యాసాలను అన్నిటినీ వర్ణిస్తూ పోయింది.

అప్పుడు ట్యూటర్ లోకను ఆ పద్యం తనకు తోచిన విధంగా రాయమని చెప్పింది.

ఆ పద్యంలో లాగా లోక అప్పుడు రాయగలగటం అటు ఉంచి ఆలోచించ గలగటం కూడా అసంభవం. 25 నిమిషాల తర్వాత ట్యూటర్ లోక వ్రాసిన పద్యం నా చేతికి ఇచ్చి "లోక రాసిన పద్యం శాంపుల్ పద్యం లాగా లేకపోవచ్చు. కానీ ఆమె రాసింది మీకు నచ్చుతుంది." అని చెప్పి వెళ్ళిపోయింది.

లోక రాసింది ఇలా ఉన్నది:

ఝుంకారం చేసే తేనెటీగ లాగా
నేను అందమైన తీవెను

నేను ఎలా ఉన్నానో
అలాగే ఉంటాను

చాతుర్యం, వివేకం
మాధుర్యం, కారుణ్యం అన్నీ నేనే
అంత అందమైన నన్ను
ఎలా మార్చటం?

మంచివారు అందరికీ
నేను మిత్రం కావాలి.
నేను నేనే
మీరు మీరే.

నమూనాగా ఇచ్చిన పద్యం అంతరంగంలో రెండు స్వరాలు ఉన్న వ్యక్తిని చిత్రించింది. లోక విషయంలో తన అంతరంగ విభజన లేదు. 'లోక' ను కలిసిన వారు మనోహరావస్థలో ఉన్న ఒక వ్యక్తిని చూశారు. కానీ ఆ అవస్థ ఆమె బాల్యానికి మాత్రమే పరిమితం కాలేదు. ఈనాటికి కూడా ఆమె అంతరంగం కలతలు లేని స్వచ్ఛమైన అంతరంగం.

బహుశా మనలో చాలామందిమి బాల్యంలో ఇలా ఉండి ఉండవచ్చు. ఆత్మీయులను మనం మనసారా మనలను మర్చిపోయి కౌగలించుకున్నాము. కుక్క పిల్లను ముట్టుకున్నా, ఒక పండును రుచి చూసినా మనం ఆనందంతో గంతులు వేశాం. నీటిబొట్టులో ఇంద్రధనస్సును చూసి ఆశ్చర్యంలో కేరింతలు కొట్టాం. మానవ జీవితంలోని చిన్న చిన్న ఆనందాలు మన ఇంద్రియాలకు అద్భుతాలు అయ్యాయి. మనం సంపూర్ణమైన ఆనందాన్ని అనుభూతి చెందాం.

మన ప్రయాణంలో ఎక్కడో మనం వివాదాలతో విభజన చెందిన మనుషులం అయాము. స్వీయ అవరోధం మనలను ఆవహించింది. ఈ విభజనను మన సమాజం మరింత తీవ్రం చేస్తుంది. పరీక్షలో సంపాదించిన మార్కులు, సాధించిన ర్యాంకులు ఆధారంగాసాగే విద్యావ్యవస్థలో మనం ఒకరితో ఒకరం పోల్చుకోవటం, పోటీ పడటం, తీర్మానించడం నేర్చుకున్నాము. మన సహాధ్యాయులను స్నేహితులుగాక పోటీదారులుగా చూడటం మనకు నేర్పారు.

మనం చేసే ఈ పోరాటం ఎదుటి వారితో మాత్రమే కాదు. మనతో మనం పోరాడాలి అని కూడా మనకు బోధించారు మనము ఎటువంటి వ్యక్తిగా ఎదగాలో మనసులో ఒక బొమ్మ చిత్రించు కున్నాము. అందుకు తగినట్లుగా మనము రూపొందకపోతే

నిరాశ నిస్పృహలకు లోనుఅయ్యాము. మనకు తెలియకుండానే మనం మనల్ని బుజువు చేసుకునేవారుగా, ఎదుటివారిని అలరించేవారుగా తయారు అయ్యాము. ఎదుటివారు మనలను కోపగించుతారేమో అన్నభయంతో వారిని సంతోష పెట్టడానికి మనము అన్నివిధాల ప్రయత్నిస్తాము. గతంలో మనకు తగిలిన గాయాలు గుర్తుంచుకుంటాం. మనసులో ఆగ్రహావేశాలతో సంభాషణ చేస్తాం. మనలను గాయపరిచినవారు తప్పుచేశారు అని రుజువు చేయడానికి అన్నివిధాల ప్రయత్నిస్తాము. జీవితమంతా ఒక పోరాటమే అని భావించి అందుకు అలవాటు పడిపోతాం. మరొక జీవన మార్గం కూడా ఉన్నదన్న విషయం మనం మరచిపోయాం.

పరిపూర్ణమైన ఆ మనోహరావస్థ నుంచి మనం ఎలా విడిపోయాం? మనం సహజంగా ఉండవలసిన మనోహరావస్థలో ఎందుకు ఉండటంలేదు? అంత ఆత్మాభిముఖులు అయిన వ్యక్తులుగా మనం ఎలా తయారు అయ్యాము?

నేను ఎందుకు విచారంగా ఉన్నాను?

ప్రతి ఉదయం మీరు మేల్కొన్నప్పుడు ఎటువంటి వ్యక్తిగా ఉంటారు? మీ జీవితంలో అనుక్షణం, మీ కలలో కూడా, మీరు ఎటువంటి వ్యక్తితో గడుపుతారు? ఒంటరిగా ఉన్నప్పుడు మీరు ఎవరు? నలుగురిలో ఉన్నప్పుడు మీరు ఎవరు?

మీరు.

ఆ 'మీరు' ను మీరు ప్రేమిస్తున్నారా? ఆ 'మీరు' పట్ల మీకు విలువ ఉన్నదా? ఆ 'మీరు' ను మీరు విమర్శించి, తీర్పు ఇస్తారా? మీ ప్రాణ స్నేహితులు 'మీరే' నా?

ఒక స్నేహితుడి మీద కానీ, కుటుంబసభ్యుల మీద కానీ, సహోద్యోగుల మీద కానీ మీకు కోపంవస్తే ఏమౌతుందో ఆలోచించండి. మీరు వాళ్లని మార్చడానికి ప్రయత్నిస్తారు. వారికి సలహా ఇస్తారు. లేదా వారి ప్రవర్తన మీకు గిట్టదు అంటారు. వారిలో మార్పు రావాలి అని మీరు ప్రార్థించినా ప్రార్థించవచ్చు. అందుకు వారు నిరాకరించితే మీరు వారి నుంచి దూరంగా తొలగవచ్చు.. వారితో కలిసి పనిచేయటం తగ్గిస్తారు. వారు ఫోన్ చేస్తే మాట్లాడటానికి వెనకాడుతారు. భరింపరాని స్థితికి వస్తే మీరు వారితో తెగతెంపులు చేసినా చేయవచ్చు.

మరి, మీరు అసంతృప్తి చెందింది మీతోనే అయితే?

మీకు నచ్చని వ్యక్తి మీరే అయితే?

మీరు పూర్తిగా ద్వేషించే వ్యక్తి మీరే అయితే?

ఇక్కడ ఆగండి. నిదానంగా గాఢంగా రెండుసార్లు ఊపిరి పీల్చి వదలండి. మీతో మీ సంబంధం ఎలా ఉన్నదో మీ ధ్యాస ప్రసరించి గమనించండి. మీ పట్ల మీకు ఆదరణ, మక్కువ కలిగిన మనోహరావస్థలో గడిపిన క్షణాలమీద మీ ధ్యాస కేంద్రీకరించండి. గాఢంగా ఊపిరి పీల్చి వదులుతూ ఆ క్షణాలను పరిశీలనగా గమనించండి.

ఇప్పుడు మీ పట్ల మీకు అసంతృప్తి, అయిష్టం కలిగిన క్షణాల మీద మీ ధ్యాస ఫోకస్ చేయండి. దీర్ఘంగా గాలి పీల్చి వదులుతూ ఆ క్షణాలలో మీ పరిస్థితి ఎలా ఉన్నదో గమనించండి.

మిమ్మల్ని మీరు మనోహరావస్థలో అనుభూతి చెందిన క్షణాలుకూడా ఉన్నాయని ఆశిద్దాం. అప్పుడు మీమీద మీకే ఎనలేని ప్రేమ కలిగింది.

మీ అంతరంగంలో బాధ లేదా అసౌకర్యం కలిగిన సమయాలు కూడా ఉండి ఉండవచ్చు. ఆ క్షణాలలో మీరు పరిష్కారాల కోసం, తప్పించుకోవటం కోసం వెలుపల వెతికారు. లేదా అంతరంగంలో జరిగే పోరాటం సాధారణం అని రాజీపడ్డారు. ఈ పోరాడే వ్యక్తి మీరు కాదన్న విషయం మీరు మర్చి పోయారు. మీరు ఒక సుందరఆత్మ. మీరు అడవిలో ప్రాణభీతితో జీవిస్తున్న గొర్రె కాదు. మీరు ఒక సింహం.

మన అంతరాత్మతో మన సంబంధం సవ్యంగా లేకపోతే మన ప్రతి అడుగు - మనం మాట్లాడే పద్ధతి, నడిచే పద్ధతి, ఆలోచనా విధానం, సఫలత సాధించడానికి మన ప్రయత్నాలు - అన్నీ ఆత్మ సంశయంతో ముద్ర పడతాయి. మీ వేదనామయ వ్యవస్థలో మనం ఏమి సాధించగలం? ఈ స్థితిని లయించాలి.

అనుక్షణం పెరుగుతున్న ఈ అంతరంగ విభజన భరించలేక చాలామంది తమ శరీరాలను ఉలికి అప్పగిస్తారు. చాలామంది మాదకద్రవ్యాలకు బానిసవుతారు. తాగుడుకు లోనవుతారు. ఆత్మహత్యకు పాల్పడతారు.

మనల్ని గురించి మన అనుభూతులకు పరిష్కారాలు బయట వెతుకుతున్నాము. కానీ తనతో తానే పోరాడుతున్న వ్యక్తి ఆనందం పొందగలడు అన్న దాఖలాలు ఇంతవరకు లేవు. మీ సమయంలో అధిక భాగం ఈ పోరాటంలో గడుపుతూ ఉంటే బాంధవ్యాలు, ఐశ్వర్యం, విశ్రాంతి, సఫలత ఆనందించటానికి మీకు ఓపికఎక్కడ ఉంటుంది?

మనతో మనం రాజీపడలేనప్పుడు ఏమవుతుంది?

చిన్నతనంలో మీరు ఎప్పుడైనా టాగ్ ఆడారా? మేము ఆడేటప్పుడు అందరమూ ఒక సర్కిల్ లో నుంచుని " ఈని, మీని, మైని, మో క్యాచ్ ఏ టైగర్ బై ది టో..." అంటూ చివరికి ఒకరు మిగిలిన దాకా పిల్లలను ఒకరి తర్వాత ఒకరిని బయటికి పంపించటం. చివరికి మిగిలిన వారు గెలిచినట్లు.

మేం ఏం చేశాము? స్పష్టంగా ఎవరినో ఒకరిని ఎంచుకోకుండా ఆ నిర్ణయం అదృష్టానికి వదిలేశాం. కనుక ఎవరు చివరికి గెలిచారు అన్న దానికి ఎవరూ బాధ్యులు కారు.

మన అంతరంగంతో మనకు సామరస్యం లేకపోతే పెద్దవాళ్ళము అయిన తర్వాత కూడా జీవితంలో అతి ముఖ్య నిర్ణయాలను అలాగే చేస్తాం. మన వేదనామయ స్థితి నిర్ణయాలు తీసుకోవటంలో మనమీద మనకు ఉన్న విశ్వాసాన్ని, ఆదరణను దోచివేస్తుంది. దానితో సంశయాత్మకులం అయి నిర్ణయించే శక్తి కోల్పోతాం. ఉద్యోగాలు, జీవిత భాగస్వామిని, వ్యాపారంలో భాగస్థులను ఎంచుకోవటంలో మనం "ఈనీ, మీని, మైని, మో..." ఆట కొనసాగించుతాము. నిర్ణయించటానికి, ఎంచుకోవటానికి మనకు ధైర్యం చాలదు.

మనం ఒకవేళ ఎంచుకున్నా సంశయిస్తూనే ఉంటాం. మూడు సంవత్సరాలు కలిసి జీవించిన తర్వాత కూడా మనం సరైన వ్యక్తితోనే ప్రేమలో పడ్డామా అని సంశయించుతూ ఉంటాం. పది సంవత్సరాలు ఉద్యోగం చేసిన తర్వాత కూడా మనం ఎంచుకున్న ఉద్యోగం సరైనదేనా అని సందేహిస్తూ ఉంటాం. పట్టభద్రులం అయిన చాలాకాలం తర్వాత కూడా మన చదువు సరైనదేనా అని సందేహిస్తూ ఉంటాము. పరస్పరం విభేదించే అభిప్రాయాలు, ఉద్దేశ్యాలతో దారి తప్పి జీవితంలోని సౌందర్యాన్ని మనం మర్చిపోతాం.

అంతరంగంలో రణగొణ ధ్వని భరించలేక మనలో క్లాస్ట్రోఫోబియా కలిగించే విరుద్ధ భావాలతో మనలను వేధించే స్వరాలను నోరుమూయించే ప్రయత్నంలో మనము ఒక చిట్కా నుంచి మరొక చిట్కాకు పరుగులు తీస్తూఉంటాం. ఏదీ పని చెయ్యక పోయేసరికి ఈ ప్రపంచం మనకు అన్యాయం చేసింది అనిపిస్తుంది.

"కానీ నేను మంచివాణ్ణి." అని మనము రోదిస్తూ ఉంటాం. "జీవితంలో నేను ఎవరికీ హాని చేయలేదు. అయినా నేను ఎందుకు ఇంత దు:ఖంలో ఉన్నాను?"

పోరాడే అంతర్యం - మూడు ఘోషలు

ప్రఖ్యాత భారతీయ మహాకావ్యం రామాయణంలో ప్రతినాయకుడు రావణాసురుడికి ఒక మహా సంశయం పట్టుకున్నది. మనకు తెలిసిన ఇతర ప్రతినాయకులలాగా రావణుడు మూర్ఖుడు, దుర్మార్గుడు కాదు. రావణుడు మహాపండితుడు. ధర్మశాస్త్రాలు అన్నీ తెలిసినవాడు. తన రాజ్యాన్ని సుసంపన్నం చేసినవాడు.

అన్నివిధాలా సుచరితుడు అయినా ఈ వ్యక్తి చర్యలు అతని సోదరుడు, కుమారుడు, వంశం అంతటినీ అంతమొందించే మార్గంలో ఎలా నడిచాయి? నాయకుడు రాముడి భార్యను అతను ఎత్తుకు వెళ్లడానికి - ఆ కారణంగానే రావణుడి సామ్రాజ్య మొత్తం మంటకలిసి పోయింది - కారణం ఏమిటి? అంత శాస్త్రపరిజ్ఞానం

కలిగిన మహావ్యక్తి విధ్వంసానికి కారణం ఎలా అయ్యాడు?

ఈ కథలో రావణుడికి పది తలకాయలు ఉన్నట్లు వర్ణించబడింది. ఆ పది తల కాయలు విరసమైన అతని విలువలకు, మూర్ఖపు కోరికలకు సంకేతం. ఆ మూర్ఖపు కోరికలే అతనిని కట్టిపడేశాయి. అతనిలో పెనుగులాడుతున్న కోరికలను, విలువలను, అతని విజ్ఞానము పాండిత్యము సమాధాన పరచలేక పోయాయి. అతనిలో నిరంతరం అంతర్యుద్ధం జరుగుతూ ఉండేది. ఆ అంతర్యుద్ధమే అతని చుట్టూ ఉన్నవారికి విషజ్వరంలాగా సోకింది.

రావణుడి కథ చదివినప్పుడు మీలో ఒక ప్రశ్న – ఈ ప్రశ్న ఆనాటికి ఈనాటికి కూడా సంబంధించినదే – మెదలవచ్చు.

మంచివాళ్లు చెడ్డవారుగా ఎందుకు మారుతారు?

మన జీవితంలో ఎప్పుడో ఒకనాడు మనము ఈ ప్రశ్న అడిగేఉంటాం కదా? జీవితంలో దారితప్పిన ఒక సోదరి, కుమారుడు, లేదా స్నేహితుడు– వీరిని చూచి " ఏమైంది?" అని మనము ఆశ్చర్యపడ్డామా లేదా? ఒకనాడు మనం నమ్మిన నాయకుడిని, లేదాకళాకారుడిని చూసి " వారు ఎలా దారి తప్పారు?" అని మనమే మనల్ని ప్రశ్నించుకుంటాము.

ఒక వ్యక్తి ఎప్పుడైతే అంతరంగ యుద్ధంలో మునిగిపోతాడో అప్పుడే అతను ఒక రావణుడు అవుతాడు. వాళ్లు తమ నాశనంతో పాటు ఇతరుల నాశనానికి కూడా కారకులవుతారు. ఒక సమూహంలో లేదా సమాజంలో ఒకవ్యక్తి సదుద్దేశంతో నిండి ఉండవచ్చు. కానీ వారి అంతరంగం ఒక రణరంగం అయితే వాళ్లు తమ ప్రపంచంలో కల్లోలం రేపుతారు.

ఈ అంతర్యుద్ధం అనే నిప్పు పరస్పర విరుద్ధమైన కోరికల వల్ల రాజుకుంటుంది:

వదులుకోలేను... ఏమైనా సరే నాకు విచారం తప్పదు.నిస్వార్ధురాలైన తల్లిగా ఉండాలని నా కోరిక. అందుకు నా ఉద్యోగం విడిచిపెట్టాలి... రెండూ వీలు కాదు

నాకు ఆ ప్రమోషన్ కావాలి. అప్పుడు నేను ఈ ప్రపంచం చుట్టి రావటానికి వీలు ఉండదు. నేనే సర్దుకు పోవాలను కుంటాను.

నాకు బాంధవ్యం కావాలి. కానీ ఒంటరిజీవితాన్ని వదులుకోలేను. ఎలాగైనా నా విచారం తప్పదనుకుంటాను.

అంతర్యుద్ధం మన ఆదర్శాలకు వాస్తవానికి మధ్యఉండే వైరుధ్యంవల్లకూడా కావచ్చు. మనం మంచి బాలుడుగా ఉండాలని ఆశిస్తాము. కానీ వ్యసనాలకు లోనవుతాం. మనం సహనంతో కారుణ్యమూర్తులుగా ఉండాలని ఆశిస్తాము. కానీ మనం కోపంతోనూ అసహనంతో నిండి మండుతూఉంటాం.

ఈ అంతర్యుద్ధంనుంచి బయటపడే మార్గం లేకపోతే మీరు ఏదారి తొక్కినా ఒకటే. మీ అసంతృప్తి మిమ్మల్ని డిప్రెషన్ లోకి దింపి అక్కడినుంచి మీరు ఈ

ప్రపంచాన్నికూడా ద్వేషించే స్థితికి మిమ్మల్ని లాక్కు పోతుంది.

రావణుడికి సరిగ్గా ఇదే జరిగింది. పరస్పర విరుద్ధమైన కోరికలు తన పతనానికి కారణం అవుతాయని, తన సామ్రాజ్యం దుర్గతి పాలవుతుందని తెలిసినా కూడా తన కోరికను నిగ్రహించుకోలేకపోయాడు.

రావణుడిలో జరిగిన అంతర్యుద్ధం వంటిదే మనఅందరి జీవితాలలోనూ నడుస్తుంది. మన అంతరంగం ఒక రణరంగం అయితే స్వేచ్ఛ, ఆనందాల మనోహరావస్థ మనకు ఎలా తెలుస్తుంది? ఎలా అనుభవంలోకి వస్తుంది?

రణరంగం అనేది ఒక బరువైన పదం కావచ్చు. ఎంతసేపటికీ మనం మెప్పు అనేది లేకుండా అసంతృప్తిలో జీవిస్తున్నాం. కానీ జీవితం అంటే అదే.

అదేనా?

మన జీవితాలలో సంఘర్షణకు కారణం బయటి ప్రపంచంలో ఉన్నట్లు కనిపించవచ్చు. కానీ యుద్ధానికి సిద్ధంగా ఉన్న అంతరంగం వెలిబుచ్చే ప్రదర్శనలతో మనమే ఈ ప్రపంచంలోకి విధ్వంసక శక్తిని ఉసిగొలుపుతున్నాం.

మన అంతర్యుద్ధంలో వెలువడే మొదటి భావ ప్రకటన: ముకుళించే అంతర్యం

ముకుళించుకున్న అంతర్యం

12, 13 సంవత్సరాల వయసులో అలెక్స్ అతి చిన్న ఆకారంతో తనతోటి విద్యార్థుల కంటే బలహీనంగా ఉండేవాడు. అందుచేత అందరూ అతన్ని బెదిరించి అల్లరిపెట్టే వారు. ఆ అవమానం ఎదుర్కోవడానికి అతను జిమ్నాస్ట్ అయ్యాడు. కాలేజీ చేరుకునేసరికి అక్కడ ఉన్న అందగాళ్ళలో అతను ఒకడయ్యాడు. అమ్మాయిలు అతనంటే పడిపోతూ ఉండేవారు అంటే అతిశయోక్తి కాదు.

అతని సఫలత అంతటితో ఆగలేదు. వ్యాపారంలో ఘనవిజయాలు సాధించాడు. ఐశ్వర్యవంతుడు అయ్యాడు. ఒక అందమైన స్త్రీని వివాహం చేసుకున్నాడు.

కానీ ఈనాటికి అలెక్స్ ఆత్మకించన అనుభూతి చెందుతాడు. తనను ఇతరులతో పోల్చుకోకుండా ఉండలేడు. తన భార్య ప్రవర్తన తనకు అంతకు పూర్వం తెలిసిన స్త్రీల ప్రవర్తనతో పోల్చి చూస్తూ ఉంటాడు. తన భార్య తన ప్రేమను అనుభూతి చెందుతున్నదో లేదో, ఆమెకు తన ప్రేమ అవసరమో కాదో తెలియక తరచూ తికమక పడుతూ ఉంటాడు.

తాను అనుసరించుతున్న రంగంలో అన్నిటికంటే పైమెట్టు చేరగలిగితే తను ఎవరికీ హీనంగా అనుభూతి చెందవలసిన అవసరం ఉండదని అతని ఆలోచన. ఎదుటి వాళ్లు తమను తనతో – తనను తాను ఇతరులతో పోల్చుకోవటం కాకుండా – పోల్చుకునే విధంగా ఒక ఉన్నత స్థాయికి చేరాలని అతను బాల్యంలోనే నిర్ణయించుకున్నాడు.

కానీ అంతరంగ సత్యం కనుక్కొనే ప్రయాణం మొదలు పెట్టిన తర్వాత, అసలు నిజం వేరే ఉన్నదని అతను గ్రహించాడు. తను ఎన్ని విజయాలు సాధించినా, ఎంత ఐశ్వర్యం కూడబెట్టినా తనను ఎదుటివారితో పోల్చుకునే మొండి అలవాటు ఆగలేదు.

ఈ వేదనామయస్థితి అతని వ్యాపారంలో ఒక వింతపోకడకు దారితీసింది. ఏ ఒక్క బేరంలోనూ - అందులో ఎంత పెద్ద లాభం వచ్చినాసరే - అతనికి తృప్తి కలిగేది కాదు. ఇతరులు ఇంతకంటే లాభసాటి బేరాలు సాధిస్తారని అతని నమ్మకం. తన సఫలత, విజయాలు ఎంతో చెమటోడ్చిన తర్వాతకానీ సాధ్యంకాలేదు అని అతని అనుభూతి. అతని ఉద్దేశ్యంలో మిగతా వారందరికీ సఫలత, విజయాలు సులువుగా అందుతున్నాయి.

అతని అంతరంగంలో అపశృతులు కలిగిన తర్వాత ఈ ఆలోచనా సరళి మారింది. కృష్ణాజీతో కలిసి చేసిన ధ్యానంలో అతనిలో ఒక వివేకం వెలుగు చూసింది. తాను అల్పుడు అనే భావం నుంచి అతని మేల్కొన్నాడు. ఎదుటివారితో పోల్చుకోనవసరం లేని ఒక చైతన్య స్థితిని అనుభూతి చెందాడు.

తన చైతన్యంలో పరివర్తన అనుభవంలోకి వచ్చిన తర్వాత అలెక్స్‌కి మనోహరావస్థలో స్వచ్ఛమైన మనసుతో నిత్యనూతన సృష్టి అందుబాటులోకి వచ్చింది. ఆ స్థితిలో ప్రస్తుతం అలెక్స్ తన విజయసౌధాలు నిర్మించుతున్నాడు.

అలెక్స్ అనుభవంలోకి వచ్చిన ముకుళించుకునే అంతరంగం అసాధారణమేమీ కాదు. తరచు ఇది నిర్వీర్య పరిచే సంవేదనగా, బిడియంగా, ఆత్మన్యూనతా భావంగా అవతారం ఎత్తుతుంది. అలెక్స్ విషయంలో లాగా కుంచించుకుపోతున్న మన అంతరంగాన్ని విస్తరింపజేసే ప్రయత్నంలో మనం దురుసుగా, దూకుడుగా తయారవుతాం.

కానీ కుంచించుకుపోతున్న మీ అంతరంగం వెనక అసలు సత్యం ఏమిటి?

మనల్ని ఇతరులతో పోల్చుకునే మీవ్యసనం, వారితో మనము సరితూగలేదు అన్న అనుభూతి మీ అంతరంగం కుంచించుకుపోవడానికి దోహదం చేస్తాయి.

మనం అల్పులుగాను, వెలలేనివారుగానూ అనుభూతి చెందుతాము. మన దృష్టిలో వివేకవంతులు, అందమైన వారు, ప్రవీణులుగా కనిపించేవారి ఎదుట మనకు ఇరకాటంగా ఉంటుంది. ఇతరులు మనలను హీనంగాచూస్తున్నారని మన ఊహ. దానితో మనం ఆత్మసంవేదనకు గురిఅవుతాం.

ముకుళించుకుంటున్న అంతరంగం సంశయాన్ని సంకోచాన్ని సృష్టించుకుంది. జీవితంలోని ఆనందాలనుంచి దూరం చేస్తుంది. మన మనసులో ఉన్న కోరికలను తీర్చుకోవడానికి మనకు ధైర్యం చాలదు.

విధ్వంసక అంతర్యం

మన అంతర్యుద్ధంలో రెండవ పాత్ర విధ్వంసక అంతరంగం.

అలీసియా, గ్రెగ్ స్విట్జర్లాండ్ నుంచి వచ్చినదంపతులు. వాళ్ళు పది సంవత్సరాల నించి సమస్యలతో సతమతం అవుతున్నారు. ఒక్క కూతురి కోసం వారు కలిసి ఉంటున్నారు. కూతురు కాలేజ్‌కి వెళ్ళిన తర్వాత వారు విడాకులు తీసుకోవాలని నిర్ణయించు కున్నారు. కాకపోతే వారి సమస్యలు అంతటితో ముగియలేదు.

గ్రెగ్ ఎప్పుడూ సబబైన మనిషే. కాని ఒకసారి విడాకులు నిశ్చయం అయిన తర్వాత అతను మారిపోయాడు. అతనిలో ద్వేషం మొదలైంది. అలీసియా జీవితం దుర్భరం చేయటమే అతని ధ్యేయం అయింది. వారి వైవాహిక జీవితంలో ఆమె గట్టిగా అరిచి రభస చేస్తూ పై చెయ్యిగా ఉండేది. అతను ఒదిగి ఉండేవాడు. అతనికి లోపల కుతకుతలాడుతున్న కోపాన్నీ, దురుసుతనాన్నీ ప్రయోగించటానికి రాబోయే వియోగం స్వేచ్ఛ ప్రసాదించినట్లు తోచింది. కలతలమయమై చిద్రమైపోయిన తన కుటుంబం ఎలా ఉండవలసిందో నిత్యం ఊహించుకుని చింతించేవాడు. తనదౌర్భాగ్యం అంతటికీ తనభార్యే కారణమని నిందించేవాడు.

గ్రెగ్ చదువుకున్నవాడు, ఆర్థికంగా స్వతంత్రుడు. ప్రశాంతమైన జీవనం గడపటానికి అతనికి తగిన వనరులు ఉన్నాయి. కాని దెబ్బకుదెబ్బ తీయాలనే ప్రతీకారం అతనిలో మఠంవేసుకు కూర్చున్నది.

విధ్వంసక అంతరంగానికి లొంగిపోతే మన ఆవేశాలు అదను తప్పి ఉద్రేకాలకు తలవంచి తోచినదల్లా చేస్తుంటాం. విధ్వంసక అంతర్యం పరిపూర్ణతా వాదానికీ, అత్యాశకు, నిర్దయకు స్థావరం అవుతుంది. లేకపోతే ఇంద్రియలోలత్వం, దురలవాట్లు, పనికిబానిస అవటం వ్యసనాలు అవుతాయి.

ఈ పరిస్థితిలో మనకు ఎదుటివాళ్ళు అంతా పోటీదార్లుగానో, శత్రువులుగానో దర్శనం ఇస్తారు. మన పురోగతి, మన క్షేమం కంటే వారిమీద అధికారం చలాయించి మన ఆధిక్యత ప్రదర్శించటం మన ధ్యేయం అవుతుంది. మన మిత్రులు, మన కుటుంబం మనకు విరోధులు అవుతారు. మనం కఠినులమై, పాషాణ హృదయలం అవుతాము. మనవారు అనేవారు మనకు కరువు అవుతారు. మనకు అనారోగ్యకరమైన సంబంధాలు తటస్థపడుతాయి.

ఎలా ఉండవలసిన వాళ్ళం ఎలా ఉన్నామోనని మనం నిత్యం వాపోవటం ఒక వ్యసనం. ఆ వ్యసనమే విధ్వంసక అంతర్యానికి దోహదం.

ఇలా పోల్చుకోవటంతో మనం ఆగం. మన దుస్థితికి బాధ్యత మరెవరిమీదనో మోపుతాం.

జీవనం ఒక పోరాటం అవుతుంది.

స్తబ్ద అంతర్యం

మన అంతర్యుద్ధం మూడవ రూపం 'స్తబ్ద అంతర్యం.'

బెర్త్ జీవితం అంతా తన తోబుట్టువులతో పోల్చుకుంటూ గడిపింది. ఎప్పుడూ ఆమె దిగువమెట్టు మీదనే ఉండేది. ఆమె అక్క చెల్లెళ్ళు ఆమెకంటే అందమైనవారు. మందబుద్ధి కారణంగా ఆమెకు వారికి లాగా మంచి ఉద్యోగాలు రాలేదు. అది చాలదన్నట్లు ఆమె తల్లిదండ్రులు ఆమెను బద్ధకస్తురాలని ఆక్షేపించేవారు. దానితో ఆమె అంతర్యుద్ధం మరింత ఉద్ధృతం అయింది.

ఆమె ఒక విషవలయంలో పడిపోయింది. మితిమించి తినేది. వ్యాయామం, పని అంటూ ఏమీ చేసేదికాదు. దానితో ఆమెలో అంతకు ముందుఉన్న కొంచెం విశ్వాసంకూడా మాయం అయింది. తెలివితక్కువ పెట్టుబడులమీద చేతిలో ఉన్న సొమ్ము అంతా వెదజల్లింది. తనకు తగిన జీవనాన్ని గురించి ఆమె పగటి కలలు కనేది. అవి కేవలం ఎండమావులుగా మిగిలి పోయాయి.

ఏదీ పట్టించుకోక పోవటం, బాధ్యతా రాహిత్యం, బద్ధకం,ప్రతిపనీ వాయిదావేయటం 'స్తబ్ద' అంతర్యంముఖ్య లక్షణాలు. మనలోఉత్సాహం, ప్రేరణ లోపిస్తాయి. పగటికలలు కనటమే మన అభిరుచి! స్తబ్ద అంతర్యానికి ప్రేరణ ఏమిటి? ఇక్కడ కూడా మనల్ని ఎదుటివారితో పోల్చుకునే అలవాటే! కాకపోతే ముకుళించుకునే ఆంతర్యం ఈ పోలికలతో జీవితాన్ని అంతంలేని పరుగు పందెంగా అనుభూతి చెందుతుంది. స్తబ్ద అంతర్యం అస్త్రసన్యాసం చేసి అన్నీ గాలికి వదిలి వేస్తుంది.

మనకు ఏదైనా మంచి జరుగుతుంది అనే ఆశనే విడిచి పెడతాం.

ఈ కథలలో ఎక్కడైనా మనకు మనం కనిపించితే అవన్నీ దురలవాట్లని, లేదా సరిదిద్దవలసిన ప్రవర్తన అనీ కొట్టిపారేస్తాం.

ముకుళించుకు పోయే అంతర్యం నుంచి బయటపడే ప్రయత్నంలో మనం సాహసక్రీడలలో అడుగు పెట్టవచ్చు.మనలోని న్యూనతాభావానికి పరిష్కారం ఘనమైన ఆత్మచిత్రం ప్రదర్శించటమేనని మన అభిప్రాయం. కాని మనకు తెలియకుండానే అది మన ఆంతర్యంలోని అంతరాన్ని మరింత ఎక్కువ చేస్తుంది.

విధ్వంసక ఆంతర్యం అధిగమించే ప్రయత్నంలో మనం మన ప్రవర్తన, మన సంస్కృతీ, మన భాష సంస్కరించటానికి ప్రయత్నిస్తాం. మనల్ని మనం అదుపులో పెట్టుకోవటానికి ప్రయత్నిస్తాం. ఆ ప్రయత్నంలో ఒక వ్యసనం నించి మరొక వ్యసనానికి బదిలీ అవుతాం.

ఈ స్తబ్దతనించీ, జడత్వంనించీ బయట పడటానికి, మన శరీరాలను క్షాళన చేయటానికీ, మన లివర్‌ను శుద్ధి చేయటానికీ జిమ్‌కు ఈడ్చుకుపోతాం. మన చైతన్యాన్ని మాత్రం ఎన్నడు పలకరించం.

శాశ్వతమైన పరిష్కారాలు ఇవేనా? ఇవి అన్నీ ప్రగాఢంగా జరుగుతున్న అంతర్యుద్ధానికి సంకేతాలు మాత్రమేనని తెలుసుకోకుండా అసలైన పరివర్తన ఎలా సాధ్యం అవుతుంది?

ఇక్కడ ఆగండి. దీర్ఘంగాఊపిరి పీల్చి వదలండి. మీమీద మీకు అయిష్టం, అసంతృప్తి, ద్వేషం కలిగిన క్షణాలు దర్శించండి. మీ అంతర్యుద్ధం ఏ ఆంతర్యంగా రూపుచెందింది?

మీ జీవితం మీద ఈ ఆంతర్యాల ప్రభావాన్ని నిర్వికారంగా గమనించండి.

కోల్పోయిన ప్రేమ - అన్వేషణ

వివేకాన్ని మధించే ప్రశ్నలతో తన మంత్రులను సవాలుచేయటం మొఘల్ సామ్రాట్ అక్బర్ సరదా కాలక్షేపం. ఒకసారి ఆయన తన మంత్రులకు ఒక విచిత్రమైన సవాలు విసిరారు.

రాజ్యంలో అందరికంటే మూర్ఖులు ఎవరో కనుక్కోమన్నారు.

మహాబుద్ధిశాలిగా పేరుపొందిన మంత్రి బీర్బల్. ఆయన రోజంతా ఊరంతా గాలించి ఆ మూర్ఖుడిని కనుక్కోలేక వట్టి చేతులతో తిరుగుతున్నాడు. సాయంత్రం అయ్యేసరికి అలసిపోయిన బీర్బల్ సామ్రాట్ దగ్గరికి ఈడ్చుకుంటూ తిరిగి వస్తున్నాడు. అప్పుడు వీధిదీపం మసక వెలుతురులో దేనికోసమో వెతుకుతున్న ఒక వ్యక్తి కనిపించాడు.

బీర్బల్ అతనిని సమీపించి ఏమి వెతుకుతున్నాడని ప్రశ్నించాడు.

రాజలాంఛనాలతో కనిపించిన మంత్రికి ఆ వ్యక్తి పోగొట్టుకున్న తన తాళంచెవి కోసం వెతుకుతున్నట్లు సాదరంగా బదులు చెప్పాడు. అతని మీద జాలితో బీర్బల్ కూడా అతనితో కలిసి ఆ తాళంచెవి కోసం వెదకటం మొదలుపెట్టాడు. కొన్ని నిమిషాల తర్వాత బీర్బల్ అసలు తాళంచెవి ఎక్కడ పోయింది అని ఆ వ్యక్తిని అడిగాడు. దూరంగా ఉన్న ఒక చీకటికోన చూపించాడు. ఆ ప్రదేశం అతను వెతుకుతున్న చోటుకి చాలా దూరంలో ఉన్నది.

"తాళంచెవి అక్కడ పోగొట్టుకొని, ఇక్కడ ఎందుకు వెతుకుతున్నావు?"

"వెలుగు ఉన్నది ఇక్కడే కనుక."

బీర్బల్ తనలో తనే నవ్వుకున్నాడు. తను వెతుకుతున్న తీగ కాళ్ళకు తగిలింది. ఆ వ్యక్తితో సామ్రాట్ దగ్గరికి వెళ్లి అతనిని చూపించి, తన పురస్కారాన్ని గెలుచుకున్నాడు.

బయటి పరిష్కారాలు ఏవీ మనలో జరిగే అంతర్యుద్ధాన్ని ఎందుకు శాంతింప చేయలేవా అని మనం ఆశ్చర్య పడుతూ ఉంటాం. మనకు తాత్కాలికంగా ఊరట కలిగించే చిట్కాలు ఎటు చూసినా కనిపిస్తాయి. కానీ తర్వాత మరొక ప్రశ్న ఎదురైనప్పుడు - సంఘర్షణ, నింద, ఆత్మ ద్వేషాల సుడిగుండం - యథాస్థానానికి చేరుతాం.

బీర్బల్ కథలోని ముసలిమనిషిలాగానే మనమూ మన సమస్యలను పరిష్కరించలేము. ఎందుకంటే పరిష్కారాలకోసం ఎక్కడ వెతకాలో మనకు తెలియదు. మన ఆంతర్యంలోకి తొంగి చూడాలని సంకల్పించినా, మన వేదనామయ అవస్థను ఛేదించడానికి ప్రయత్నిస్తాము. మన మితభాషణకు, చితికిపోయిన మన ఆత్మగౌరవానికి, ఆత్మసంశయానికి మనలను మనమే నిందించుకుంటాం. కానీ అవి మనలో ప్రగాఢంగా దాగి ఉన్న మరి దేని అవతారాలో అయితే?

నిత్యం మన ఆంతర్యాన్ని పట్టుకు వేలాడుతూ ఉండటమే దు:ఖానికి మూల కారణం.

జీవితాన్ని మార్చగల ఈ గంభీరసత్యాన్ని నలుగురికీ చెప్పటానికి ప్రయత్నించినప్పుడు తక్షణం ఎదురయ్యే ఆక్షేపణలు:

కానీ మోసం చేసింది మా భాగస్వామి...

మాట వినని వారు మా పిల్లలే...

నేను చేసిన పనికి పేరు వచ్చేది మా అధికారికే...

'దు:ఖానికి అంతటికి స్వీయావరోధమే మూలకారణం' అన్న భావానికి మినహాయింపు కూడా ఉండాలి అని మనం ఆశించవచ్చు - ముఖ్యంగా మనం మన జీవితాలను మార్చివేయగల ఒక పుస్తకం చదువుతూ ఉన్నాము కనక. అందరూ ఐదు నిమిషాలు ముందరనే వెళ్లి పోయినా ఆ తర్వాత కూడా పని చేస్తూ ఉండేవారు, పిల్లలు తిన్నారో లేదో అని విచారించేవారూ, ప్లంబర్ కు డబ్బులు ముట్టినవి అని రూఢి చేసుకునేవారు, దంతవైద్యులతో అపాయింట్మెంట్ తప్పక తీసుకునేవారు ఇంకా ఇంకా ఇంకా...

మంచివారుగా ఉండటానికి అంతకష్టపడి పనిచేసేవారు తమకు తామే ఎలా ఒత్తిడి కలిగించుకుంటారు? తప్పకుండా ఎక్కడో పొరపాటు జరిగింది.

అంత స్వార్థరహితంగా ఉండేవారికి స్వీయావరోధం ఎలా ఉంటుంది?

ప్రప్రథమంగా ఇక్కడ ఒకటి గుర్తుంచుకోవాలి. స్వార్థానికీ , స్వీయావరోధానికీ వ్యత్యాసం ఉన్నది. ఇక్కడ మనం మాట్లాడేది ఎదుటివారిని లెక్కచేయకుండా ప్రవర్తించటం కాదు. స్వీయావరోధం అంటే తనతో తానే నిమగ్నమై ఉండటం.

మన స్వీయ అవరోధాన్ని తిరస్కరించే ముందు మనల్ని మనమే ప్రశ్నించుకుందాం: ఎదుటివారితో మనలను పోల్చుకొని, లేదా వారు మనలను గురించి ఏమనుకుంటున్నారో

అనే చింతతో ఎన్నిసార్లు మన మనసులో మనం ఊహాయుద్ధాలకు దిగుతాం? ఎన్నిసార్లు మనం ఫేస్ బుక్‌లో ఏదో ఒకటి పోస్ట్ చేశాం. దానికి ప్రతికూల స్పందన కలుగుతుందని ఊహించాం. ఎవరూ స్పందించక మునుపే మనమే ఒక ప్రతి ప్రకటన పోస్ట్ చేస్తాం.

స్వీయ అవరోధంలో మనమే ఆలోచనల సుడిగుండంలో గిరగిర కొట్టుకుంటున్నాం. కానీ అప్పటి మన అనుభూతికి మనం మరి ఎవరినో నిందించుతాం.

మనతో మనమే అన్యమనస్కులుగా ఉండటమే మన అంతర్యుద్ధానికి, మన దు:ఖానికి జన్మభూమి అని మర్చిపోకూడదు.

మనతో మనం శాంతి కుదుర్చుకునేవరకూ మన అంతరంగం రణరంగమే.

ఆ వ్యక్తిని నాకంటే ఎక్కువగా ఎందుకు ప్రేమిస్తారు?

ఆమె జీవితం లాగా ఎందుకు ఉండకూడదు?

అతను అంత అందంగాను, చతురతతోను ఉన్నాడు. నేనెందుకు అలా లేను?

వెండిగిన్నెలో పాలు తాగే శ్రీమంతుడిగా నేను ఎందుకు పుట్టలేదు? అతనే ఎందుకు అలా పుట్టాడు?

నేనే ఎందుకు? నేనే ఎందుకు కాకూడదు?అని మీరు ఘోషించుతూ కూర్చోవచ్చు.

కానీ మన అంతరంగ సంఘర్షణకు బాహ్యప్రపంచంలోని పరిస్థితులకు ఏమీ సంబంధం లేదు. మీరు మీ నాన్న అంత ఎత్తు లేరు. మీరు కాలేజీలో మీ రూమ్ మేట్ అంత విజేతలు కారు. జీవితంలో ఇవి వాస్తవాలు. ఇందులో మంచీ చెడూ అంటూ ఏ మీ లేదు. ఈ వాస్తవాలు కొంత కష్టాన్ని, లేకపోతే అసౌకర్యాన్ని కలిగించవచ్చు. కానీ ఈ బయటి సమస్యలకు పరిష్కారాలు ఎప్పుడూ ఉంటాయి.

జీవితంలో మనకు అందరికీ ఎదురయ్యే సవాళ్లను మేము కాదనటం లేదు. కాకపోతే ఈ సవాళ్ల స్థాయిలో తేడా ఉండవచ్చు. ఈ శరీరంలో మనం కొంతకాలమే ఉంటాం. పరిపూర్ణ ఆరోగ్యం, ఆత్మీయమైన కుటుంబాలు మన అందరికీ మంజూరు చేసి లేవు. చాలామందికి ఈ భూమిమీద జీవితం సులువూ కాదు సున్నితమూ కాదు.

జీవితంలోని కష్టాలకు స్వీయావరోధం అనే సుడిగుండం తోడైతే జీవితం అన్యాయం చేసింది అన్న భావనకు అతుక్కు పోతాము. మన శరీరము, మన జీవితాలు, మన ప్రపంచం అసంపూర్తిగా ఉన్నాయనో, వికారంగా ఉన్నాయనో నూరిపోసేది మనమనసే. అప్పుడు ఈ విశాలవిశ్వం మనకు అన్యాయం చేసింది అనిపిస్తుంది. తలుచుకున్నకొద్దీ ఆ అన్యాయం భరించరానంత బాధాకరం అవుతుంది."మా పాలిటపడ్డ ఈ దరిద్రంతో మాకు శాంతి ఎక్కడ?"

ఆ వేదనామయ అవస్థలలో మన జీవితాలలో సమస్యలు, కల్లోలం ఉద్భూతం అవుతాయని గమనించారా?

స్వీయావరోధం ఆవహించిననాడు జీవితంలో అసలు సమస్యలు అలాగే నిలిచిపోతాయి. మన మనస్సు నిరంతరం సంశయాత్మకమవుతుంది. పదిలంగా ఉండదు. ఏమీలేని చోట కూడా అవమానాన్ని, అగౌరవాన్ని దర్శించుతుంది. మనము ఎవరమో మర్చిపోయి మనము ఎలా ఉండాలి అనుకుంటున్నామో ఆ రూపంతో పెనవేసుకుంటాము. మానసికస్థాయిలో బతుకు కొనసాగించటానికి ఎదుటివారి ప్రమాణాలను అనుసరించి వారిమెప్పు సంపాదించటానికి ప్రయత్నిస్తాము.

మనోహరావస్థలోని చైతన్యశక్తి మనలను ఏమార్చుతుంటే, మనం అనేక ముసుగులు ధరిస్తూ ఉంటాము.

ఆత్మప్రేమను గురించీ, ఆత్మశ్రేయస్సును గురించీ మనం సంభాషణలు జరుపుతూ ఉండవచ్చు. కాని తరుచూ మనం ఏదో ఒక చిట్కాతో సరిపెట్టుకుంటాం. అనుక్షణం మనతో మనమే నిమగ్నులం అయిఉండే మొండివ్యాధిని గురించి పట్టించుకోం.

మన ఆంతర్యాలు గాయపడి భగభగమంటూ ఉండగా, మనం వేదనామయస్థితిలో కొట్టుకుంటూ ఉంటే మన శ్రేయస్సును గురించి మనం ఏమి చేసినట్లు? శలవు తీసుకొని ఒక మంచి విహారయాత్రకు వెళ్తాం. కాని మనలోపలి రణగొణధ్వని అలా కొనసాగుతూనే ఉన్నది. మరి మన ఆత్మప్రేమ ఎంతవరకు నిజం? ఆ స్థితిలో మనం దారి తప్పాం. సంబంధాలు అన్నీ తెగిపోయాయి.అప్పుడు జీవనం ఒక వేడుక కావటం అసంభవం.

మనకు నిజమైన ఆత్మప్రేమ ఉంటే మనం మన స్వీయావరోధంలోనుంచి బయటపడి, మనోహరావస్థలోకి అడుగు పెట్టాలి.

ఎలా?

బాధాకరమైన మొండి అలవాట్లనుంచి బయటపడి. సున్నితమైన పరిశీలనలోకి అడుగు పెట్టటం.

డాక్టర్ డానియల్ జే సీగెల్ మానసికవ్యాది శాస్త్రంలో ఆచార్యులు. మనం పరిశీలనా అవస్థలోకి ప్రవేశించినపుడు మన మెదడులో న్యూరాన్ల చర్యలు అమిగ్డాలా (అమిగ్డాలా భయానికి, కోపానికీ కేంద్రం) నుంచి మెదడు ముందుభాగం మధ్యకు చేరుతాయి. ఈ ప్రదేశం వివేకవంతమైన ఆలోచనకు, విస్తృతమైన బాంధవ్య భావనకు కేంద్రం.

మనసు పరిశీలనలోకి ప్రవేశించినపుడు ఇలా జరుగుతుందని విజ్ఞాన శాస్త్ర అభిప్రాయం. మార్మిక వాదుల దృష్టిలో ఈ పరిశీలన వల్ల జ్ఞాననేత్రం (తూర్పుదేశాల దేవుళ్లవిగ్రహాలలో ఈ మూడవకన్ను దర్శనం ఇస్తుంది) తెరుచు కుంటుందని నమ్మకం.

మనోహరావస్థకు మన ప్రయాణం సత్యంతో ఆరంభం అవుతుంది. ఎందుకంటే సత్యం మాత్రమే మనకు స్వేచ్ఛ ప్రసాదించ గలదు. మన అంతర్యుద్ధంలోని సత్యాన్ని గమనించి అది మన జీవన దృక్పథాన్ని ఎలా మెలితిప్పిందో గ్రహించితే మరి ఏ తీర్మానము లేకుండా దానిని పరివర్తన చేయవచ్చు. అప్పుడు మనలో ఒక అందమైన

ప్రశాంతత ఏర్పడుతుంది. నిరంతరం ఇతరులతో పోల్చుకునే అలవాటును, ఎవరినీ పట్టించుకోని స్థితినీ ఏపోరాటమూ లేకుండా, ఏ మాత్రముసిగ్గు పడకుండా, వాటిని మనవిగా అంగీకరించి స్వీకరించితే, మరుక్షణం మనలో ఆ మనోహరావస్థ తలెత్తుతుంది. మనతో మనకు ఉన్న అసంతృప్తి వల్ల మనఆంతర్యంలో చెలరేగే గందరగోళాన్ని సాక్షీభూతంగా చూడగలిగితే ఒక నూతనస్థితి మనలో మేలుకుంటుంది.

మధ్యధరా ప్రాంతం నుంచి వచ్చిన మౌరీన్ కథ చెప్తాం. ఆమె ధైర్యంగా తన ఆత్మభావాన్ని పరివర్తన చేసుకున్నది.

మేము మౌరీన్‌ను కలిసినపుడు ఆమె ఐదోపడి తొలిదశలో ఉన్నది.ఆమె సంస్థాప్రపంచంలో పనిచేస్తున్నది. బయటికి గంభీరంగా కనిపించేది.ఆమె శరీరం వ్యాయామంతో దృఢంగా ఉన్నది.ఆమె అరుదుగా నవ్వేది. అతి సాధారణమైన మాటలు కూడా పట్టిపట్టి మాట్లాడేది. మా శిక్షణా సమయంలో అందరినీ పరిపూర్ణతా యాత్రకు నడిపించినపుడు మౌరీన్ ఒక నిజమైన పరివర్తన అనుభవించింది.

ఆమెకు ఎనిమిది, తొమ్మిది సంవత్సరాల వయసులో ఒక అపరిచితవ్యక్తి ఆమెను మానభంగంచేశాడు. ఆమెను విడిచి వెళ్ళిపోతూ ఆమె మీద ఉమ్మివేసి "నువ్వు ఒక కురూపివి." అన్నాడు.

తనలో రేగుతున్న మంట చల్లార్చటానికి, తనమీద తనకు కలిగిన అగౌరవాన్ని తుడిచివేయటానికీ ఆమె చాలామంది వైద్యులను సంప్రదించింది. ఆమె రెండుసార్లు వివాహం చేసుకున్నది. ఆమె మంచి పదవిలో ఉన్నది. పనిలోఆమె సమర్ధత, మనుష్యులపట్ల నిర్దాక్షిణ్యత నలుగురికీ తెలుసు. కాని ఆమె ఆశించిన గౌరవ మర్యాదలు ఆమెకు అనుభవంలోకి రాలేదు.

ఆమెను ఒక గాఢమైన ధ్యానస్థితిలోకి తీసుకు వెళ్లాం. అప్పుడు ఆమె ఈ ఘటన అంతటినీ ఒక నిర్వికార సాక్షిగా గమనించింది. "ఇది ఇలా జరిగి ఉండకూడదు. నా జీవితం మరొక విధంగా ఉండి ఉండవలసింది." అని తనమీద అరిచే పోరాడే ఆంతర్యం అక్కడ లేదు. "ఇలా ఉండి ఉండవలసింది", "ఇలా ఉండకూడదు" అని దండించే స్వరం లేదు. కేవలం ఆ ఘటన అక్కడ ఉన్నది. అంతే. ఆమె జీవితంలోని ప్రతి ఒక్క సంఘటన అంతే. తన గాయాలు కాక తన జీవితాన్ని యధాతధంగా ఆమె మొట్టమొదటిసారిగా దర్శించింది.

అనంతక్షేత్ర ధ్యానంలో ఆమె ప్రగాఢంగా మునిగి పోయినపుడు ఆమెకు ఒక అసాధారణ అనుభవం కలిగింది. ఈ విశ్వం ఆమెను హత్తుకున్న అనుభూతి కలిగింది. ఈ విశ్వం సజీవం అయి ఆమెను కౌగలించుకొని తీవ్రంగా గాయపడిన ఆమె అంతరంగాన్ని మాన్పటంలో సాయపడుతున్నట్లు తోచింది.

తన హృదయం పగిలిన గాజు గ్లాసులా ఉన్నదనీ, ఆ ఉహాతీతమైన కౌగలింతలో తొలిసారిగా అది అతుకు పడ్డదనీ ఆమె చెప్పింది.

అసామాన్యమైన ఆ అనుభవం చాలా ప్రభావశాలి. కాని అది ఆమె జీవితాన్ని అద్భుతంగా మార్చివేసింది.

నిత్యం క్షోభ కలిగించిన ఆ అనుభవం, జీవితానికే మచ్చ వంటి ఆ అనుభవం మనోహరావస్థ లోని ప్రశాంతతనించి గమనించినపుడు,ఆమె జీవితంలో ఆ అనుభవం కేవలం మరొక క్షణం అయింది.

ప్రబలమైన ఆ పరివర్తనానుభవం తర్వాత ఆమెకు తనపట్ల ప్రగాఢమైన ప్రేమ, అనుకంప కలిగాయి. స్వీయావరోధం వెనుకబడి పోయింది. ఆమెకు ఇటీవల ఒక ప్రమోషన్ ఇస్తాము అన్నపుడు మొట్టమొదటిసారిగా ఆమె తిరస్కరించింది. తను కనుగొన్నది నిస్వార్థంగా వినియోగించి ఆమె తన అంతరంగ ప్రయాణం కొనసాగించ దల్చింది.

“ఇతరులకు చికిత్స చేయటానికి నా సమయం వినియోగించదలిచాను.” ఆమె సమాధానం.

అప్పటినుంచి ఆమె తమ సంస్థలో కొత్తగా చేరే ఉద్యోగస్థులకు ఉపదేశకురాలిగా, మార్గదర్శకురాలిగా పాత్ర నిర్వహించాలని నిశ్చయించుకున్నది. జీవితంలో ఆమెకు లభించిన ప్రేమతో ఆనందంగా ఉన్నది.

మౌరీన్ బాధ అర్థం చేసుకోవటానికి మన గతంలో అంత దుర్భరమైన అఘాతాలు ఉండనవసరంలేదు. కాని మనలను పీడకలలాగా వేధించే జ్ఞాపకాల నుంచి ప్రతి ఒక్కరము బయటపడాలి. సామరస్య స్థితికి చేరుకోవాలి.

మన అంతరంగంలో పోరాడుతున్న ఆత్మస్థితులను పరిశీలించితే, మనలను చీల్చి చెండాడుతున్నది మనలోని అంతరంగ విమర్శకులేనని తెలుసుకుంటాం. ఆ శక్తులే మన ఆనందాన్ని, ప్రశాంతతను మన జీవితాలలోనుంచి దోచివేస్తున్నాయి. మన వ్యక్తిగత చరిత్ర ఎలాంటిదైనా సరే – మనం సాదా మనుష్యులమా, క్లిష్టమైన వాళ్ళమా – పోరాడే ఈ అంతరంగ శక్తుల చేతిలో చిక్కితే ప్రతిఒక్క విషయంలోనూ –మన అంతస్తు, మన ఇల్లు, మన కుటుంబం, మన జీవితం– మనలను మనం విమర్శించుకుంటాం. ఈ అంతరంగ విభజనకు మూలం ఎడతెగని నిరంతర వ్యాఖ్యానం. ఈ వ్యాఖ్యానం మన జీవితంలోని ప్రతి ఒక్క అనుభవాన్నీ “ఇలా ఉండాలి” అనో “ఇలా ఉండకూడదు” అనో వేరుచేస్తూ ఉంటుంది. ఈ అలవాటే మనలను పోల్చటానికీ అంతర్యుద్ధానికీ ప్రేరేపిస్తూ ఉంటుంది.

మీరు మీ శరీరాన్ని చూసినపుడు దానిని యధాతథంగా చూడరు. దానిలో ప్రతి అంగుళము ఇలా “ఉండాలి”, “ఉండకూడదు” అనే దృష్టితో చూస్తారు. మీరు మీ కుటుంబంతో ఉన్నపుడు దానితో యధాతథంగా ఉండరు: ప్రతి ఒక్కరూ ఇలా ఉండాలి, ఇలా ఉండకూడదు అని వ్యాఖానిస్తారు. మీరు మీ ఇంటిలో ప్రవేశించి నపుడు దానిని ఆనందించరు: అది పెద్దగా ఉండాలనో, చిన్నగా ఉండాలనో, ఇలా

ఉండకూడదనో వ్యాఖ్యానించుతారు. మీరు ఉద్యోగానికి వెళ్ళినపుడు ఒక లక్ష్యంతోనో ఒక సృజనాత్మకతతోనో వెళ్లరు. ప్రతిరోజూ నేను ఇంకెక్కడో ఉండి ఉండవలసింది, నేను ఇక్కడ ఉండవలసింది కాదు అని తీర్మానించుతూ ఉంటారు.

ఎప్పుడైతే మీరు జీవితాన్ని ఒక సాక్షిగా గమనించటం ఆరంభించుతారో ఆక్షణమే మీ వ్యాఖ్యానాలు అన్నీవ్యర్థమై ఎండుటాకులలాగా రాలిపోతాయి. ఎరుక అనే నదీ ప్రవాహంలో కొట్టుకు పోతాయి. మీలోనించి ఒక ప్రగాఢమైన ప్రశాంత ఆనందం ప్రసరించుతుంది. ఈ అద్భుత చైతన్య స్థితిలో ప్రతి ఒక్క వైఫల్యము అంతర్ధానం అవుతుంది. అప్పుడు ఎవరినీ - తనను తానుగానీ, ఎదుటివారిని గానీ నిందించవలసిన అవసరం ఉండదు. తనను తాను సమర్ధించు కోవటమో లేకపోతే ఎదటివారిని తప్పుపట్టటమో చేయనవసరం లేకుండా ప్రతి పరాజయము అంగీకృతం అవుతుంది. మిమ్మల్ని, మీ శరీరాన్ని చూసుకోవటానికి ఎదటివారి మాటలతోను, వ్యాఖ్యలతోను సంబంధం ఉండదు. మీ కోపం, మీ ఈర్ష్య, మీ ఒంటరితనంతో మీరు రాజీ పడ్డారు. మీలో ఏ అంశములోనుమీకు కొరత కనిపించదు. మీ వ్యక్తిత్వం అంతటితోను మీరు సరసంగా, కులాసాగా ఉంటారు. మీ అవలోకనం ఈ చైతన్య స్థితిలో కొనసాగితే అనుకంప, స్వేచ్ఛ అంటే ఏమిటో మీరు అసలైన అర్థం గ్రహించ గలుగుతారు.

జీవితంలోని ప్రతి అనుభవాన్నీ మంచి-చెడు, అందం- వికారం, ఉండాలి-ఉండకూడదు అని నిరంతర వ్యాఖ్యానం లేకపోతే, మనం గర్వానికీ, అవమానానికీ, నేర పశ్చాత్తాపాలకు అతీతంగా ఎదుగుతాం. మనం పరిశుద్ధ చైతన్యంలోకి ప్రవేశించుతాం. అక్కడ అంతా పవిత్రమే. అంతా సరళంగా ఉన్నది. జీవితంలో ప్రతి ఒక్క వ్యక్తీ ఉన్నారు. జీవితం ఈ విశ్వంలో ఒక వాహిని.

ఈ అంతరంగ యుద్ధంలోనుంచి బయట పడినపుడు మన హృదయంలోని ఆరాటానికీ, మన జీవితాలలోని గమ్యానికే మనం కళ్ళు తెరుస్తాం. మన ఆత్మీయులు మనవారవుతారు. ఈ సమాజానికీ ప్రపంచానికీ ఉపయోగ పడుతాం. మనచుట్టూ ఉన్నవారి జీవితాలలో మార్పు తేవాలని ప్రేరణ కలుగుతుంది.

"ఇలా ఉండాలి", "ఇలా ఉండకూడదు"లకు అతీతంగా ఎదిగి "ఇలా ఉన్నది" అనే స్థితికి చేరుతాం. మనం జీవితాన్ని ప్రేమిస్తాం. మనల్ని మనం ప్రేమించుతాం. అది చైతన్యంలో మనోహరావస్థ.

ఇక్కడ ఆగండి. నిదానించండి. శ్వాసించి మీ శరీరాన్ని అనుభూతి చెందండి. "ఇలా ఉండాలి" "ఇలా ఉండకూడదు" అనేది ఏమీ లేదు. మీ శరీరం అలా ఉన్నది. అంతే.

నిదానంగా శ్వాసించి మీ కుటుంబాన్ని మీ గుండెలో నింపుకొండి. ఇక్కడ "ఇలా ఉండాలి" "ఇలా ఉండకూడదు" అనేది ఏమీ లేదు. అది మీ కుటుంబం. అంతే.

గాఢంగా శ్వాసించి మీ ఇంటిని చూడండి. "ఉండాలి", "ఉండకూడదు" లు ఇక్కడ ఏవీ లేవు. అది మీ ఇల్లు. అంతే.

చివరిగా మీ ఆత్మవిమర్శ, మీ కారుణ్యం గమనించండి. తీర్పరిగా ఉన్నందుకు మీమీద కోపగించకండి. దానిని చూసి తేలికగా నవ్వేయండి. "అలా ఉండకూడదు" "ఇలా ఉండాలి" అంటూ ఏమీ లేదు. అది అలా ఉన్నది అంతే.

ఉన్నదానిని ప్రశాంతతతో యథాతథంగా గమనించితే ప్రశాంతత కలిగించి అంతరంగ పరిపూర్ణత ప్రసాదించే మనోహరావస్థ చేరుకుంటారు. మీతో మీ యుద్ధం ముగిసింది గనుక మీరు కొత్త పాట పాడుతారు: నా జీవితమే ఆనందం.

సోల్ సింక్ అభ్యాసం:

యుద్ధావస్థ నుంచి మనోహరావస్థకు పరివర్తన

మీతో మీరు సంపూర్ణ సామరస్యం, ప్రశాంతతతో ఉంటే ఎలా ఉంటుందో ఊహించుకుంటూ ఈ అభ్యాసం ఆరంభించవచ్చు.

27-29 పేజీలలోని సోల్ సింక్ ధ్యానంలో చెప్పిన మొదటి అయిదు అంశాలు మరొకసారి చేయండి.

ఆరవ అంశానికి వచ్చినపుడు, మిమ్మల్ని మీరు ఒక సుందర ఆత్మగా - మీతో మీరు, జీవితంతో, ఎదుటివారితో, మీచుట్టూ ఉన్న ప్రపంచంతో - పోరాడనివ్యక్తిగా, ఊహించండి, లేదా అనుభూతి చెందండి. మీతో మీరు ప్రశాంతంగా ఉండటం అంటే - ఈ క్షణంలో మీరు ఎలా ఉన్నారో అలా - ఎలా ఉంటుందో అనుభూతి చెందండి.

III

మూడవ పరమ రహస్యం
విశ్వ వివేచనకు జాగృతి

మూడవ పరమ రహస్యం

విశ్వ వివేచనకు జాగృతి

ప్రీతాజీ

మానవ శరీరం అరవై రకాల ప్రకృతి మూలకాల నుండి తయారైంది. ఆ మూలకాల అన్నిటి విలువ ఈనాడు $ 160 మాత్రమే.

ఈ మూలకాలలో ఆరింటితో మాత్రమే - ఆక్సిజన్, హైడ్రోజన్, కార్బన్, నైట్రోజన్, క్యాల్షియం, ఫాస్ఫరస్ - శరీరంలో 99% నిర్మించబడి ఉన్నది. మీ శరీరం అంటే ఈ ఆరు మూలకాలు, లేదా అరవై మూలకాలు ఒక పెట్టెలోపెట్టి కలబోసిన సమ్మేళనం కాదు. ఈ రసాయన పదార్థాలను గుండె, మెదడు, రక్తం, ఎముకలు ఇంకా DNA గా పరివర్తన చేసే నమ్మశక్యం కాని మానవాతీతమైన వివేకం ఒకటి ఉన్నది. ఈ అరవై మూలకాలు మానవ శరీరంలోని 200 వివిధ కణాలుగా ఎలా మారుతాయో మానవ మేధస్సుకు అందని రహస్యం.

మీకు ఎదురుపడే ప్రతి జీవిలోను - అది పైన్ వృక్షం కానీయండి, పుట్టగొడుగు, అమీబా, తిమింగలం, ఖడ్గ మృగం ఏదైనా కానివ్వండి - వెనక ఒక విశ్వ వివేచన పనిచేస్తున్నది.

శరీరంలో ఈ వివేచన ఎక్కడ ఉన్నదని మీ ఉద్దేశ్యం?

మెదడు అని టకీమని జవాబు వస్తుంది. ఈ మెదడులో నూరు బిలియన్ న్యూరాన్లు, ట్రిలియన్ సపోర్టు సెల్స్, క్వాడ్రిలియన్ న్యూరల్ కనెక్షన్లు ఉన్నాయి.

మీ హృదయంలో 40,000 న్యూరాన్లు ఉన్నాయని మీకు తెలుసా? ఈ న్యూరాన్లు మెదడులో ఉండే న్యూరాన్ల వంటివే. అనుభూతిలో,సద్య:స్ఫురణలో, నిర్ణయించటంలో ఈ న్యూరాన్లు పాల్గొంటాయి. మీ పేగులలో మరొక 500 మిలియన్ న్యూరాన్లు ఉన్నాయి. అనుభూతి చెందటంలో, నిర్ణయించటంలో ఈ రెండు శరీరభాగాలు పాల్గొంటాయి.

O&O అకాడమీలో మేము నడిపే పరివర్తన ప్రక్రియలో వ్యక్తులు తమ వెన్నుపాములో వివిధ క్షేత్రాలలో న్యూరాన్లలో నిక్షిప్తమై ఉన్న జ్ఞాపకాలను విడుదల చేయటం మేము గమనించాం. ఒకసారి ఆ విడుదల కలిగిన తర్వాత, వారి గతాన్ని గురించిన దృష్టి పూర్తిగా మారిపోతుంది. వారి మాటలు, చేతలు పూర్తిగా సుముఖం అవుతాయి.

అంటే మెదడు వివేకం, హ ృదయ వివేకం, ఆంత్రం వివేకం, వెన్నుపాము వివేకం ఇన్ని ఉన్నాయన్నమాట.

వివేకాన్ని వీటిలో ఏ ఒక్క శరీర భాగానికి పరిమితం చేయలేం. మానవ శరీరంలో వివేకాన్ని మెదడుకు మాత్రమే పరిమితం చేయలేనట్లే, వివేకాన్ని మెదడు ఉన్న జీవులకు మాత్రమే పరిమితం చేయలేం. మెదడు, ఆంత్రం, హృదయం, వెన్నుపాములలో వివేకం వేరు వేరు కాదు. అంతా కలిసి ఒకే వివేకం. అలాగే అనేక అనేక జీవులు ఉన్న ఈ విశాల విశ్వం వెనక అదృశ్యమైన ఒక విశ్వవివేచన ఉన్నది.

మనము దానిని అందుకోగలిగితే!!

నిజానికి మనము దానిని అందుకోగలం!!!

విశ్వ వివేచన– కానుక

తనకు ఎవరూ లేరనే అనుభూతితోనో, ఎక్కడో ఇరుక్కుపోయాను అనో విలవిలలాడే వారికి ఈ మూడవ పవిత్ర రహస్యం ఒక నిజమైన కానుక అవుతుంది. మనలో చాలా మందికి ఈ ప్రపంచం దయాదాక్షిణ్యాలులేని, ఎవరిని పట్టించుకోని స్మశాన ప్రదేశంగా అనుభూతి కలిగి ఉండవచ్చు. మన ఆశలు, మన కలల విషయానికి వచ్చేసరికి మనకు తోడ్పడేవారు ఉన్నారనే ఆశకు నీళ్లు వదులుతాం.

కానీ ఈ జీవితం ఈ విధంగా అనుభూతి చెందనక్కర్లేదు.

ఈ విశ్వ వివేచనకు మీరు కళ్లు తెరిస్తే కొత్త కొత్త భావాల తరంగాలు మీ అనుభూతిలోకి వస్తాయి. మీ ప్రయత్నం లేకుండానే మీ జీవితంలో యాదృచ్ఛికాలు జరుగుతాయి, అన్నీ కలిసివస్తాయి.

శ్రీనివాస రామానుజన్ భారతీయ గణిత శాస్త్రవేత్తలలో అగ్రగణ్యులు. రామానుజన్ తరుచూ పూర్తిగా నిశ్చలమైన మనసుతో కృషి చేసేవారు. ఆ సమయంలో ఈ విశ్వవివేచన ఆయనకు జటిలమైన గణిత సూత్రాలు, వాటికి పరిష్కారాలు తెలియజేసేది. ఆ తర్వాత ఆయన మామూలు స్థితికి వచ్చి తనకు దర్శనం ఇచ్చిన

సూత్రాలకు, పరిష్కారాలకు నిరూపణలు తయారుచేసి నమోదు చేసేవాడు. ఆయన మరణించిన 98 సంవత్సరాల తర్వాత ఈనాడు బ్లాక్ హెూల్స్ ప్రవర్తన అర్థం చేసుకోవడానికి ఆయన సూత్రాలు వినియోగించుతున్నారు.

మీరు మీ చింతలూ, భయాలు, స్వీయావరోధం వదిలి విశ్వవివేచనను సహాయం కోరితే, ఆ సహాయం క్షణాలలో మీకు లభిస్తుందని మీరు గమనిస్తారు. మీ మనసులో ఒక భావంగా, మీ శరీరానికి ఒక చికిత్సగా అది ప్రత్యక్షమవుతుంది. బాహ్యప్రపంచానికి అది ఒక యాదృచ్ఛికంగా లేదా జీవితంలోని సవాళ్లకు ఒక అత్యద్భుత పరిష్కారంగా దర్శనమిస్తుంది.

ఇక్కడ ఒక భారతీయ కథ గుర్తుకు వస్తుంది. ఒక గ్రామంలో ఉన్న జంతువులన్నీ అడవికి షికారు వెళ్లాలని నిర్ణయించుకున్నాయి. గుర్రాలు, గాడిదలు, ఎలుకలు, పందులు, గబ్బిలాలు, పిల్లులు అన్నీ అందులో చేరాయి. టౌన్ హాల్ లో ఉండే బల్లి వీటిలో ఎక్కడా లేదని కుక్క హఠాత్తుగా గుర్తించింది. అది వెంటనే టౌన్ హాల్‌కు వెళ్లి పైకప్పుకు అంటుకొని ఉన్న బల్లిని తమతో పాటు రమ్మని అడిగింది.

ఆ బల్లి విచార వదనంతో సమాధానం చెప్పింది.

“క్షమించాలి. నేను రాలేను. నేను కిందికి వస్తే నా పొట్ట మీద నిలిచిఉన్న ఈ టౌన్ హాల్ కప్పు కూలి పోతుంది.”

మనం ఈ భయం, చింత, నిస్పృహ స్థితులలో జీవించుతుంటే మనము కూడా ఆ తెలివిమాలిన బల్లిలాంటి వారిమే. పరమ సత్యాలు మనకు కనబడకుండా మన భయాలు అడ్డుపడతాయి.

ఆ పట్టువదిలిన మరుక్షణం మీరు ఈ విశ్వంతో చేయికలిపి ముందడుగు వేయటానికి మీ బాటను సుగమం చేసుకుంటారు.

మీరు నిద్రలోకి ఒరగబోయే ముందు, లేదా మీ కలలో, పరిష్కారం ఒక ఆలోచనగా మీ మనసులో మెదలవచ్చు. నిద్రలేవగానే మీకు చాలా స్పష్టత అనుభూతిలోకి వస్తుంది. లేకపోతే ఒక స్నేహితుడో, సహెూద్యోగో ఫోన్ చేసి అటువంటి సవాలు ఎలా ఎదుర్కోవాలో తమకు తెలుసునని చెప్తారు.

మానవుడికీ దేవుడికీ మధ్య సంబంధం అత్యంత ప్రాచీనం. మనం పదవ వార్షికోత్సవం, ఇరవై ఐదవ వార్షికోత్సవం వగైరాలు జరుపుకుంటున్నామని తరుచు చెబుతూ ఉంటాం. కాని ఈ పదివేలవ వార్షికోత్సవం, లేదా ఎనభై వేలవ వార్షికోత్సవం మనకు గుర్తు ఉన్నదా? ఈ విశ్వచైతన్యంతో మానవ సంబంధం అత్యంత దీర్ఘమైనది.

ఈ నిగూఢ సంబంధాన్ని గురించి ప్రతిదేశంలోనూ చరిత్ర అంతటా ప్రమాణాలు కనిపిస్తాయి. ఒక పరమ సత్యం ఈ మార్మికుల చేతికి చిక్కినట్లే తోస్తుంది.

కొన్ని సంస్కృతులలో విశ్వ చైతన్యంతో ఈ సంబంధం పూర్తిగా వ్యక్తిగతం. మరి కొన్ని సంస్కృతులలో వ్యక్తి రహితం. ఇది కాలాతీతమైన సంబంధం. భావాతీత

చైతన్యం దైనందిన సాధారణ చైతన్యంలోకి దిగటానికి ప్రయత్నించటం, సామాన్య చైతన్యం భావాతీత చైతన్యంలోకి అడుగుపెట్టడానికి ప్రయత్నించటం - వాటికన్ లో మైఖేల్ ఏంజెలో ప్రదర్శించటానికి ప్రయత్నించింది ఇదే.

చూడటానికి, వినటానికి, స్పర్శ అనుభవించటానికి, అనుభూతి చెందడానికి ఈ ప్రకృతి మన మెదడుకు ఒక సామర్థ్యాన్ని ప్రసాదించింది. అలాగే ఈ విశ్వాన్ని అనుభూతి చెందడానికి కూడా ప్రకృతి మన మెదడులో ఒక కిటికీని ఏర్పాటు చేసిందని మా నమ్మకం. బాహ్య విషయాల మీద పట్టుసడలించి నిర్వికారం అయినప్పుడు మన మెదడులో కొన్నిభాగాలు జీవం పోసుకుని విశ్వ చైతన్యాన్ని అనుభూతి చెందుతాయి.

ఇక్కడ విద్యాసంస్థలో ఈ విశ్వవివేచన అనుభూతి చెందిన పట్టభద్రుల కథలు ఎన్నో ఉన్నాయి. అందులో బ్రిటన్ నుంచి వచ్చిన ఒక డాక్టర్ కథ.

45 సంవత్సరాల వయసులో ఈ డాక్టర్ ఏటా జరిగే చెకప్‌కి వెళ్లారు. తన శరీరంలో క్యాన్సర్‌కి సూచనలు అత్యధికంగా ఉన్నాయని తెలిసి షాక్ అయ్యారు. కానీ డాక్టర్లు క్యాన్సర్ ఎక్కడ పెరుగుతున్నదో కనుక్కోలేకపోయారు. వెంటనే తనమీదనే ఆధారపడి ఉన్న తన భార్యాబిడ్డలను గురించి ఆయనకు విపరీతమైన దిగులు పట్టుకుంది.

అనేక పరీక్షలు, చికిత్సలు అయిన తర్వాత పూర్తి నిరాశ నిస్పృహలతో ఆయన ఇండియాలో మా అకాడమీకి వచ్చారు. ఇక్కడ ఉన్నప్పుడు ఆయన తన ఆందోళన అంతా మన కథలో బల్లి ఆందోళన వంటిదేనని గ్రహించారు. తను లేకపోతే తన భార్యబిడ్డలకు బతకటం తెలియదని, తన అకాల మరణం వారి క్షోభకు కారణం అవుతుందని ఆయన ఊహ. అకాడమీలో ఏడు రోజులు గడిపిన తర్వాత ఆయన తన మరణభయంనుంచి బయటపడ్డారు. తన హృదయంలో ఆయనకు విశ్వ చైతన్యంతో నమ్మశక్యం కాని బంధం ఏర్పడింది. అప్పుడు అది కేవలం ఒక భావన కాదు. అది ఒక ఆవిష్కరణ. ఇంటికి తిరిగి వెళ్ళిన తర్వాత తనకు క్యాన్సర్ సూచనలు అన్నీ మాయమయ్యాయని ఆయన కనుక్కున్నారు. ప్రస్తుతం ఆయన O&O అకాడమీలో శిక్షకులుగా పని చేస్తారు. మనోహరావస్థలో జీవనం సాగించటానికి ఇతరులకు సహాయ పడతారు.

మా సమాజంలో మరొక వ్యక్తికి ఈ విశ్వవివేచన మరొక విధంగా అనుభవంలోకి వచ్చింది. ఆయన 18 సంవత్సరాల క్రితం తనచదువు పూర్తి చేశారు. అప్పటినుంచి ఒక ప్రఖ్యాతమైన ఆటోమొబైల్ కంపెనీలో పని చేస్తున్నారు. మేము ఆయనను కలుసుకోవడానికి కొద్ది సంవత్సరాల క్రితం ఆయనను కంపెనీ వైస్ ప్రెసిడెంట్‌గా ప్రమోట్ చేసి ఇండియాకు బదిలీ చేశారు. ఇండియాలో ఆ సంస్థ విభాగానికి ఆయన అధిపతి. కానీ ఈ ట్రాన్స్ఫర్ ఆయనకు గిట్టలేదు. ఫ్రాన్స్‌లో ఆయనకు ఒక పెద్ద మిత్రబృందం ఉన్నది. ఫ్రాన్స్ వదిలి రావటం ఆయనకు సుతరాము ఇష్టం లేదు.

ఇండియాలో కాకతాళీయంగా జరిగిన అనేక సంఘటనలు కారణంగా ఆయన సంస్థకు వచ్చారు. అక్కడ ఉన్నప్పుడు ఎలాగైనాసరే ఫ్రాన్స్ తిరిగి వెళ్ళాలని తనకు ఎంత కోరికగా ఉన్నదో చెప్పుకోకుండా ఉండలేకపోయారు. చివరికి తన మంకుపట్టు తనను

ఎంత విచారగ్రస్తుడిని చేస్తున్నదో ఆయన గ్రహించారు. నా దగ్గర వివిధ ప్రక్రియలలో పాల్గొన్న తర్వాత ఆయన తన ఆదుర్దాను విడిచిపెట్టారు. తనకు దారిచూపించుమని ఈ విశ్వవివేచనతో ఒక బంధం ఏర్పరుచుకొన్నాడు. ఆ తర్వాత ఆయన తన సంస్థలోని కుళ్ళు రాజకీయాలను ప్రశాంతంగా అంగీకరించారు. భారతదేశంలో రహదారుల అభివృద్ధికి తనుచేస్తున్న సేవ ఆయనకు అమితమైన తృప్తిని, సంతోషాన్ని కలిగించింది. తన పనితనంవల్ల ఆయన అనేకమందికి ఉద్యోగ అవకాశాలు కల్పించారు. వాహనాలు తోలేవారికి రహదారులు భద్రతరం అయ్యేట్లు చూశారు. ఆయన ఉదయం సోల్ సింక్‌తో ప్రారంభించి రోజు ముగిసేసరికి మనోహరావస్థలో ప్రవేశించి ఈ విశ్వంతో బంధం దృఢం చేసుకుంటారు.

నిశ్చలమైన ఆయన చైతన్యంలోకి ప్రతిరోజు కొత్త కొత్త ఆలోచనలు రాసాగాయి. అతను సమస్యలు అన్నీ పరిష్కరించి వ్యాపారాన్ని అంచ లంచలుగా పెంచారు. హఠాత్తుగా ఫ్రాన్స్‌లో హరిత శక్తి రంగంలో ఆశించని అవకాశం అతన్ని పిలిచింది. ప్రస్తుతం ఆ రంగంలో ఆయన నాయకుడు. విశ్వవివేచన ఆయనకు తలుపు తెరిచింది.

మీకు కూడా విశ్వవివేచనతో బంధం కావాలా?

ఈ క్రింది అభ్యాసం ప్రయత్నించండి

విశ్వ వివేచన సంపాదించటానికి నాలుగు అంచెలు

- **మొదటి అంచె:** మీరు కోరుతున్న దానిని గురించి ఆదుర్దా, భయము, నిస్పృహ పూర్తిగా వదిలేయండి.(62 పేజీలోని ప్రశాంత మానసం అభ్యాసం ఇందుకు సాయపడుతుంది)

- **రెండవ అంచె:** మీ హృదయంలో విశ్వవివేచన గురించి ఎరుక కలిగించండి. చాలామంది ఈ విశ్వ వివేచనను ఒక ప్రగాఢమైన శక్తిగా, ప్రశాంతతగా, ప్రేమగా అనుభూతి చెందుతారు. కొంతమంది తమ హృదయంలో దానిని ఒక జ్యోతిగా, లేదా వ్యక్తిగత దైవంగా అనుభూతి చెందుతారు. మరికొందరు అనంతమైన సన్నిధిగా అనుభూతి చెందుతారు.

- **మూడవ అంచె:** మీకు కావలసింది ఆనందంగా అడగండి. స్పష్టంగా ఇది కావాలి అని చెప్పండి. ఒక సజీవ వ్యక్తితో మాట్లాడుతున్నట్టు ఈ విశ్వాన్ని అడగండి.

- **నాలుగవ అంచె:** మీరు కోరిక నెరవేరుతున్నది అని తిలకించండి. మీ హృదయాన్ని కృతజ్ఞతతో నింపండి.

ఈ ప్రక్రియలో మీరు ఏదో ఒకదానిని నమ్మాలి అనే నిబంధన లేదు. మీరు ప్రతి దినం ధ్యానం అభ్యాసం చేసేవారు కూడా కానక్కర్లేదు.

ఈ అభ్యాసాన్ని మీరు ఎప్పుడు తలుచుకుంటే అప్పుడు చేయవచ్చు. లేకపోతే ఫ్రాన్స్ నుంచి వచ్చిన మా విద్యార్థిలాగా దాన్ని ప్రతిరాత్రి ఒక ఆచారం చేసుకోవచ్చు.

రాత్రిపూట అభ్యాస క్రమం

1. మెల్లిగా కళ్ళు మూసుకోండి. నిదానంగా ఊపిరి పీల్చి వదలండి. మీ ధ్యాస శ్వాస మీద నిలపండి.

2. విశ్వ వివేచన సహాయం అవసరం అనుకున్న మీ జీవిత పరిస్థితిని దృష్టిలోకి తీసుకురండి. ఏ విషయంలో మీకు దిక్కు తోచటం లేదనుకుంటున్నారు? ఏ విషయంలో పరిష్కారం కోసం మీవనరులు, శక్తిసామర్థ్యాలు అన్ని ధారపోశారని అనుకుంటున్నారు?

3. ఈ మంత్రాన్ని జపించండి: "అల్పమైన, పరిమితమైన నా ఆంతర్యం నిస్పృహను వదిలి పెడుతున్నాను. నా సమస్యను విశ్వ వివేచన చేతిలో పెడుతున్నాను." పూర్తిగా అనుభూతి చెందుతూ, మనసారా మూడు సార్లు జపించండి.

4. సున్నితంగా మీ హృదయ ప్రదేశం మీద కేంద్రీకరించండి. మీకు సహజమైన రీతిలో విశ్వవివేచనను వికసించనీయండి. మీరు ఒక కొత్త శక్తిని, గొప్ప శాంతిని, ప్రేమను అనుభూతి చెందవచ్చు. హృదయానికి చేరువలో ఉన్న దృశ్యం కానీ, రూపం కానీ మీకు దర్శనం ఈయవచ్చు. లేదా అ రూపరహితమైన ఒక అనంత సన్నిధానాన్ని అనుభూతి చెందవచ్చు.

5. ఆ అనుభవాన్ని మీ హృదయంలో వికసించనీయండి. మీరు అందులో లీనం అయిపోండి.

6. ఆ సన్నిధానాన్ని ఆనందంగా గమనించి ఒక మనిషితో మాట్లాడుతున్నట్టు దానితో సంభాషించండి. మీ గాఢమైన కోరికను తీర్చమని విశ్వాన్ని అడగండి. మీరు పూర్తిగా నమ్మినవారితో మాట్లాడినట్లు హృదయపూర్వకంగా మాట్లాడండి.

7. మీ సంకల్పం సాకారం కావటం గమనించండి. దానిని చూసి ఆనందించండి. ఆ అనుభవంలోని ఆనందాన్ని అనుభూతి చెందండి.

విశ్వ వివేకంతో బంధాన్ని గురించిన ఒక కథ చెప్తాను.

తలిదండ్రుల ఆశయం నెరవేర్చే ప్రయత్నంలో 'ఏకం' పేరుతో మేము ఒక ధ్యానకేంద్రం నిర్మించామని కృష్ణాజీ ఇంతక్రితం చెప్పారు గదా! ఏకం కేవలం ఒక అందమైన వాస్తు నిర్మాణం మాత్రమే కాదు. అది ఒక రహస్య శక్తి కేంద్రం. అక్కడ చేరినవారు హఠాత్తుగా భావాతీత స్థితిలోకి వెళ్ళిపోతారు. విశ్వ వివేచనతో బంధం ఏర్పరుచుకుంటారు.

జూలీ ఒక ప్రేమకథా రచయిత్రి. ఆగస్ట్ 2018లో ఏకం నిర్వహించిన ప్రపంచ శాంతి ఉత్సవానికి ఆమె రాలేనంత పనయింది. ఆమె జీవితం ఆనందమయంగా ఉన్నది. ఆధ్యాత్మికంగా ఆమె తన అప్పటి స్థితినుంచి ఇంకా లోతుగా దిగాలని ఆశించలేదు.

కాని ఆమె కుతూహలానిది పైచెయ్యి అయింది. ఆమె ఒక యాత్రా కార్యక్రమం సిద్ధం చేసింది.

ఏకంలో మొదటినాడు ఆమెలోని ప్రగాఢమయిన కోర్కెను గురించి యోచించుమని చెప్పారు. ఆమె దీర్ఘకాల అనారోగ్యంతో బాధపడుతున్న తన బాయ్ ఫ్రెండ్ ను గురించి ఆలోచించింది.

అతని బాధ తొలగటానికి నేను ఏమైనా చేస్తాను. ఆమె ఆలోచన. నేను అతనిని గాఢంగా ప్రేమిస్తున్నాను. కాని అతని స్వేచ్ఛకు ఈ బంధమే అడ్డుగోడ అయితే, నేను అతనిని విడిచిపెట్టటానికి సిద్ధంగా ఉన్నాను.

జూలీ ఏకం చేరిన మర్నాడు అంతకు మునుపు ఎన్నడూ లేనంతగా ఆమెకు శూలాలు గుచ్చినట్లు బాధ మొదలు అయింది. ఆ అసౌకర్యంతో కూర్చొని ఉండగా, తనకు వచ్చిన నెప్పి తన బాయ్ ఫ్రెండ్ వర్ణించిన దానికి సరిగా సరిపోలుతుంది అని ఆమెకు తోచింది.

ఆ బాధనుంచి విముక్తి పొందటానికి ఏదో ఒక మాత్ర వేసుకునే మామూలు అలవాటు బదులు, ఆమె ఆ నొప్పి భరించి, సహించటానికి నిశ్చయించుకున్నది. ఆమె తన బాయ్ ఫ్రెండ్‌తో కలిసి చాలామంది డాక్టర్ల చుట్టూ తిరిగింది. కాని ఈ శరీరంలో దీర్ఘకాలంగా భరించే బాధ ఎలా ఉంటుందో తొలిసారిగా ఆమెకు అనుభవంలోకి వచ్చింది.

ఏకంలో ఆమెకు చాలా అంతర్ దృష్టులు లభించాయి. ఆమె తన బాయ్ ఫ్రెండ్ కు చెప్పాలని తహతహ లాడుతున్నది.

కాని ఆమె ఇంటికి చేరగానే ఆమె ప్రపంచం తలక్రిందులైనట్లు తోచింది.

జూలీకి ఆమె బాయ్ ఫ్రెండ్ కు మధ్య సమస్యలు తలెత్తసాగాయి. మొదటి సంవత్సరం చాపక్రిందికి తోసిన సమస్యలన్నీ ఇప్పుడు బయట పడుతున్నాయనిపించింది.

'హనీ మూన్' సమయంలో వాళ్ళు ఇద్దరూ ఒకరినుంచి ఒకరు దాచిన వన్నీ ఇప్పుడు ఆమె కళ్ళెదుట నాట్యమాడుతున్నాయి. వారి మధ్య టెన్షన్‌తో బాటు దూరం

కూడా పెరగ సాగింది. వారిద్దరికీ కలిసి జీవించే భవిష్యత్తు కనపడనంత దూరం వారి ఇద్దరి మధ్య పెరిగింది. విడిపోవటం ఒక్కటే పరిష్కారంగా తోచింది.

అంత నిరాశలో కూడా జూలీ ఏకంలో తనకు కలిగిన అనుభవాన్ని మర్చిపోలేదు. తనకు కలిగిన బాధ. ఆ బాధ మరి ఎవరికి కలగకూడదని కూడా ఆమె ప్రార్థించింది. ఏకంలో ఆమెలో భావాతీతమైన అనుకంప కలిగింది. ఆ స్థితిలో తనకు తన బాయ్ ఫ్రెండ్ కు మధ్య ఏమి జరిగినా సరే, తను మాత్రం అతనితో క్రూరంగా ప్రవర్తించనని నిర్ణయించుకున్నది.

మరి తనతో తన ప్రవర్తన విషయం ఏమిటి?

ఏకంలో ఉన్నప్పుడు తను కోరుకున్న కోరికలను గురించి పర్యావలోకనం చేసింది. తాను అతనిని కోల్పోయినా సరే అతనికి మాత్రం బాధనుంచి విడుదల కలగాలి అని కోరింది.

పర్యావలోకనంలో తన బాయ్ ఫ్రెండ్ కు ఆరోగ్యం కలగాలి అంటే తనకు బాధ కలగాలి అనే నిబంధన ఎందుకు ప్రత్యక్షమైంది? దేవుడితో కూడా బేరం ఆడాలి అనే అనుభూతి తనకు ఎందుకు కలిగింది? నా బాయ్ ఫ్రెండ్ కి ఆరోగ్యం ప్రసాదిస్తే, నాకు ఎంతో విలువైన నా ప్రేమను త్యాగం చేస్తాను.

విశ్వ వివేచనను గురించి తన పర్యావలోకనం ఎందుకు అంత పరిమితంగా ఉన్నది?

ఆమె చిన్న నాటి నుంచి చదివిన కథలు ఆమెలో కొన్ని నమ్మకాలు పాదు కొలిపాయి: ప్రేమ కావాలి అంటే త్యాగం చెయ్యాలి, ప్రణయం ఎప్పుడూ విషాదాంతం అవుతుంది, బదులు పుచ్చుకోకుండా ఈ విశ్వం ఏమీ ఇవ్వదు.

తనకు ప్రేమ, ఆరోగ్యం ఈ రెండింటిలో ఏదో ఒకటి మాత్రమే సాధ్యమని ప్రస్తుతం జూలీ ఆలోచించదు. ఈ విశ్వం శిక్షించుతుంది అనే భావం శతాబ్దాల తరబడి వెంటాడుతూ వచ్చిన ఆశ్రయణం ఫలితమే అని ఆమె గ్రహించింది. ఇది విశ్వవివేచన ఆమెలో కలిగించిన మేలుకొలుపు. ఈ విశ్వం శ్రేయస్సునే ప్రసాదించింది అనే విశ్వాసంతో ఆమె తను తన బాయ్ ఫ్రెండ్ ఆరోగ్యాన్ని, ప్రేమను అతనితోకలిసి ఆనందించే దృశ్యాన్ని అవలోకించ సాగింది. జూలీ అవలోకనం కేవలం తమ భవిష్యత్తుకు మాత్రమే పరిమితం కాలేదు. ఆమె తన అంతరంగం తోనూ, ఈ వివేచనతోనూ గాఢమైన సంబంధం ఏర్పరచుకున్నది. ఏదైనా అసౌకర్యం కలిగినప్పుడు ఆమె 'సుముఖంగా ఉండు' అని తనకు తాను చెప్పుకోదు. పరిపూర్ణమైన భాగస్వామిగా ఉండటానికి ఆమె కిందా మీదా పడనవసరం లేదు. ఏదైనా అపశృతి కలుగుతుందేమో అన్న భయంతో ఆమె అనందాన్ని మబ్బుకమ్మదు. అంటే ఆమెకు ఎప్పుడూ భయం అనేది కలుగదు అని కాదు. ఆ భయం కలిగినప్పుడు ఆమె మూడవ రహస్యాన్ని ఆశ్రయించి ఉంటుంది. ఆమె ఈ విశ్వాన్ని సహాయం కోరుతుంది. వెంటనే ఆమెకు ఆ సహాయం దొరుకుతుంది. ఒక

ఆత్మీయత, అనురాగం, బంధం ఆమె అనుభూతికి వస్తాయి. వారికి ఎదురైన సవాళ్లను వేటినైనా ఎదుర్కొనే శక్తి ఆమెకు ఉన్నది అన్న భరోసా.

మా విద్యార్థులలో అనేకమంది జూలీ లాగానే, తమ బాంధవ్యాలలో సామరస్యం తీసుకురావాలని ఆరాట పడుతున్నారు. రాబోయే జీవనయానంలో ప్రేమానుభవాన్ని ఎలా మేల్కొలపాలో నేర్చుకుంటారు. ఆ స్థితిలో మీరు, మీ జీవిత భాగస్వామి, మీ ఆత్మీయులతోనే కాక మీరు కలుసుకునే ప్రతి ఒక్కరితోనూ మీ సంబంధ బాంధవ్యాలని సంపన్నం చేసుకుంటారు. ఈ విశ్వంతో బంధం ఏర్పరుచుకోవటానికి మీరు ఈ బంధనాలు విడిచిపెట్టాలి అంటే, మీకు ప్రియమైన దానిని త్యజించటం కాదు. జీవితంలో సమస్యలను అల్లుకొని ఉన్న బాధామయ స్థితుల నుంచి విడుదల పొందటం. ఈ విశ్వం అనుగ్రహానికి పాత్రులం కాకపోతే మనకు శిక్ష పడుతుంది అనే భయం నుంచి విడుదల. వేదనామయ స్థితిలో మన పరస్పర బాంధవ్యాలు క్షీణించినట్లు, విశ్వవివేచన అందుకునే ప్రయత్నంలో మనం వేదనామయస్థితిలో ఉంటే ఈ విశ్వ శక్తికి మనం దూరం అవుతాం. మనోహరావస్థలో మాత్రమే మీరు ఈ విశ్వం ఆశీస్సులు పొందగలరు. పవిత్ర రహస్యాలు ఒకదానికొకటి ముడిపడి ఉన్నాయి అని గుర్తుంచుకోండి. అసామాన్యమైన అదృష్టం సృష్టించాలి అంటే అన్ని రహస్యాల మీద ఆధిపత్యం సాధించాలి.

మూడవ జీవనయానం

హృదయపూర్వక భాగస్వామి

ప్రీతాజీ

అందరూ సర్వవిధాలా సరిఅయిన జీవిత భాగస్వామినే కోరుకుంటారు. సహవాసము, ప్రణయము కోరటం సాధారణం.

కానీ ప్రేమించడం అంటే ఏమిటో మనలో ఎంతమందికి నిజంగా తెలుసు?

ప్రేమ, బాంధవ్యాలమయం అయిన మనోహరావస్థలో జీవించినప్పుడు మనకు తగిన భాగస్వామిని ఆకర్షించడమే కాక జీవితమంతా వారితోనే గడుపుతాము. ప్రేమ అంటే ఏమిటో తెలియకపోతే తగిన భాగస్వామి కూడా కాలక్రమేణా తగని భాగస్వామి అవుతారు.

ఈ జీవనయానంలో అంతర్ దృష్టి కలగటానికి ప్రస్తుతం ప్రణయ బాంధవ్యంలో వుండవలసిన అవసరం లేదు. మనకు ఇంతకు పూర్వం, లేదా ప్రస్తుతం ఉన్న బంధాలతో మన అంతరంగ సత్యం దర్శించుకుంటే చాలు. అదే విధమైన బాధాకరమైన అనుభవాలు ఇకముందు కలగకుండా చూసుకుంటే చాలు.

మనం దర్శించబోయే ప్రేమావస్థకు ప్రతి బాంధవ్యాన్ని పరివర్తన చేయగల ఉదాత్తశక్తి ఉన్నది.

ప్రేమ – మన జీవితాలు

ఎవరి సమక్షంలో అయితే మనం సర్వము మరిచిపోగలమో అటువంటి వ్యక్తిని ఎవరు కోరుకోరు? ఇలా ఉండాలి అలా ఉండాలి అనే వొత్తిడి లేకుండా కేవలం పరస్పర సమక్షంలో కలిగే ఆనందంలో, పరస్పరం అభినందించుకోవడంలో ఆనందం అనుభవించే బాంధవ్యం ఎవరు కోరుకోరు? మీ ఆత్మను సంగీతఝురిలో ఆప్లావితంచేసే ప్రేమకోసం తపించనివారు ఉంటారా?

ఆ ప్రేమ ఇద్దరు వ్యక్తులకు ఒకే విధమైన అభిరుచులు, ఆసక్తులు, ఉద్వేగాలు, ఆవేశాలు ఉండటం వలన మాత్రమే కలగదు. బాంధవ్యంలో వారు ఇద్దరూ మనోహరావస్థకు చేరితే అప్పుడు అసలైన ప్రేమ కలుగుతుంది.

ఈ బాంధవ్యం అంటే ఏమిటి?

జీవితాన్ని నేను అనుభూతి చెందినట్లు ఇతరులు అనుభూతి చెందటం లేదు అని గ్రహించినప్పుడు నేను షాక్ అయ్యాను. అప్పుడు నా వయస్సు సుమారు తొమ్మిది సంవత్సరాలు. నాకు తెలిసినంత మటుకు మా అమ్మ, నాన్న, సోదరిల అనుభూతిని నేను చెందగలిగే దానిని. ఉపాధ్యాయులు, స్నేహితుల అంతరంగ అనుభవాలను నేను అనుభూతి చెందే దానిని.

నాకు వారి ఆలోచనలు చదవటం అంటూ ఏమీ తెలియదు. మా మధ్య ఏమీ భేదం లేదన్నట్లు వారి అనుభూతులే నా అనుభూతులుగా ఉండేవి. కనుక వారి మనసు ఎరిగిన ఆ స్థితినుంచి నేను సమాధానం చెప్పేదాన్ని. నాకు 9 ఏళ్ల వయస్సు వచ్చినదాకా అందరూ బాగానే ఉంటారు అనుకునేదాన్ని.

పూర్వము, ఇప్పుడు కూడా బాంధవ్యమే సహజ స్థితి. హృదయ పూర్వక సంబంధ బాంధవ్యం నాతో కలిగించుకోవాలి ప్రయత్నించినవారు చాలామంది ఉన్నారు. ప్రస్తుతం మా అమ్మ, కృష్ణాజీ గురించి చెప్తాను.

నా బాల్యం చాలా ఆనందంగా, నిర్భయంగా గడిచింది. మా అమ్మానాన్న నన్ను, మా అక్కను చాలా బాగా చూసుకున్నారు. నా బాల్యంలో నాకు ఒకే ఒక అసంతృప్తి ఉండేదని హాస్యం ఆడుకుంటాను. మా అమ్మకు నాకంటే మా అక్క అంటే ఎక్కువ ప్రేమ. కానీ మా నాన్నకు నేనంటే ఎక్కువ ప్రేమ. కనుక లెక్క సరిపోయింది.

మా అమ్మ మా కోసం చాలా త్యాగాలు చేసింది. ఆమె పట్టుబట్టి మాకు మంచి చదువు చెప్పించింది. మాకు గొప్ప సంస్కృతి కూడా నేర్పింది. మమ్మల్ని పెంచి పోషించింది. మా బాగోగులు చాలా బాగ చూసింది. ఆమె మమ్మల్ని ఎన్నడూ నొప్పించలేదు. నేను కృష్ణాజీని కలుసుకునే వరకు ఆమె నాకు అత్యద్భుతమైన ప్రేమానుభవం ప్రసాదించింది.....

కృష్ణాజీతో నా వివాహం అయిన తర్వాత బాంధవ్యం అంటే నా అవగాహన పెరిగింది. నా అనుభవం విస్తృతమైంది. ఆయన నా అవసరాలు చూడటమే కాదు, నా

అంతరంగంతో చెలిమి చేస్తారు. ఇలా చేస్తే బాగుంటుందేమో. మా అమ్మ నన్ను ఎంత ప్రేమగా చూసుకునేదో, ఈయన అంత ప్రేమగాను నన్ను చూసుకుంటారు. పెంచి పోషించడమే కాక మహత్తరమైన తోడ్పాటు ఇస్తారు. అంతేగాక మరొక విషయం కూడా నా అనుభవంలోకి వచ్చింది. నా అనుభూతుల గురించి కూడా ఆయన జాగ్రత్త పడతారు.

నేను విచారంగాకానీ, ఒత్తిడిలో ఉన్నప్పుడు కానీ ఆయన నన్ను విడిచి వెళ్ళ లేదు. నేను విచారంగా ఉంటే అందులోనుంచి బయటపడటానికి ఆయన సాయం చేస్తారు. నేను ఆనందంగా ఉన్నప్పుడు ఆయన నా ఆనందం నుంచి దూరంగా ఉండరు. ఆ ఆనందం తనదే అన్నట్లు వ్యవహరిస్తారు.

మీరు ఆనందంగా ఉన్నప్పుడు ప్రేమ పొందటం వేరు. మీకు కోపంగా ఉన్నప్పుడు ఏ తీర్పు లేకుండా అంగీకరించారు అని అనుభూతి కలగటం వేరు. కృష్ణాజీకి కూడా నామీద అప్పుడప్పుడు కోపం వస్తుంది. అది కొద్ది క్షణాలు మాత్రమే. కానీ వెంటనే ఆ సమయంలో నేను ఎలా ఉన్నాను అనే విషయం ఆయన అర్థం చేసుకుంటారు. అదే కృష్ణాజీ నాకు ఇచ్చిన అమూల్యమైన కానుక.

మా వివాహం అయి 22 సంవత్సరాలు అయింది. ఇన్ని సంవత్సరాలూ ఆయన అలాగే ఉన్నారు. ఆయనతో ఉన్నప్పుడు నా మనసు తేలికగా విశ్రాంతిగా ఉంటుంది. ఎందుకంటే నేను ఇలా ఉండాలి అని ఆయన ఆశించరు. నేను ఆయనతో ఎలా ఉండాలో కూడా ఆయన ఏమీ ఆశించరు. ఇలా కులాసా అయిన బాంధవ్యం నానుంచి కృష్ణాజీకి, మా అమ్మాయికి కూడా ప్రసరించుతుంది.

ప్రేమమయమైన ఈ బాంధవ్యం, సున్నిత మనస్తత్వం మా అకాడమీ అంతటా సహజ సంస్కృతిలాగా ప్రవహిస్తుంది అని చెప్పటానికి నేను వెనుకాడను. ఇక్కడ కుటుంబము అంటే ఏమిటో అందరికీ అనుభవంలోకి వస్తుంది. ఇక్కడ చాలా సుఖంగా ఉంటుంది అని అందరు చెప్తారు. మనోహరస్థితిలో జీవించటానికి ఇక్కడి అధ్యాపకులు చూపించే ఆత్మీయత వారి హృదయాల తలుపులు తెరిచింది.

ఏమీ ఆశించని ఆ బాంధవ్యమే జీవన సారాంశం. జీవితంలో కఠినమైన సవాళ్లను ఎదుర్కొని జయించటానికి తోడ్పడేది నిశ్శబ్ద శక్తి. మనతో మనం, మన గతంతో, మన వర్తమానంతో శాంత పడితే మనోహరావస్థలోని ఆ బాంధవ్యం మన అందరికి అందుబాటులో ఉంటుంది.

మరి మనకు ఆ మెలకువ కలగటం ఎలా?

మనం స్వీయ అవరోధం సంకెళ్లు తెంచుకొని మనోహరావస్థలో జీవనం సాగించాలి. సన్నిహిత బాంధవ్యం కావాలి అంటే పరస్పర పరిణామానికి రెండువైపుల నుంచి సిద్ధంగా ఉండాలి. మిమ్మల్ని మీరు పూర్తిగా కౌగిలించుకున్నప్పుడు ఎదుటివారి ని అంగీకరించ గలరు. ఎదుటి వారు మిమ్మల్ని అంగీకరించిన అనుభూతి కూడా పొందగలరు. గతం వల్ల మీకు కలిగే అవమానం నుంచి విడుదల అయినప్పుడే ఎదుటి

వారితో మీరు కులాసాగా ప్రవర్తించగలరు. మీ వర్తమానంతో మీరు ప్రశాంతంగా ఉన్నప్పుడే మీ పట్ల ఎదుటివారి గౌరవాన్ని అనుభూతి చెందగలరు. మీరు నిండుగా అనుభూతి చెందినప్పుడే మీ పూర్తి వ్యక్తిత్వాన్ని ఎదుటివారికి ప్రదర్శించి ప్రేమానుభూతితో స్పందించగలరు. ఆ స్థితిలో మాత్రమే మనోహరావస్థలో జీవనం కొనసాగించేట్లు తలిదండ్రులుగా మీ పిల్లలకు దారి చూపగలరు.

జానపద కథ

కప్ప యువరాజు (ది ఫ్రాగ్ ప్రిన్స్ - గ్రిం రచన) కథ మీరు వినే ఉంటారు. దాన్ని డిస్నీ సంస్థ వారు చలన చిత్రంగా సృష్టించారు. అందులో ఓప్రా విన్ఫ్రే నటించింది. ఆ కథనే ఆన్ సెక్స్టన్ తన కవిత్వంలో పరిశోధించింది. పౌరాణికులు జోసెఫ్ కాంప్ బెల్ ఆ కథలోని ప్రతీకాత్మకత విశ్లేషించారు.

ఒంటరితనంతో ఉన్న ఒక రాజకుమారి తన బంగారు బంతి ఒక నీటి చెలమలో పోగొట్టుకుంటుంది. అప్పుడు ఒక మాట్లాడే కప్ప కనిపించి ఆ రాజకుమారి తనతో చెలిమి చేస్తే తాను ఆ బంగారు బంతి వెతికి తెస్తాను అంటుంది. జిగట ఓడుతున్న ఆ స్నేహితుణ్ణి చూస్తే ఆ రాజకుమారికి నచ్చలేదు - అది ఒక రాజకుమారుడిగా మారేవరకూ.

మన ప్రపంచంలో మనం తరుచు రాజసంతో ప్రేమలో పడుతూ ఉంటాం. క్రమంగా వారిలో దర్శనం ఇచ్చే మొరటుతనం, కోపం తెప్పించే పిచ్చి చేష్టలు చూసి భయభ్రాంతులతో నిశ్చేష్టులం అవుతాం. ఇల్లంతా మట్టి చేస్తారు. మనం చెప్పేది ఏదీ వారికి అర్థం కాదు.

బాంధవ్యాలు తొలిరోజులలో ఎంత అద్భుతంగా ఉంటాయో మనలో చాలామందికి తెలుసు. కాని కాస్త ముందూ వెనకగా నిజం బయట పడుతుంది. మన సహచరుల అసలు రూపం దర్శనం ఇస్తుంది. మట్టితో బొమ్మలు చేసే పిల్లలాగా అందులో సరదా అయిపోగానే, మనం ఆ బాంధవ్యాన్ని తుంచి వేస్తాం. మళ్ళీ మన వేట మొదలు పెట్టుతాం. ఆ తర్వాత తారసపడే వ్యక్తి సరయిన వారు అవుతారని మన నమ్మకం.

అసలు ఏం జరుగుతున్నది? నిన్నటివరకు మనం ఆ వ్యక్తి ప్రేమలో తన్మయులం అయి ఉన్నాం. మరి ఇవాళ హఠాత్తుగా తలనొప్పి, విసుగు పుట్టించే జడులుగా ఎలా తయారయారు? అఖండ ప్రేమగా మొదలయిన ఈ బాంధవ్యం నిరాశ, నిస్పృహలతో ఎందుకు అంతమవుతుంది? మన సుందర స్వప్నాలు భయభ్రాంతులు కలిగించే పీడకలలు. అందులోనించి ఎంత త్వరగా బయట పడుదామా అని మన ఆరాటం - ఎలా అవుతాయి?

మన బాంధవ్యాలు తప్పుదారి తొక్కటానికి కారణం ముంజేతి కంకణం లాంటిది. ఇందుకు కారణం నేను కాదు, వాళ్ళు అని మనకు మనం చెప్పుకుంటాం. ఎదుటి

మనిషి కొంచెం శ్రద్ధ, మరికొంత బాధ్యతా, మరికొంత అనురాగం చూపి ఉంటే ఈ బాంధవ్యం నిలిచి ఉండేది.

మనకు అలవాటయిన ఆలోచన ఇదేగదా!

మన జీవితాలలోని జానపద కథకు చిక్కుముడి విప్పవలసిన సమయం వచ్చింది. మన పాత ఆలోచనా సరళికి స్వస్తి చెప్పి ప్రగాఢ సత్యం బాటలో అడుగు పెడదాం.

ఇది మా సంస్థలోని ఒక విద్యార్థిని కథ. ఆమె తన బాయ్ ఫ్రెండ్‌తో తన బాంధవ్యాన్ని తుంచివేసే ఆలోచనలో ఉన్నది.

విపరీతమైన పనితో మూన్ ఒకవారం చాలా చిరాకుగా ఉన్నది. ఇక్కడ ఆమె యోగ శిక్షణ ఇవ్వాలి. దానికి తోడు సొంతపనిలో ఆమె చాలా వెనుకబడి ఉన్నది. రాబోయేవారం చూస్తే అక్కడా ఏమీ ఊపిరి సలుపుకునే వ్యవధి లేదు. ఆమెలో కోపం, అశాంతి పెరిగి పోయాయి. దాదాపు ఖాళీగా ఉన్న రోడ్డు మీద ఆమె యాక్సెలరేటర్ తొక్కింది. ఎదురుగా మరొక వాహనం వేగంగా వస్తున్నదన్న విషయం ఆమె తక్షణం గ్రహించ లేకపోయింది. ఎదురుగా వస్తున్న బండితో ఢీ కొట్టకుండా తప్పించుకోవటానికి ఆమె పక్కకు తొలిగే ప్రయత్నం చేసింది. ఆ ప్రయత్నంలో ఆమె పక్కనే ఉన్న కాలిబాట గట్టును ఢీ కొన్నది. అదృష్టం కొద్దీ గాలి బెలూన్ తెరుచుకొని ఆమెకు ప్రమాదం తప్పింది. ఇన్ని సంవత్సరాల యోగాభ్యాసం కారణంగా ఆమె శరీరం ఆ షాక్ తట్టుకోగలిగింది.

కాని కారు మాత్రం బాగా దెబ్బతిన్నది. దిగ్భ్రమలో మూన్ ఈ ఘటన రిపోర్ట్ చేయటానికి దగ్గరలో ఉన్న పోలీస్ స్టేషన్‌కు దారి తీసింది. అక్కడ ఆమె పోలీసులకు తన తల్లిదండ్రుల చిరునామా ఇవ్వటానికి ఒప్పుకోలేదు. జాగ్రత్తగా డ్రైవింగ్ చేయటం గురించి మరొక ఉపన్యాసం ఆమె వినదలుచుకోలేదు.

తన పరిచితుల పేరుకోసం ఆమె దేవులాడుతుండగా ఆమె వెనుకనించి పరిచితమైన ఆమె బాయ్ ఫ్రెండ్ గొంతు వినిపించింది. ఎంతో అపనమ్మకంతో, మరెంతో ఊరటతో ఆమె వెనక్కు తిరిగి చూసింది. అతను ఆ వెనుక నిల్చొని ఉన్నాడు. అతను ఒక క్లయంట్‌ను కలుసుకోవటానికి ఆ దారినే వెళ్తున్నాడు. రోడ్డు మీద నుజ్జు అయిపడి ఉన్న మూన్ కారు చూశాడు.

ఆమెకు దెబ్బలు ఏమైనా తగిలాయా అని విచారించి ఆ తర్వాత ఆమె అజాగ్రత్తకు, పరధ్యానానికీ ఇంకా అనేక ఇతర లోపాలకు ఆమెను మందలించటం మొదలు పెట్టాడు. పోలీసుల ప్రశ్నలన్నిటికీ సమాధానాలు చెప్పి, లాంఛనాలన్నీ తీరుస్తూ ఉన్నంతసేపు అతను ఆమెను మందలిస్తూనే ఉన్నాడు.

తప్పుపట్టే అతని మొరటుతనం చూసి నిస్సహాయతతో, కోపంతో మూన్ కళ్ళవెంట నీరు కారింది. పోలీస్ స్టేషన్‌లో కుర్చీలో కూర్చున్న ఆమె ఆలోచన: అవసరమైనపుడు అతను నన్ను, నా బాధను అర్థం చేసుకోకపోతే, ఇక ప్రేమకు అర్థం ఏమిటి? ఇటువంటి మనిషితో ఎలా జీవితం గడిపేది? నేను కలగన్న వ్యక్తి ఇతను కాదు.

ఎదుటి మనిషిని గురించి పట్టించుకోవటం తెలియని వ్యక్తితో తను జీవించటం సాధ్యం కాదని ఆమె నమ్మసాగింది. ఒక మూలన కూర్చుని కన్నీళ్లు దిగమింగుతూ తమ బాంధవ్యానికి ముగింపు పలకాలని ఆలోచిస్తూ ఉండగా హటాత్తుగా ఒక కదలిక కలిగింది. రెండు నెలల క్రితం మా సంస్థలో ఒక శిక్షణా కార్యక్రమానికి హాజరైంది. ఆ సమయంలో ఆమెకు కలిగిన అంతర్దృష్టి ఆమెను అయోమయంలో పడవేసింది.

మీ వేదనావస్థను మీస్వీయావరోధమే ఎగసన తోస్తుంది.

మునుగుతున్న పడవలో చిల్లి ఎక్కడ ఉన్నదో ఆమెకి తెలిసినట్లు అయింది. తన బాయ్ ఫ్రెండ్ లో తప్పులు వెతికే బదులు ఆమె స్వీయావరోధమయమైన తన ఆలోచన పరిశీలించ సాగింది. అప్పుడు ఆమె తన అంతరంగంలోని రెండవ పరమ రహస్యం అర్థం చేసుకోసాగింది.

తన బాయ్ ఫ్రెండ్ తన అవసరాన్ని ఆదుకున్న విధానాన్ని ఆమె తప్పుబట్టింది. కానీ ఆ సమయంలో అతను చేసిన సహాయం ఆమె అర్థం చేసుకోలేక పోయింది. తను ఆశించినట్టు జరగలేదు అనేదే ఆమె బాధ. ఆ బాధామయ స్థితిలో ఆమె తనకు సహాయం చేసి తోడ్పడుతున్న వ్యక్తితో సంబంధం తెంచివేసుకోవాలని కూడా ఆలోచించింది. ఆమె ఆలోచన ఆమెకి షాక్ ఇచ్చింది. తన కోపంలో, నిరాశలో తను ఎంత మూర్ఖురాలు అయింది! బాంధవ్య మంటారా ఆ క్షణంలో అటువంటిది ఏమీలేదు.

మూన్ కళ్ళుమూసుకొని తన బాయ్ ఫ్రెండ్‌ను గురించి ఆలోచించగా, అతని మనసులోనిబాధ ఏమిటో ఆమె అనుభూతి చెందసాగింది. ఆ పరిస్థితిలో ఆమె ఎంత పని ఒత్తిడిలో ఉన్నదో అతను కూడా అంతే ఒత్తిడిలో ఉన్నాడు. ఏమి జరిగి ఉండేదా అని అతను కంగారు పడ్డాడు. కంగారు, ఆదుర్దా వారికి వేరు ఏమీ కాదు. వారు ప్రకటించే విధానం వేరుగా ఉండవచ్చు అంతే. అతని అనుభూతులు ఎలా ఉన్నాయో గమనించిన తర్వాత, ఆమె అతని మందలింపులు అన్ని మర్చిపోయి, తన భద్రతను గురించి అతని అనుభూతిని దర్శించ కలిగింది. అతనిని అనుభూతి చెందగలిగింది. అదే ఏకత్వంలో అనుభవం.

కళ్ళు తెరిచినప్పుడు అతను పోలీస్ ఆఫీసర్‌తో కరచాలనం చేయటం ఆమె చూసింది. అతను నవ్వుతూ తనను సమీపిస్తుండగా ఆమె కళ్ళు నీళ్లతో నిండిపోయాయి. తన అంతరంగ సత్యం తన బాంధవ్య అనుభవానికి తన హృదయాన్ని తెరిచింది. ఇప్పుడు ఇక ఆమె జీవితం ప్రతిరోజు ఆనందమయం అవుతుంది అని ఆమె తెలుసుకున్నది.

ఇక్కడ ఆగండి. నిదానంగా, గాఢంగా శ్వాసించి విశ్రమించండి. మీ జీవితంలో ఎదుటివారి అంతరంగాన్ని అనుభూతి చెందినట్లు కానీ, లేదా ఎదుటివారు మీ అంతరంగాన్ని అనుభూతి చెందినట్లు గాని అనుభవం కలిగిన క్షణాలు వెతుకుతూ వెనక్కు పదండి.

ఈ ఏకత్వం అనుభవం ఒక సన్నిహిత సాంగత్యంగా ఎదిగి ఉండకపోవచ్చు. కానీ ఆ ఏకత్వం అనుభవంలో కొద్ది క్షణాలు సేదతీరండి. అటువంటి అనుభూతి ఏదీ మీకు జ్ఞాపకం రాకపోతే దాని గురించి విచారించకండి. ఆ జ్ఞాపకాలు తర్వాత వాటంతట అవే కలుగుతాయి. మన ఆత్మీయులతోను, అపరిచిత వ్యక్తితోను, పెంపుడు జంతువుతోనూ, ప్రకృతితోను మనలో ప్రతి ఒక్కరమూ ఆ క్షణాలు అనుభవించి ఉంటాము.

బాంధవ్యాలలో మొదటిలో ఉన్న ఆకర్షణ క్రమంగా ఎందుకు కరిగిపోతుంది అని మమ్మల్ని తరుచూ అడుగుతూ ఉంటారు. ప్రకృతి ఆసక్తి కేవలం మన జాతిని పెంచటం వరకేనేమో. ఆకర్షణ, సమ్మోహనం మనలో కొంతకాలం మాత్రమే కలిగేట్లు మన రసాయనం సృష్టి అయిందేమో. ఆ తర్వాత మన అంతరంగం పరిణామం కలిగించుకోవాలి.

బాంధవ్యాలు తెగిపోయేది పరస్పర ఆకర్షణ నీరసించటం వల్ల కాదు. మనం స్వీయఅవరోధం సంకెళ్ళలో బంధించబడిన చైతన్యానికి అలవాటు పడిపోయాము. దానికి తెగతెంపులు చేసుకోవడం చాలా సులభం. బాంధవ్యాన్ని కేవలం ఆకర్షణ స్థాయినించి నిత్యప్రేమబంధం స్థాయికి చేర్చాలి అంటే మన చైతన్యం వియోగంలోనుంచి సంయోగంలోకి పరివర్తన చెందితేనే సాధ్యం. మనం అన్యమనస్కత నుంచి బయటపడితేనే ఇతరుల చైతన్య శక్తికి కళ్ళు తెరుస్తాం. ఇతరుల చైతన్యం మనకు కొత్త ఏమీ కాదు. ఎదుటివారి అనుభూతిని మనము అనుభూతి చెందటం ప్రారంభిస్తాము. అప్పుడు మనలో సద్యోజనితమైన స్పందన కలుగుతుంది. అదే ప్రేమ.

మనం ఏమి అన్వేషించుతున్నాము?

అతి ముఖ్యమైన బాంధవ్యాలకు వచ్చినప్పుడు అక్కడ మనం ఏమి అన్వేషిస్తున్నాం?

సుఖమా? అంగీకారమా? ఆనందమా? ఈ ప్రశ్నకు అనేక విధాలుగా సమాధానం చెప్పవచ్చు. కానీ మన మనసులు, మనహృదయాలు, మనశరీరాలు మనోహరావస్థలో బంధంకోసం అర్రులు చాస్తాయి. అది మనం కోరుకునే ప్రాథమిక అనుభవం. ఆ బంధమే మన మనసుల జీవనానికి అమృతం. మన ఆత్మను పోషించి పెంచే ప్రేమ, బాంధవ్యము మనోహరావస్థలో లేకపోతే మన జీవితాలు దిక్కుమాలిన జీవితాలు అవుతాయి.

ప్రేమ లేకపోతే మనం ఎడారిలో ఎండమావులలో మనోహరావస్థ కొరకు వెంటాడే దేశదిమ్మరులం అవుతాం. మన బంధం మనోహరావస్థలో లేకపోతే నిత్య ప్రేమను మనము అనుభూతి చెందలేము. అయితే మొదట్లో మన కొత్త మిత్రులు మనం ఆశించిన దానికంతటికి అవతార మూర్తులు కావచ్చు: ఈ వ్యక్తి మనల్ని పాలించి పోషించుతారు. మనలోని ప్రత్యేకతలు గమనించారు. జీవితాన్ని ఆనందమయం చేస్తారు.

కానీ కొత్తగా ప్రారంభమైన ప్రణయం ఉత్తేజం, ఉత్సాహాలు మనం మన పూర్వకాలపు వేదనావస్థను ఈ కొత్త బాంధవ్యంలోకి కూడా తీసుకువస్తున్నాం అనే హెచ్చరికను మరుగు పరుస్తాయి. హనీమూన్ ఆనంద మేఘాలు దూరం కాగానే మన భాగస్వామి అనాలోచితంగా అన్నమాట, లేదా చేష్ట మనలో దాచి ఉంచిన బాధలను వెలికి తీస్తుంది. ఆ బాధ అతి త్వరలో దుర్భరం అవుతుంది. హృదయ వేదన కొత్తగా మొదలవుతుంది.

ప్రతి ఒక్క హృదయ వేదన మన నమ్మకాన్ని, తన్మయత్వాన్ని ముక్కలు చేస్తుంది. మన ఎంపికలను మనమే ప్రశ్నించటం మొదలుపెడతాం. చివరికి మనలను మనమే ప్రశ్నించడం ప్రారంభమవుతుంది. మనము స్వయం సమృద్ధి, స్వేచ్ఛ అనే ముసుగులు తొడుక్కొని ఉండవచ్చు. బయటికి ధైర్యంగా, గంభీరంగా కనిపించే స్వరూపాల వెనక ఎంతో నొచ్చుకున్న వ్యక్తులు ఉన్నారు. మళ్లీ ఒకసారి ఆ బాధ అనుభవించటం వారి అభిమతం కాదు. కనుక వారు మనసు విప్పి వ్యవహరించరు.

మనమంతా చిక్కుల మయం అయిన మన సంబంధాలతో ఎలాగో ఒకలా నెట్టుకురావడానికి సాధ్యమైనంత ప్రయత్నం చేస్తున్న మానవ మాత్రులం. మన హృదయంలోని బాధకు, మన నిరాశకు మనల్ని ఎవరూ తప్పు పట్టడం లేదు.

కానీ మన హృదయ వేదనను ఒక బాంధవ్యం నుంచి మరొక బాంధవ్యానికి మోసుకు వెళితే ఆశించని వింత సమస్యలు తలెత్తుతాయి. మన గత బాంధవ్యాల వల్ల కలిగిన బాధను విడుదల చేయకపోతే, మనం అదే మూసలో ప్రవర్తించి మరింత తీవ్రమైన సవాళ్లను, సమస్యలను సృష్టిస్తాము. మన గత స్మృతులను వెలికి తెచ్చే చర్యలు సంఘటనల కారణంగా మనం ప్రమాదభరితమైన ఒక విధ్వంసక వలయంలో చిక్కుకుంటాం.

రెండు పునాదులు

ఒక మల్టీ నేషనల్ కంపెనీ సీఈవో మమ్మల్ని అడిగారు: “నేను తరచూ చేసే ప్రయాణాలవల్ల నాకు నా భాగస్వామికీ మధ్య పెరిగే దూరాన్ని సంభాలించటం ఎలా?”

మీ కార్యక్రమం, మీ విహారయాత్రలు తేదీలు మార్చినంత మాత్రాన ఇద్దరు వ్యక్తుల మధ్య పెరుగుతున్న దూరాన్ని తగ్గించగలరా? లేకపోతే అందుకు ప్రగాఢమైనది మరేదైనా కావాలా?

మీ బాంధవ్యాలు ఎందుకు కలిగించుకున్నారో ఎప్పుడైనా మిమ్మల్ని మీరు నిజాయితీగా ప్రశ్నించుకున్నారా? మీరు కలిసి ఉండటానికి ఒక ఆధ్యాత్మిక దృష్టి కారణం అని తెలిస్తే, ఆ బాంధవ్యంలో ఎదురయ్యే ప్రశ్నలన్నిటికీ మీకు సమాధానం దొరుకుతుంది. మీరు ఎంతసేపు కలిసి ఉండాలి, ఎంతసేపు విడిగా ఉండాలి చాలా ఖచ్చితంగా తెలుస్తుంది. మీరిద్దరూ కలిసి జీవితంలో ఏమి చేయాలో మీకు తెలుస్తుంది. మీకు ఎదురయ్యే సవాళ్లను అధిగమించి, కాలాతీతమైన బాంధవ్యం పెంచి పోషించే వివేచన మీకు కలుగుతుంది.

దయచేసి ఇక్కడ ఆగండి. గతంలోది గాని ప్రస్తుతంలోది గాని ఒక బాంధవ్యాన్ని గురించి ఆలోచించండి. ఆ బాంధవ్యం మీ భాగస్థులు, లేదా మీ జీవితభాగస్వామితో కావచ్చు, లేదా ఒక బిడ్డ, లేదా ఒక తల్లి/తండ్రితో కావచ్చు లేదా ఒక స్నేహితుడు/సహోద్యోగి తో కావచ్చు. మీ దృష్టిలో ముఖ్యమైన సంబంధం ఏదైనా సరే.

మిమ్మల్ని మీరు ప్రశ్నించుకోండి: ఈ వ్యక్తితో నేను ఎందుకు భాగస్వామిని అయ్యాను? మా బాంధవ్యానికి మూలం ఏమిటి? మా బాంధవ్యం పునాది ఏమిటి? మా బాంధవ్యం అందం, ఆనందం, ఐశ్వర్యము అంతస్తు, హాస్యము వంటి తాత్కాలికమైన పై మెరుగుల మీద ఆధారపడి ఉన్నదా, లేక అంతకన్నా ప్రగాఢ మైనది ఏమైనా ఉన్నదా? ఒంటరితనపు భయంతో నా భద్రతకు ఎవరైనా తోడు అవసరం అనే దృష్టితో నేను ఈ బాంధవ్యంలో ప్రవేశించానా? లేకపోతే ఏదైనా సంపన్నమైన బంధం కారణంగా ప్రవేశించానా?

మిమ్మల్ని గురించి తీర్పుకు రాకండి. కేవలం బాంధవ్యానికి పునాది ఏమిటో పరిశీలించండి.

మన బాంధవ్యాలు బాహ్యవిషయాల మీద ఆధారపడి ఉంటే అవి చాలా పెళుసు అని రూఢిగా చెప్పవచ్చు. ఏ మాత్రం ప్రకంపనం కలిగినా ఆ బాంధవ్యం కూలిపోతుంది. ప్రతి ఒక్క సవాలుతోనూ మన హృదయాలు ఊగిసలాడతాయి. మన ఎంపిక మీద నమ్మకం సన్నగిల్లుతుంది. ఆత్మను పెంచి పోషించే మనోహరావస్థ లోపించి, మన అందం, యవ్వనం, ఐశ్వర్యం, సమయం మన భాగస్వామి మీద వృధా చేస్తున్నాం అని అనుభూతి చెందుతాము.

మనలో ఇహ సౌఖ్యాలు ఎన్నడూ కోరనివారు కూడా, బాంధవ్యాల విషయం దగ్గరికి వచ్చేసరికి వారి అంతరంగంలో పేదరికం అనుభూతి చెందారు. అటువంటి బాంధవ్యంలో మనశ్శాంతి, గాఢ అనుభూతి కనిపించవు. నిత్యము మీరు ఎదుటి వారిని అంచనా వేస్తున్నారు. అలాగే ఎదుటివారు మిమ్మల్ని అంచనా వేస్తున్నారు అన్న

అనుభూతి చెందుతారు. అంతస్తులో తేడారాగానే పాశం అకాల మరణం పాలవుతుంది. లేకపోతే మీ ప్రేమ అనుభూతులు - మీరు కోరుతున్నవన్నీ ఉన్న - మరొక వ్యక్తి వైపు మళ్లుతాయి. ఇటువంటి బాంధవ్యాలలో ఉన్నవారు ఎంతసేపటికి లోతును పరీక్షించుతూ ఉంటారు.

ఐశ్వర్యాన్ని, అందాన్ని ఆనందించ కూడదు అని అంటున్నామా? ఆనందాన్ని అనుభవించకూడదు అన్నామా? కాదు. కానీ బాంధవ్యానికి అదే పునాది అయితే, ఆ బాంధవ్యం అంతకు మించిన ఎత్తులకు పరిణతి చెందకపోతే, విచారమే మన గమ్యం అవుతుంది.

గత బాంధవ్యంలో మన మనసు నొచ్చుకుంది గాయపడింది, లేదా మనం ఒంటరిగా, విసుగుగా ఉన్నాం. అటువంటి సమయాలలో మనం కొత్త బాంధవ్యాలు మొదలుపెడతాము. ఆ బాంధవ్యంలో కొత్తదనం మన ఒంటరితనాన్ని, గాయాన్ని కొంతకాలం దూరంగా ఉంచవచ్చు. కానీ ఈ విషయంలో కూడా అదే పరిస్థితి పునరావృతం కావడానికి ఎంతోకాలం పట్టదు. మీ విచారాన్ని అంతం చెయ్యడానికి మీరు ఒక కొత్త బాంధవ్యంలో ప్రవేశించలేరు. మీ హృదయాన్ని పూర్తిగా అర్పించ గలిగినప్పుడే మీరు ఒక బాంధవ్యంలో ప్రవేశించగలరు.

ఇక్కడ కొంచెం ఆగండి. మీ జీవితంలో మీరు ప్రేమించి, శ్రద్ధాసక్తులు చూపించేవారిని ఒకరిని గురించి ఆలోచించండి. మీ మనసులో ఆ వ్యక్తి చిత్రాన్ని దర్శించుతున్నపుడు రెండు సార్లు దీర్ఘంగా శ్వాసించండి. కళ్ళు మూసుకొని కొన్ని సెకండ్లు నిశ్చలంగా ఉండండి. అప్పుడు ఏది జరిగినా అనుభూతి చెందటానికి సిద్ధంగా ఉండండి. అది మనోహరావస్థలో బంధం, ఉత్తేజం, ప్రశాంతత, ఆనందం లేదా ఒత్తిడి కలిగించే ఒంటరితనం, బాధ, విసుగు, నిర్లక్ష్యం- ఏదైనా కావచ్చు.

ఈ పుస్తకంలో ఇంతక్రితం ఆధ్యాత్మిక దృష్టి కలిగించే మొదటి పరమ రహస్యం చెప్పాం. ఈ రహస్యం కేవలం ఒంటరి వ్యక్తులకే కాదు. ఆ దృఢమైన పునాది మీద బాంధవ్యాలుకూడా వర్ధిల్లుతాయి.

ఒక బాంధవ్యం నిరాశలను దాటి కొనసాగుతుంది, సవాళ్ళను భరించుతుంది, భాగస్వాములు ఇద్దరూ వారి పరస్పర అంతర్యాలతో ఒకే గమ్యం చూడగలిగితే ఆ బాంధవ్యం వికసించుతుంది. ఆధ్యాత్మిక దృక్పథం వివేచన చాలా వివాహాలను, స్నేహితాలను కాపాడింది. తల్లిదండ్రుల, పిల్లల హృదయాలలో గాయాలను మాన్పింది. చాలా సంస్థలలో నిజమైన సహకార సంస్కృతిని సృష్టించింది.

మన బాంధవ్యాలు ఆధ్యాత్మిక దృక్పథం మీద ఆధారపడి లేకపోతే, చీకటిలో మన మీదికి రెండు నీడలు వచ్చి వాలి విభజన, ఎడబాటు సృష్టించుతాయి. గాయం నీడ, నిస్సారం నీడ.

ఈ నీడల ఉచ్చులోనించి ఆధ్యాత్మిక దృక్పథం వెలుగులోకి వద్దాం. సత్యం, స్వేచ్ఛ, బంధాలలోకి మాతో బాటు ప్రయాణం కొనసాగించండి.

గాయం ఛాయ

గాయం మన జీవితాలలో ఎంత దీర్ఘమైన ఛాయ పరుస్తుందో ఈ పురాతన భారతీయ కథ తెలియచెబుతుంది.

ఒకానొకప్పుడు నలుగురు మిత్రులు ఒక అడవిలో నడుస్తున్నారు. వాళ్లు వివిధ శాస్త్రాలలో కళలలో ప్రవీణులు. దారిలో వారికి ఒక ఎముకల పోగు ఎదురైంది.

వారిలో మొదటి వాడు అన్నాడు. "చూడండి నా విద్యతో ఈ ఎముకల పోగును ఒక అస్థిపంజరంగా చేయగలను."

రెండవ అతను అన్నాడు "కొంచెం ఆగు. ఆ అస్థిపంజరం ఎవరిదో మనకు తెలియదు."

మొదటి వ్యక్తి పట్టించుకోలేదు. కొద్దిసేపట్లో అతను ఒక మహాజంతువు అస్థిపంజరం నిర్మించాడు.

మూడవ వ్యక్తి అన్నాడు, " నా విద్యతో ఈ ఎముకలలో రక్తమాంసాలు వచ్చేట్లు చేయగలను."

రెండవ వ్యక్తి మళ్లీ అందుకున్నాడు, " ఆగండి. ఆ తర్వాత ఏమవుతుందో మనకు తెలియదు."

కానీ ఆ మూడవ మనిషి అతని మాటలు వినిపించుకోలేదు. కొద్ది క్షణాలలో అక్కడ ఒక సింహం శవం తయారైంది.

ఇప్పుడు నాలుగవ అతని వంతు వచ్చింది, " నా విద్య శక్తితో ఈ శవానికి ప్రాణం పోయగలను." అన్నాడు.

రెండవ వ్యక్తి నాలుగో వ్యక్తిని హెచ్చరించటానికి ప్రయత్నించాడు. కానీ అతని మాటలు ఎవరికీ వినిపించలేదు.

రెండవ వ్యక్తి వెంటనే తన ప్రాణం కాపాడుకోటానికి ఒక ఎత్తైన చెట్టు ఎక్కాడు. నాలుగో వ్యక్తి ఆ శవానికి ప్రాణం పోయగానే ఆ జంతువు కార్యరంగంలోకి దూకి ఆ ముగ్గురు మూర్ఖపండితులను ఒక్క నిమిషంలో చంపేసింది.

గాయాలు ఇలాగే ఒక దానిని మించిన మరొక విధ్వంసకరమైన అంతరంగ అవస్థలుగా తయారవుతాయి. ఒక గాయం తగిలినప్పుడు మనం ఆ గాయం మానినదాకా

ఆగము. ఆ గాయాలు మనలను మన బాంధవ్యాలను మింగి వేసే వరకు మనం అలా చేస్తూనే ఉంటాం.

మీరు మీ ఆత్మీయులతో కలిసి ఒక సాయంత్రం ఆనందంగా ఉన్నారు. అప్పుడు ఎక్కడి నుంచి వచ్చిందో తెలియకుండా ఒక భయంకరమైన మానసికస్థితి మిమ్మలను ఆవహిస్తుంది. ఇలా ఎన్నిసార్లు జరగలేదు? లేదా మీరు ఎందుకు వ్యాకుల పడ్డారో మీకు బాగా తెలుసు: మీకు వెర్రికోపం కలిగేపని వారు తెలిసే మరొకసారి చేశారు.

ఆయన మళ్ళీ అనవసరంగా టిప్ మరీ ఎక్కువ ఇచ్చారు...

ఆమె పనిచేస్తూ ఆఫీసులోనే ఉండిపోయింది...(ఇంటికి చాలా ఆలస్యంగా వచ్చింది)

ఆయన మీ అమ్మాయిని ఆ దరిద్రపు వీడియో గేమ్ ఆడనిచ్చారు...

పక్క లో ఉన్నప్పుడు ఆమె సామాజిక మాధ్యమాలలో వ్యవహరించింది...

మీలో సంచలనం ఉధృతం కావటానికి కారణం ఏదైనా కానీయండి, మీ భాగస్వామితో మీకు బంధం కలగకపోతే, అందుకు ప్రగాఢమైన కారణం ఉన్నది:

మీ స్వీయావరోధం మీ బంధానికి అడ్డుపడుతున్నది.

మీరు ప్రేమించినవారితో తగవులాట ఒక చిన్న అభిప్రాయభేదం లేదా అపార్థం వల్ల కలిగి ఉండవచ్చు. కానీ మనం మన అంతరంగస్థితి పరిశీలించకపోతే చిన్నచిన్న గాయాలు ఆవేశ, కావేషాలకు దారి తీసి మన బంధాలను విచ్ఛిన్నం చేస్తాయి. ఆ తర్వాత ఆ బాంధవ్యం పునరుజ్జీవనం అసంభవం అవుతుంది.

విచ్ఛేదానికి మూడుదశలు

విచ్ఛేదం అంటే ఒక మొక్కకు భూమిలో వ్యాపించే వేళ్ళ వ్యవస్థ అనుకోండి. కంటికి కనపడేది అమాయకమైన చిన్న మొగ్గ, లేదా చిగురాకుల కొమ్మ. కానీ నేలలో దాని వేళ్ళు తోట మొత్తాన్ని కబళించి వేయగల శక్తి గలవి.

మొదటి దశ: గాయం

మొదట్లో గాయం ఎప్పుడు చిన్నదిగానే ఉంటుంది: మీ భాగస్వామి అనవసరమైన వ్యాఖ్య చేస్తారు. మీ అభిప్రాయాలకు మన్నన కలగడం లేదు. మీ శ్రమకు గుర్తింపు లేదు. ఇక్కడ మనం ఒక్క క్షణం ఆగి దానిని నిర్వికారమైన ధ్యాసతో పరిశీలించాలి. లేకపోతే ఈ గాయం తర్వాతి దశకు చేరుతుంది.

"ఆమె ఆలోచనారహితంగా ప్రవర్తించుతున్నది." లేదా "అతను వ్యంగ్యంగా మాట్లాడుతున్నాడు." మీ మనసు ఫిర్యాదు చేస్తూ ఉంటే, మీరు మీ గాయాలను స్మరించే ముళ్ళబాటలో ఉన్నారని గుర్తించండి.

మన అందరికి మీ గాయాలు ఏమిటో బాగా తెలుసు. కానీ ఆ గాయాల నుంచి బయట పడటం ఎలాగో బహు కొద్ది మందికి మాత్రమే తెలుసు. కనుక మన మనసులో గాయం రేగితే ఏం చేయాలో మనకు తెలియదు. ఆ బాధ అనుభవిస్తాం, లేకపోతే దానిని పట్టించుకోము. కానీ ఆ గాయాన్ని దాచిపెట్టటానికి ఎంత ప్రయత్నించారు అనేది అప్రస్తుతం.

మనము ఆగి దానిని పరిశీలించాలి; లేకపోతే మనం ఎముకలపోగును అస్థిపంజరం చేస్తాం.

రెండవ దశ: తీర్పు

మనము ఆగి ఆ గాయాన్ని మాన్పకపోతే అది విచ్ఛేదంలో రెండవ దశకు చేరుతుంది: తీర్పు.

ఇప్పుడు మీ ఆత్మీయులను గురించి మీరు ఒక నిశ్చిత అభిప్రాయానికి వచ్చారు; వారిని తీర్పు ఇచ్చే కళ్లతో పరిశీలించు తున్నారు.

నా భాగస్వామిని కోపిష్టి. ఆమెకు నిజమైన విలువలు అంటూ ఏమీ లేవు.

నా భాగస్వామి వెర్రి వెంగళప్ప, అసమర్థుడు, నిబద్ధత లేనివాడు. పిరికిపంద. ఎప్పుడూ అలాగే ఉంటాడు.

వివిధ లక్షణాలు ఉన్న ఒకవ్యక్తికి మీరు ఒక చీటీ అతికించారు. ఈ స్థితిలో మనం మన మధ్య ఉండే విభేదాలను పరికించి చూస్తాము. ముఖ్యంగా ప్రేమ విషయంలో మన భిన్న అభిప్రాయాల మీద కేంద్రీకరిస్తారు. ఉదాహరణకి మన భాగస్వామి కంటే మనము ఎంత అనురాగవంతులమో, ఎంత అందమైనవారిమో నిరూపించే ప్రయత్నం చేయొచ్చు. ఈ బాంధవ్యం నిలబెట్టటానికి మనము ఎంత శ్రమ పడుతున్నామో చెప్పవచ్చు. అలా అలా ఎన్నయినా చెబుతూనే పోవచ్చు. ఎదుటివారికంటే మనం వేరని, వారికంటే మేలైన వారిమనీ రుజువు చేయటం అంతరంగంలో మన లక్ష్యం.

అంతరంగం పోలికలతోనే కూరుకుపోతే, ఇక బాంధవ్యానికి అవకాశం ఏది?

మనం తీర్మానించే స్థితికి వచ్చాము అంటే పరిస్థితులు మరో మెట్టు దిగజారాయి అన్నమాట. భాగస్వాములు పరస్పరం తీర్మానాల యుద్ధం చేస్తున్నప్పుడు వినటం మానివేస్తారు. పరస్పర గౌరవం గాలిలో కలిసిపోయింది. వారు వేసే వెర్రి వేషాలు, అర్థం పర్థం లేని చిన్న చిన్న పాటలు, వారు మీకు పెట్టిన మారు పేర్లు ఆనాడు ముద్దుగా, ఇంపుగా తోచాయి. ఈనాడు అవే మీ చికాకుకు మూలం అయ్యాయి. అంతరంగంలో తీర్పు ఇచ్చే ఈ పరిస్థితి కొన్నిసార్లు పరస్పర ఆత్మగౌరవాన్ని, ఆత్మవిశ్వాసాన్ని గాయపరిచే తీవ్రమైన భావాలకు, మాటలకు, నిర్ణయాలకు దారితీస్తుంది. ఇద్దరూ అమితమైన హృదయ వేదన, నిరాశ, ఒంటరితనం అనుభూతి చెందుతారు.

ఈ గాయం నీడ చిక్కబడి ఇంకా బలం పుంజుకున్నది. ఇప్పుడు మీరు ఆ అస్థిపంజరానికి రక్తమాంసాలు ప్రసాదించి చర్మం తొడిగారు.

మూడవ దశ: అసహ్యం

గాయంగా మొదలైనది తీర్పు ఇచ్చే వాతావరణాన్ని సులువుగా సృష్టించగలదు. అసహ్యానికి ఆ వాతావరణం మాగాణి నేల వంటిది.

ఈ స్థితిలో మీకు మీ భాగస్వామి కంటపడితేనే బాధ, కోపము కలుగుతాయి. వారి ధోరణి, ప్రవర్తన, చర్యలు మీకు గిట్టవు.

ఈ అవస్థలో మీ మెదడు ప్రకృతి మారిపోయింది, మీ భాగస్వామిలో మీకు అన్నీ తప్పులే కనబడతాయి. అందులోనూ ఆ తప్పులు మహాపరాధాలుగా దర్శనమిస్తాయి. వారిలో మీకు మంచితనం కనపడదు. వారిని గురించి మీ అనుభవం పూర్తిగా వక్రించింది. అది పరస్పర గౌరవం పూర్తిగా శూన్యం అయిన పరిస్థితి.

ఈ పరిస్థితిలో మీరు ఎదుటివారికి చెందుతారు అనే భావన బాధాకరం అవుతుంది. మీ నిర్ణయాలు, చర్యలు అనుభూతి రహితమే కాక, ఆ బాధ కలిగించుతాయి.

ఈ స్థితిలో ఏం చేయాలి?

మీరు అందరిలాగానే అయితే మీ ప్రతి చర్య ఇలా ఉండవచ్చు:

నాకు గాయం తగిలింది. నిరాశ కలిగింది. నేను పనికిమాలినవాడిని అన్న అనుభూతి కలుగుతుంది. నేను ఒంటరితనం అనుభూతి చెందుతున్నాను. ఇప్పుడు ఒక కొత్తరకం కాఫీ, లేదా ఒక డబుల్ మార్టిని, లేకపోతే చాక్లెట్ చిప్ కుకీ అయితే బాగుంటుంది.

డోపమిన్ దోహదం చేసిన ఈ పలాయనాలు తాత్కాలికంగా ఊరట కలిగించవచ్చు. కానీ మనసులోని చేదు అనుభూతి వెంటనే తిరిగి వస్తుంది. మీ నిరాశలు, కోరికలు, కోపము, ఆదుర్దా సమన్వయ పరచకపోతే మీరు ఆనందాన్ని, కృతజ్ఞతను, బాంధవ్యాన్ని అనుభవించలేరు. మీ హృదయ వేదనను సంబాళించటంలో మీరు నిమగ్నులై ఉన్నారు. మనోహరావస్థలో ప్రేమ ప్రవేశించటానికి మీలో చోటులేదు. మీరు ఆ శవానికి ప్రాణం పోశారు.

ఆ సమయంలో మనం ప్రణయంతో తొణికిసలాడుతున్న విహార యాత్రలో ఉండవచ్చు. కానీ బాధాకరమైన ఒంటరితనం మనలను వదిలిపెట్టదు. గాయం ఛాయ మన ప్రేమానుభూతులను కప్పివేసింది. మనం అదే బాంధవ్యంతో కొనసాగుతాం. లేదా మరొక కొత్తభాగస్వామిని వెతకడంలో నిమగ్నం అవుతాం. నిత్యప్రేమను అనుభవించుతామనే ఆశను, నమ్మకాన్ని కోల్పోతాం. అప్పుడు అల్పమైన తాత్కాలిక సంబంధాలలో వేలు పెడతాం. ఇంతకాలము మన అంతరంగ ప్రపంచం బాధామయం. మనకు తెలియకుండానే మనం అసలైన ప్రేమ కోసం అన్వేషిస్తున్నాము.

ఈ విచ్ఛేదంలో వివిధ దశలను అర్థం చేసుకుంటే, అసహ్యం బాటన ఎక్కువదూరం నడవక మునుపే మీ అంతరంగస్థితి మీ ఎరుకలోకి వస్తుంది. ఏ దశలోనైనా సరే మీ బాంధవ్యాన్ని సరిదిద్దుకునే శక్తి మీకు ఉన్నదని గుర్తుంచుకోండి.

గాయం తగిలిన స్థితి మర్చిపోగల వివేచన జీవితంలో బాంధవ్యాలకు కీలకం. అత్యంత సన్నిహిత బాంధవ్యాలలో కూడా నిరాశలు అడుగు పెడతాయి. కారణం ఏదైనా కానీయండి. సంతృప్తికరమైన బాంధవ్యం, నిత్య ప్రేమలో జీవించాలి అంటే తగిలిన గాయాలను మర్చిపోవడం అత్యవసరం.

గ్రామీణ భారతంలో ఇళ్లలో వస్తువులు తీసుకు వెళ్ళటానికి వచ్చే కోతులను పట్టుకోవడానికి ఒక తెలివైన, సులువైన పద్ధతి ఉన్నది. మంచి వాసన వచ్చే రుచికరమైన తినుబండారాలను వాళ్లు ఒక చెట్టు తొర్రలో పెడతారు. ఆ వాసన పట్టిన కోతి తొర్రలో చెయ్యి దూర్చుతుంది. ఆ తినుబండారంతోపాటు కోతిచెయ్యి తొర్రనుంచి బయటికి రాదు.తొర్ర సన్నటిది. కోతి ఆ తినుబండారాన్నీ వదిలిపెట్టలేదు. ఈ లోపు గ్రామస్తులు వచ్చి కోతిని పట్టుకొని, ఊరికి దూరంగా అడవిలో వదిలిపెడతారు.

గాయానికి, నిరాశకు అంటిపెట్టుకొని ఉండటం ఇటువంటిదే. ఆ వేదనామయ అవస్థను పట్టుకొని వేలాడుతూ ఉండటం ఎంత సబబు అయినా సరే, మనలో ప్రతి ఒక్కరు అడగవలసిన ప్రశ్న: మన గాయాలను నిరాశలను పట్టుకుని వేలాడటమా, మన బాంధవ్యాలను పోషించటమా – ఏది ముఖ్యం?

నిస్సారం ఛాయ

తూర్పు దేశాల నుంచి O & O అకాడమీకి ఒక దంపతులు వచ్చారు. సంస్థ నిర్వాహక సంఘం వారికి స్వాగతం పలకటానికి కాచుకొని ఉన్నది. కానీ వారు వచ్చి చేరలేదు. చివరికి శిక్షకులలో ఒకరికి టెలిఫోన్ వచ్చింది. వారు ఇంకా ఎయిర్ పోర్ట్ నుంచి సంస్థకు వచ్చే దారిలోనే ఉన్నారు అని ఆ సందేశం. ఆ టాక్సీలో వారు అతి దారుణంగా పోట్లాడుకుంటున్నారు.

వాళ్లు ఒకరిమీద ఒకరు అరుచుకుంటున్నారు. ఒకరు ఆగ్రహావేశాలతో ఉన్నారు. మరొకరు భోరుమని ఏడుస్తున్నారు. చివరికి తిరిగి వెళ్ళిపోదామని నిశ్చయించుకున్నారు. శిక్షకులు ప్రశాంతంగా వారు చెప్పిందంతా విని, ప్రేమను వెతుకుతూనే వారు ఇంటినుంచి బయలుదేరారు గనక తిరిగి వెళ్లేముందు ఆ ప్రయత్నానికి ఒక అవకాశం ఇవ్వచ్చు కదా అని సూచించారు. అప్పుడు వారు తమ ప్రయాణం కొనసాగించి సంస్థఆవరణ చేరారు.

అసలు పరిస్థితి ఇది. డోరిస్ నిత్యము క్లార్క్ ప్రేమ కోసం అర్రులు చాచింది. కానీ అతని నిర్లక్ష్యమే ఆమె అనుభూతికి వచ్చింది. ఫలితంగా ఆ బాధలో ఆమె

కుతకుతలాడుతున్నది. మరొకపక్క ఈ బాంధవ్యం నిలుస్తుందా లేదా అని సందేహంలో క్లార్క్ కొట్టుకు లాడుతున్నాడు. గత కొద్ది నెలలుగా తను డోరిస్ కు తగినవాడిని కానేమో అనే ఆలోచన పదే పదే కలుగుతూ వచ్చింది. బహుశా తన మగతనం లోపించిందేమో. అది అతని మనసులో అసంతృప్తి.

కొన్నాళ్లుగా అతని వ్యాపారం కూడా సరిగా నడవడం లేదు. నిత్యము కలిగే నష్టాలతో అతను బరువు ఎక్కాడు. బట్టతల రావటం మొదలైంది. తన శరీరం, వృత్తిలో తన కవిలె, ప్రేమ వ్యవహారంలో తన అశక్తత అన్నిటిలోనూ అతనికి అధమమైన అనుభూతి కలుగుతున్నది.

ప్రక్రియలో నాలుగవ రోజు ప్రవేశించేసరికి ఏమైంది? క్లార్క్, డోరిస్ చాలా వరకు శాంతించి తమ అంతరంగ సత్యాన్ని దర్శించ గలిగారు. తన సమస్య డోరిస్ వల్ల కాదు అని క్లార్క్ గ్రహించాడు. తన పోరాటం తనతోనే అని అతను చాలా స్పష్టంగా తెలుసుకున్నాడు. తన సమస్యలలో తానే పూర్తిగా మునిగిపోయి అతను డోరిస్‌ను మర్చిపోయాడు. తను ఒక నిస్పృహ, న్యూనత అవస్థలో కొట్టుకులాడుతున్నానని, ఆ అవస్తే తమ ఇద్దరి మధ్య అగాధాన్ని సృష్టిస్తున్నది అని అతను గ్రహించాడు.

కృష్ణాజీతో, నాతో కలిసి చేసిన అనంతక్షేత్ర ధ్యానంలో అతనికి సంపూర్ణ స్థితి ఎరుకలోకి వచ్చింది. అతని చైతన్యంలో విశ్వవివేచన ప్రవహించటం అనుభూతి చెందాడు. ఆ దివ్య అనుభవం అతనిలో వికసించినపుడు అతనికి తన జీవితం తిరిగి సుందరం అవుతుందనీ, తన భోగభాగ్యాలు తిరిగి వస్తాయనీ తిరుగులేని నమ్మకం కలిగింది. ఆ అనంత అవకాశంలో అతనిలో పెనుగులాట సడలింది. డోరిస్ లో అసలైన అందానికి అతని కళ్ళు తెరుచుకున్నాయి. ఆమెను చాలాకాలం తర్వాత కల ుసుకున్న అనుభూతి కలిగింది.

మరొకపక్క డోరిస్ ఆ ప్రక్రియలో తనను ఏ బంధము, బాంధవ్యము ఎరుగని జీవిగా గ్రహించింది. ఆమెకు ప్రేమ, ప్రేమించటం అంటే ఏమిటో తెలియవు. కౌమార వయసు నించీ ఆమె ప్రేమ, ప్రేమకోసం అర్రులుచాచటం ఒకటిగానే భావించింది. ఇక్కడ ప్రక్రియలో ఆమె తన స్వీయావరోధాన్ని కాదనలేదు. ఆమె చైతన్యంలో ఒక ప్రగాఢమైన అణకువ చోటు చేసుకుంది. క్లార్క్ కు, తనకు తాను కలిగించిన బాధకు, ఆమెలో తనపై తనకే క్షమ కలిగింది.

ఈ ప్రక్రియ తర్వాత క్లార్క్, డోరిస్ పరస్పరం ఒక ప్రణయ భాగస్వామిని, ఆత్మమిత్రుడిని కనుక్కున్నారు. పరస్పర ప్రశంసతో వారి బాంధవ్యం దినదిన ప్రవర్ధమానం అవుతున్నది.

క్లార్క్, డోరిస్ తమ జీవితాలలో అనుభవించిన గాయాలు మన జీవితాలలో లేకపోవచ్చు. కాని మన బాంధవ్యం ఆ మనోహరావస్థలో కొనసాగక పొతే మన బాంధవ్యాలు వట్టి డొల్లలు అవుతాయి. మనం వెతుకులాడుతున్న సంతృప్తి మనకు ఎందుకు కనిపించటం లేదు?

కొన్నిసార్లు ఈ సమస్య భార్యాభర్తల మధ్య కూడా కలగదు. జీవితం, అందులో ఎదురయ్యే సమస్యలు, సవాళ్లు. ఆ సవాళ్లు ఎదుర్కోలేక మనం ఒక చింత, కోపం, ఆదుర్దాల మయమైన మందస్థితికి వశులం అవుతాం. ఈ బాధలో కూరుకుపోయి మనం లేనివి, ఊహించుకున్నవి, చిలవలుపలవలుగా పెరిగినవి సమస్యలను పరిష్కరించటంలో క్రోధావేశాలలో తలమునకలై పోతాం. ప్రతి మాటకు గాయపడుతూ, అనుక్షణం ఆత్మరక్షణ కార్యక్రమంలో కొట్టుకు లాడుతుంటాం. నలుగురికీ శ్రేయస్సు, ఆనందం కలిగించే నిజజీవిత పరిస్థితులతో వ్యవహరించే శక్తి కోల్పోతాం.

మన అంతరంగ స్థితి మనకు అలసట కలిగించి మనలను నిస్తేజులుగా చేస్తుంది. మన ఇంద్రియానుభవం మందగించుతుంది. మన మనసు స్వచ్ఛత కోల్పోయి ముదివగ్గు అవుతుంది. ఒకరినొకరు కలుసుకోవటంలో పులకరింత, ఆనందము లోపిస్తాయి. బాంధవ్యంలో సారం చచ్చిపోతుంది. అక్కడ కొంత భద్రతా, సుఖం తప్పించి అంతరంగంలో సంపన్నత ఏమీ ఉండదు. మనం ఒకరినొకరు మనసొత్తు అన్నట్లు పట్టుకు వేలాడుతుంటాం. అది కలిసి జీవించటంలో కలిగే ఆనందం వల్ల కాదు, ఒంటరి జీవితంలో భయం వల్ల.

ఇక్కడ ఒక చైనా కథ గుర్తుకు వస్తుంది. అనగనగా ఒక వ్యక్తి ఉండేవాడు. ఆయనకు తన నీడ అంటే జాగ్రత్త, తన అడుగుల చప్పుడు అంటే భయం.

ఒకనాడు అతను దారిన పోతూ ఉండగా మేఘాలు చెదిరి పోయాయి. సూర్యుడి వెలుగులో నీడలు పారాయి. అతను భయపడి తననీడను తప్పించుకోవటానికి పరుగు లంకించుకున్నాడు. అతను ఎంత వేగంగా పరిగెత్తినా తన నీడను, అడుగుల చప్పుడు తప్పించుకోలేకపోయాడు. అలుపు ఆయాసంతో కింద పడిపోయినదాకా అతను పరిగెత్తుతూనే ఉన్నాడు. పడిపోయిన తర్వాత చనిపోయాడు.

ఈ మనిషి పరిగెత్తటం ఆపి ఒక చెట్టునీడన కూర్చొని ఉంటే అతని అడుగుల చప్పుడు ఆగిపోయేది, అతని నీడ మాయమయ్యేది.

రెండో ఛాయ - నిస్సారం ఛాయ- మనమీద పడుతున్నప్పుడు మనం కూడా పరిగెత్తడానికి ప్రయత్నిస్తాము. వ్యాయామం కోసం జిమ్‌కి పరిగెడుతారు, వినోదం కాలక్షేపం వెతుకుతాం, లేకపోతే పనిబోతులము, తాగుబోతులము, షాపింగ్ బోతులము, వాగుబోతులమూ అవుతాం. జీవితంలో నిరాశలను తప్పించుకోవడానికి వీటిలో ఏదో ఒకటి మనం చేస్తూనే ఉంటాం, చూస్తూనే ఉంటాం.

అంతరంగంలో మీ శూన్యాన్ని తప్పించుకోవటానికి మనకు డోపమిన్ తక్షణం పెంచే బాంధవ్యాలలోకి దూకుదాం. ఒక్క క్షణం మన పరుగు ఆపి ఈనీడ ఏమిటో గమనించితే, మనం వెలుగులోకి వస్తాం. మనోహరావస్థలోని బాంధవ్యంలోకి వికసించుతాం.

దయచేసి ఇక్కడ ఆగండి. మిమ్మల్ని ఒక ప్రశ్న అడుగుతాను. దానిని గురించి బాగా ఆలోచించండి. మీ జీవితం ఒక సినిమా అయితే, ఆ సినిమాలో ముఖ్య విషయం ఏమిటి? మిమ్మల్ని గురించేనా?

ఆ సినిమాలో ప్రతి పాత్రయొక్క ప్రయోజనము మిమ్మల్ని వెలుగులోకి తీసుకు రావటమేనా? లేక ప్రతి ఒక్క ఇతర పాత్ర జీవితాన్ని మెరుగుపరిచి, సినిమానే సఫలంచేసే పాత్ర మీది అవుతుందా?

స్వీయావరోధం పద్మవ్యూహం

ఆత్మాభిముఖులమై ఉండటం అలవాటయితే, మనసులు గతంలోకి లేదా భవిష్యత్తులోకి పరుగులు తీస్తాయి. ఒక గంట క్రితం జరిగింది, ఒక సంవత్సరం క్రితం జరిగింది, దశాబ్దం క్రితం జరిగింది ఆలోచిస్తూ స్మృతి పథాలలో మనం దారి తప్పుతాము. అలాగే భవిష్యత్తు గురించి ఊహాగానాలుచేస్తూ మనం ఎక్కడున్నామో తెలియనిస్థితికి చేరుతాము.

ఆ కాలంలో బానిసలను ఒక పద్మవ్యూహంలోకి తోసేవారని, అక్కడ్నుంచి ఎవరూ తప్పించుకోలేరని ప్రాచీన క్రీట్ (గ్రీస్ దేశపు ద్వీపం) పురాణాలు చెబుతాయి. ఆ పద్మవ్యూహం అడుగున మినోటార్ అనే మహాబలుడైన రాక్షసుడు ఉండేవాడు. అతనికి ఎద్దు తలకాయ, మానవ శరీరము ఉండేవి. వ్యూహంలోకి తోయబడ్డ బానిసలు అందరి ని ఆ మినోటార్ కబళించేవాడు.

గతంలోనూ లేదా భవిష్యత్తులోనూ జీవించటం అలవాటు చేసుకుంటే మనం కూడా అగాధమైన ఈ పద్మవ్యూహంలో పడిపోతాం. వేదనామయ స్థితిలో మన ఆదుర్దా, పశ్చాత్తాపాలే మనలను కబళించి వేస్తాయి.

మనం ఒకరిని ఒకరు చూడలేని విషపురుగులం అవుతాం. బాంధవ్యం ఎలా ఉండేది, ఎలా ఉండాలి, ఎలా ఉన్నది అనే ఆలోచనలో కొట్టుకుపోతూ ఉంటాం.

ఈ నిరాశ నిస్పృహల నుంచి బయటపడటానికి మనం ప్రేరణ కోసం, ఆనందం కోసం మనం అన్నింటికీ తెగించి ప్రయత్నించుతాం. ఆనందంకోసం వెతికే మనసు సులువుగా విసుగు చెందుతుంది. ఎందుకంటే అది నిత్యము కొత్త కొత్త అనుభవాల కోసం వేటాడుతూ ఉంటుంది.

గాయపడిన స్థితి, నిస్సారమైన అవస్థ రెండూ స్వీయానురోధం కలిగించేవే. ఈ అవస్థలు అన్నిటిలోనూ మీరు మిమ్మల్ని గురించి మాత్రమే ఆలోచిస్తూ ఉంటారు. ఇవి విచ్ఛేదన అవస్థలు. ఈ అవస్థలో ఇతరులు అనేవారు మీకు కనిపించరు, అటువంటి వారు ఉన్నారని కూడా మీకు తోచదు.

ఈ జీవన యానం చదువుతూ ఉంటే మీ జీవితంలో అత్యంత ముఖ్యమైన బాంధవ్యాల గురించి కష్టం కలిగించే సత్యాలు కొన్ని మీరు దర్శించి ఉంటారని మాకు తెలుసు. ఈ ప్రయాణంలో బయలుదేరి వారు తమ బాంధవ్యాల పునాదులు స్థిరంగా లేవని గమనించి ఆశ్చర్యపోతారు. మిగిలినవారు ఒకనాడు తన భాగస్వామితో గాఢమైన బంధం కలిగి ఉండేవారు. ప్రస్తుతం వారి మధ్య దూరం పెరిగిపోయింది. పరిస్థితులను చక్కబెట్టడం సాధ్యంకానంత దూరంగా వెళ్ళిపోయారు.

వారు అడుగుతారు: మా బాంధవ్యాల పునాదులు గట్టిగా లేకపోతే, వాటిని రక్షించుకోవడం సాధ్యమవుతుందా? ఇంతకంటే గాఢమైన బాంధవ్యం ఏర్పరచుకోవడానికి మార్గం ఉన్నదా? ఆ భాగస్వామితో గాఢమైన ఆధ్యాత్మిక బాంధవ్యం ఇప్పటికే ఉంటే, ఆ జ్యోతిని జాజ్వల్యమానంగా ఉంచటం ఎలా?

ఆధ్యాత్మిక దృక్పథం

అంతరంగంలోని చలికాలం నుంచి బయటపడేదెలా?

కేవలం బాధ సహించుతూ ఉండటంవల్ల కాదు. మన బాంధవ్యంలో అనుభూతిచెందే విసుగును ఎలాగోలా భరించుతూ ఉండటం వల్ల కాదు. మనలోని గాయం, అభద్రత నుంచి తాత్కాలికంగా తప్పించుకోవడం కాదు.

మనం మేలుకొని ఉన్నప్పుడే మనలని వేధించే ఈ పీడకలల బారినుంచి తప్పించుకొని మన బాంధవ్యం దృఢ పరుచుకోవడం ఎలా? మన బాంధవ్యానికి ఒక ఆధ్యాత్మిక దృక్పథం తోడు కావాలి అన్నది సమాధానం.

కొద్ది క్షణాలు మొదటి పరమ రహస్యాన్ని దర్శించుకుందాం. బాంధవ్యాలను గట్టిపరచటంలో ఆధ్యాత్మిక దృక్పథం ముఖ్యమైన పాత్ర వహిస్తుంది. తమ వ్యాపారానికి, ఉద్యోగానికి, ఆరోగ్యానికి జనం ఆధ్యాత్మిక దృక్పథం అలవర్చు కుంటారు. ఆధ్యాత్మిక దృక్పథం అంటే మనం చేసే ప్రతి పనిని స్పృశించే మన అంతరంగానికి ఒక దృక్పథం అని గుర్తుంచుకోండి.

ఈ ప్రశ్నను గురించి ఆలోచించండి: మీరు కేవలం ఒక భాగస్వామిగా, ఒక స్నేహితుడిగా, ఒక నాయకుడిగా ఉండబోతున్నారా? లేక సఫలురైన, ఆనందమయ భాగస్వామి, స్నేహితులు, నాయకుడిగా ఉండబోతున్నారా?

ఈ ప్రశ్న పదునైనది, చాలా ముఖ్యమైనది కూడా. ఎందుకంటే ఈ ఆధ్యాత్మిక దృక్పథం లేకపోతే, మీరు చేసే ప్రతి పనిలోనూ ఒత్తిడి అనుభవిస్తారు. ఎంత గాఢమైన బాంధవ్యమైనా, ఎంత ఘనమైన విజయమైనా మీకు ఆనందం కలిగించలేదు.

ఎందుకంటే మనలో ఎవరైనా రెండేరెండు అవస్థలలో ఉండగలము: వేదనామయ అవస్థ, మనోహరావస్థ. మీరు మనోహరావస్థలో లేకపోతే, వేదనావస్థ మీ మామూలు స్థితి అవుతుంది.

మీరు మీ ప్రథమ వైవాహిక వార్షికోత్సవం, లేదా 25వ వార్షికోత్సవం జరుపుతున్నారు. మీరు ఆ వేడుక ఎక్కడ జరుపుకోబోతున్నారు, ఎవరెవరిని ఆ వేడుకకు ఆహ్వానించబోతున్నారు, ఆనాడు మీరు ఏమి చేయబోతున్నారు అన్నది మీ బాంధవ్యానికి అతి ముఖ్యమైన నిర్ణయం కాదు. అతి ముఖ్యమైన ప్రశ్న: ఆనాడు, ఆనాటి వరకు ప్రతిరోజు, ఆనాటి తర్వాత ప్రతిరోజు మీ పరస్పర బాంధవ్యం ఏ అవస్థలో ఉండబోతున్నది?

మీకు విచ్ఛేదన స్థితి సౌఖ్యంగా కనిపించుచున్నదా? లేకపోతే ప్రేమ, ఆనందం, అనుకంప, పరస్పర కృతజ్ఞతతో నిండిన మనోహరావస్థలో జీవించటం మీకు అత్యవసరం అనిపించుతున్నదా? మీ ప్రియతమ వ్యక్తిపట్ల ఎటువంటి ప్రేమ అనుభూతి చెందాలో మీకు దర్శనం అయిందా?మీ సాన్నిహిత్యంలో ఎదుటివ్యక్తికి ఎలాటి ఆనందం కలిగించాలని అనుకుంటున్నారో అవలోకించారా?

విశేషణానికి నామవాచకం అంత ప్రాముఖ్యత ఇవ్వగలరా? మీరు ఫలానావారి భాగస్వామి మాత్రమేగాక, ప్రేమమయులైన భాగస్వామి, బంధంకలిగిన భాగస్వామి, ఆనందమయ భాగస్వామి కాగలరా?

మనోహరావస్థ జీవించుతూ మీకు ముఖ్యులైన వ్యక్తుల అంతరంగ అనుభవాలతో బంధం కలిగి ఉండటం.

ఆధ్యాత్మిక దృక్పథం ఈ ప్రశ్నలతో మొదలవుతుంది.

నేను ఏ అవస్థలో జీవించాలని కోరుతాను?

నా ప్రియతమ వ్యక్తి ఏ అవస్థలో జీవించాలని నేను కోరుతాను?

నా ప్రియతమవ్యక్తి అంతర్యాన్ని నేను ఏవిధంగా ప్రభావితంచేసి దానిని సుందరతరం చేయగలను?

ధైర్యంగా నిజాయితీగా ఈ ప్రశ్నలు మనకు మనం వేసుకుంటున్న కొద్దీ వేదనామయ స్థితులలో - గాయం, తీర్పు, అసహ్యం వగైరాలు - ఒకదశాబ్దం, ఒక సంవత్సరం చివరికి ఒక రోజైనా గడిపి సమర్థించటం అతి కష్టం అవుతుంది. విచ్ఛేదనలో జీవించటం తిరస్కరించబడుతుంది. ఇది అసంభవంగా ధ్వనించితే, అది అసంభవం కాదు అని మా హామీ. మనం మనోహరావస్థలో జీవించటానికి నిబద్ధులం అయితే, నిస్సారము, వియోగం దూరమవుతాయి. జీవనం స్వచ్ఛంగా దర్శనం ఇస్తుంది.

అయితే ప్రేమ, బాంధవ్యం గురించి మన భావాలను పునరాలోచించ వలసిన అవసరం తరుచు కలుగుతూ ఉంటుంది. బాంధవ్యాన్ని ప్రస్తుతసమాజం అర్థం చేసుకునే తీరులో ఒక ప్రాథమిక లోపం ఉన్నది. అది సంస్కృతి మనకు బోధించిన అపార్థం. తత్ఫలితంగా మనలో చాలామంది వారు నిజంగా అనుభవం పొందని దానికోసం వెర్రెత్తిపోతారు.

అందమైన బాంధవ్యం అంటే ఎదటివారు ఆశించినదానిని ఎలాగైనాసరే తప్పక నెరవేర్చటంకాదు. ఎదుటివారి అవసరాలకు యాంత్రికంగా మన అవసరాలకు మించిన విలువ ఇచ్చి నెత్తిన పెట్టుకోవటం కాదు. ఇస్తేనే తిరిగి వస్తుందనే భావనతో, నిత్యం ఇవ్వటానికి పథకం రచించటం కాదు. బాంధవ్యం ఒక త్యాగము, ఒక వ్యూహము కాదు; ఉండటానికి అది ఒక స్థితి.

బాంధవ్యంతో పెనవేసుకున్న బంధం అంటే అక్కడ అసమ్మతి ఉండదని భావం కాదు. మీ భాగస్వామి ఎన్నడూ కలతచెందరనీ, భయపడరనీ, ఒంటరితనం అనుభూతి చెందరనీ, కోపగించరనీ కాదు.

మీలో ఎడబాటు భావం కలిగినపుడు మీరు దానిని కరిగించి వేస్తారు, మళ్ళీ బాంధవ్యం మీలో జనించుతుంది అని అర్థం.

మనోహరావస్థలోని బాంధవ్యంలో సంబంధమే ఒక ఆనందం. జీవనమే ఒక ఆనందానుభూతి. ఇటువంటి ప్రేమను మన జీవితంలోకి ఆహ్వానిస్తే మనం ఎదుటివారి నుంచి వేరు అనే అనుభూతి కలుగదు. మనుష్యులుగా మనం వేరుకావచ్చుకాని మనం గాఢమైన బాంధవ్యంలో ఉంటాం. ఎదుటివారి బాధ మిమ్మల్ని కలవర పరుస్తుంది. ఎదుటివారి ఆనందం మిమ్మల్ని సంతోషపెడుతుంది. మీ సమక్షంతో, మీ ఆనందంతో మీరు మీరు పరస్పరం వెలుగులు నింపుకుంటారు.

ప్రేమ, బాంధవ్యం కేవలం ప్రేమికుల మధ్య మాత్రమే కాదు. ఒక స్నేహితుడితో, పసిబిడ్డతో, మనవడు/మనవరాలితో, ఖాతాదారుడు, పూర్తిగా అపరిచిత వ్యక్తి అయినాసరే మీలో ఆ మనోహరావస్థ అనుభూతి చెంద గలరు.

సునీల్ కృష్ణాజీ దగ్గర వ్యక్తిగత శ్రేయోశిక్షణ పొందటానికి మా సంస్థకు వచ్చారు. "నేను చాలా ప్రేమమయమైన మనిషిని" వస్తూనే ఆయన మాకు చెప్పిన మాటలు. "ఎంతో ప్రేమించే కొడుకును. మా అమ్మా, నాన్నా మా ఇంటి పక్కనే ఉంటారు."

మరికొంచం లోతుగా అలోచించిన తర్వాత తన చర్యలు బాధ్యతా యుతంగా, పోషకాలుగా ఉన్నా, మనసులో మాత్రం అతను వియోగస్థితిలో ఉన్నాడు. అతని తండ్రి మాట్లాడుతుంటే పది నిమిషాలకు మించి వినలేక పోయేవాడు. ఆ తర్వాత అతనికి దుర్భరం అయేది.

సునీల్ కౌమారదశలో ఉన్నపుడు చదువు మాని, ముంబై వెళ్లి పనిచెయ్యాలని నిశ్చయించు కున్నాడు. అతని తండ్రికి అది పెద్ద అఘాతం అయింది. అతనిని స్కూలులో ఉండవలసిందిగా వత్తిడి చేశారు. చివరికి సునీల్ తన నెలసరి జీతంలో సగం తండ్రికి పంపించే షరతుమీద ఆయన సునీల్ ముంబై వెళ్ళటానికి ఒప్పుకున్నారు.

ముంబైలో సునీల్ అనుభవం బాధాకరం అయింది. ఎక్కడికి వెళ్ళినా అతనికి నిర్దయ ఎదురయింది. ఆ వాతావరణంలో అతను ఇమడలేకపోయాడు. వెంటనే తండ్రికి ఫోన్ చేసి తను ఇంటికి వస్తానని చెప్పాడు. కాని అతని తండ్రి అతనిని

అక్కడనే ఉండుమన్నారు. తర్వాత ఆరు నెలలు సునీల్ ప్రతిరోజూ ఫోన్ చేసి ఇంటికి వస్తానని బతిమాలేవాడు. తన తండ్రి ఎలాగూ ఒప్పుకోరు అని నిశ్చయించుకుని ఆ తర్వాత ఫోన్ చేయటం మానివేశాడు. కాని ఒప్పుకున్న ప్రకారం నెలనెలా ఇంటికి డబ్బు మాత్రం పంపేవాడు.

సునీల్ ఇరవై ఒకటవ పుట్టినరోజునాడు అతని తండ్రి అతనికి ఒక కానుక ఇచ్చారు. "ఇంతకాలము నువ్వు పంపిన డబ్బు మరొకచోట పెట్టుబడి పెట్టాను." అని ఆయన వివరణ.

సునీల్ ఆ చెక్ తీసుకుని టేబుల్ మీదికి విసిరివేశాడు. "నాకు అక్కరలేదు.." అతను అన్నాడు. "అంతకు పదిరెట్లు సంపాదించగలను."

తనకు అవసరమైనపుడు తన తలిదండ్రులు తనను వదిలివేశారనే అనుభూతి అతనిలో గాఢంగా నాటుకున్నది. ఆ బాధనుంచి అతను బయట పడలేకపోతున్నాడు. ఆ బాధలో తను ఎంత సాధించగలడో తన తండ్రికి చూపాలి అనే మంకుపట్టుకు పెనవేసుకుపోయాడు. ఆర్థికంగా తలిదండ్రులకు సహాయ పడాలని నిశ్చయించుకున్నాడు. "నేను చెడ్డవాడిని కాను." అని అతను ఆ మార్గంలో చెప్ప దలిచాడు.

అతను ఒక యువతితో ప్రేమలో పడి ఆమెను వివాహం చేసుకున్నాడు. అదికూడా అతను ఒక విజయం గానే పరిగణించాడు. వారికి ఒక బిడ్డ కలిగినదాకా ఆమె చాలా సహనం వహించింది.

"నీ తిరుగుడు ఇక ఆపు." ఆమె చెప్పింది. "ఇంట్లో పిల్లతో ఉండి నాకు సాయం చెయ్యి."

తన భార్య తనను అదుపుచేస్తున్నదని సునీల్ ఆలోచన. కనుక అతను అందుకు ఒప్పుకోలేదు. చివరికి వారు విడాకులు పుచ్చుకొని దేశంలో చెరొక చోట స్థిరపడ్డారు. అప్పటినించి తండ్రిగా అతను తన ధర్మం నెరవేర్చటానికి ప్రయత్నం చేశాడు. కొన్నాళ్ళకొకసారి కూతురిని చూసేవాడు. అంతవరకే. అది కేవలం తన డ్యూటీ.

తన సంబంధాలను గురించి అతనికి ఇంకా గ్రహింపు కలగలేదు.

అతని శిక్షణలో అనంతక్షేత్ర ధ్యానం ఒక భాగం. ఆ ధ్యానంలో ఒక నిశ్చల అవస్థలో మనుషులు నడిచే దారిన ఒక ఎండ్రకాయ పోతూ ఉండటం చూశాడు.

అతని హృదయము, మనసు అనుకంప, ప్రేమానుభూతులతో విస్ఫోటనం చెందాయి. చుట్టుపక్కల ఉన్న చెట్లు, సాగరంలోని చేపలు, దూరాన తోటలో పిల్లల నవ్వులు అన్నిటితో ఒక బంధం, మనవే నన్న భావన, వాటి శ్రేయస్సును గురించి చింతన అనుభూతి చెందాడు. అతని హృదయంలో ప్రేమ కళ్ళు తెరిచింది.

"పరమాత్మ" అతని ఆలోచన "ప్రేమ అంటే ఇదా? ఒక అనుభూతి చెందితే, ఒక వస్తువును ప్రేమించితే కలిగే అనుభూతి ఇలా ఉంటుందా?"

ఆ స్థితి అతనిలో పరివర్తన తెచ్చింది. ఆ అనుభవం తీవ్రత కొన్నాళ్ళకు తగ్గిపోయింది. కాని అతను మాత్రం శాశ్వతంగా మారిపోయాడు. అతని ఎనిమిదేళ్ళ కూతురు తల్లితో కలిసి ఉంటున్న ఊరిలోనే అతను కూడా నెలకు కొన్ని రోజులు నివసించాలని నిర్ణయించు కున్నాడు. అప్పుడు నెలకు ఒకవారం కూతురుతో గడపటానికి వీలవుతుంది.

వారిద్దరూ కలిసిన మొదటి రోజు కూతురు అతనితో సందేహిస్తూనే - అంతక్రితం ఎప్పుడు అతనితో మాట్లాడినట్లుగానే - అంటీముట్టకుండా మాట్లాడింది.

కాని మనసులు ఎలా కలపాలో ఇప్పుడు అతనికి తెలుసు. ఆ పిల్ల కోరికలు, అభిప్రాయాలు, స్కూలులో తోటిపిల్లలతో జగడాలు అన్నీ తెలుసుకునేసరికి ప్రేమావస్థ ఆవహించింది. కొద్దిసేపటి తర్వాత కూతురు గలగల మాట్లాడటానికి అడ్డు అపు లేదు.

పూర్తిగా మారిపోయిన తమ అనుబంధాన్ని గురించి చెబుతున్నపుడు అతను అన్నారు: "నా చాతీ మంట పుడుతున్నది. తనను తీసుకురావటానికి స్కూలుకు వెళ్ళినపుడు నన్ను దూరం నించే చూసి పరిగెత్తుకుంటూ వచ్చి నా మీదికి దూకుతుంది."

అతనికి ఒక అందమైన భాగస్వామిని కూడా దొరికింది. అటువంటి వ్యక్తిని కలుసుకోవటం తన అదృష్టమని ఆమె భావన. పనిలో ఉన్నపుడు, అతను తన సహోద్యోగులతో లాభనష్టాలు చర్చించటమే గాక, తన ఉద్యోగుల ఆనందం ఎలా ఇనుమడింపజేయాలా అని ఆలోచించి ప్రయత్నించుతూ ఉంటాడు.

ఒక మనిషిలో ప్రేమ మేలుకుంటుంది అనటానికి సునీల్ మహత్తరమైన ఉదాహరణ. ఇప్పుడు అతను ఎవరినైనా ప్రేమించగలడు. సత్యదర్శనంలో ఈ ప్రయాణానికి అమితమైన ధైర్యము, పాశము ఉండాలి. తాత్కాలిక సంతృప్తికోసం పరుగులు తీసే చేవలేని ప్రేమికుల సాహసం కాదిది. తమ చైతన్యాన్ని పరివర్తన చేయాలని కృషిచేసేవారి మార్గం.

ఈ ప్రయాణం కట్టిన వారంతా వారి ప్రస్తుత సంబంధాలనే కొనసాగించాలని నిశ్చయించుకున్నవారు కారు. మీ మనోహరావస్థ మీ చుట్టూ ఉన్నవారిమీద విపరీతమైన ప్రభావం చూపుతుంది. మీ సంబంధాలు మరింత సామరస్యంగా, ఆనందంగా తయారవుతాయి. దయామయులు, ప్రేమస్వరూపులు అయిన వ్యక్తులను మీరు మీ జీవితంలోకి ఆకర్షిస్తారు.

అంతరంగ సత్యానికి కట్టుబడినవారు తమ భాగస్వాములు తమకంటే వేరుమార్గంలో ఉన్నారన్న విషయాన్ని తెలిసి అంగీకరించి ప్రశాంతంగా ఉన్నారు. మనోహరావస్థలో ఉండటం అంటే సంతోషరహితంగానో, ప్రమాదకర పరిస్థితులలోనో ఉండటం కాదు. అంతరంగాన్ని నిశ్చలం చేసే విధానం. అప్పుడు మీ నిర్ణయాలు బాంధవ్యంతో ప్రేమమయంగా ఉంటాయి.

ఇదంతా వింటే భయం కలుగుతూ ఉంటే మీ గుండె చిక్కబట్టండి. అంతరంగ సత్యంలోని రెండవ పవిత్ర రహస్యానికి ప్రయాణం కట్టగల ధైర్యం ఉన్నవారికే ఈ ప్రేమా, బాంధవ్యము అందుబాటులోకి వస్తాయి.

ఇక్కడ ఆగి మీ ఎరుకను మీ హృదయం మీదికి తీసుకురండి. మీ శ్వాసను మీ గుండెలోకి పంపుతున్న అనుభూతి చెందండి. ఇలా కొంత సేపు శ్వాసించండి. నడకతోనో, ఒంటరిగా కూర్చునో కొంత సమయం ఒంటరిగా గడపండి. ఆవేశాల గాయాలు లేకపోతే ఎలాఉంటుందో అవలోకించండి.

మీ భాగస్వామి కళ్ళలోకి, ఆ కళ్ళను మొదటిసారి చూస్తున్నట్లు, సూటిగా చూస్తే ఎలా ఉంటుందో అవలోకనం చేయండి. ప్రతి ఉదయం ఒక చిరునవ్వుతో నిద్రమేలుకొని, మీ జీవితంలోని వ్యక్తులతో వ్యవహరించితే ఎలా ఉంటుందో అనుభూతి చెందండి. ఇప్పుడు మీరు మీ ఆలోచనలలో కొట్టుకు పోవటంలేదు. మనోహరావస్థలో జీవించాలనే పాశం మీలో వేళ్ళు ఊననీయండి.

మానవత్వం సారం

మానవుడిగా ఉండటం అంటే ఏమిటో ఎన్నడైనా ఆలోచించారా? ఏదోవిధంగా జీవనోపాధి సంపాదించి, కొన్ని కోర్కెలు తీర్చుకొని, పిల్లలకు జన్మ ఇచ్చి, పెద్దవారమై ...ఫ్..ఫ్..వెళ్లిపోవటమేనా?

నిజంగా సజీవంగా ఉండటం అంటే ఏమిటి? అసామాన్య చైతన్య స్థితులు అనుభవం చెందటానికీ, ఇతరులతో బంధం అనుభూతి చెందటానికీ, ప్రతి ఒక్కదానితోను బంధం అనుభూతి చెందటానికీ మనకు సంభావ్యశక్తి ఉన్నది. ఈ జీవనయానం చూసి అబ్బురపడే స్థితి...

మానవ చైతన్యం సంభావ్యశక్తి అదీ: బంధం కలిగించుకోవటానికీ, ప్రేమించటానికీ, ఏకం కావటానికీ. ఎల్లలు లేని ప్రేమ అనుభవం చెందటానికే: పూర్తిగా ఏకత్వం అనుభవం చెందటానికే. మానవ జీవితం, మానవమేధ, మానవ శరీరాల సంభావ్యశక్తి, పరమార్థం అదీ.

బాంధవ్య భావంలో జీవించటం అంటే, తనలో తాను లీనం కావటంనించి బాంధవ్యం దిశగా కదలటం. అదే నిజమైన పరివర్తన. అప్పుడే మీరు నిజంగా సజీవులై ఉన్నారు. ఇతరుల విచారంలో, ఆనందంలో మీరు పాలుపంచుకుంటే అదే మీరు వారి కి ఇవ్వగలిగిన బలవర్ధకమైన కానుక.

మీ అనుభూతి మీ భాగస్వామి అనుభూతిలోకి వస్తే పరస్పరం ఆదుకునే బాంధవ్యానికి అదే శుభారంభం. గతంలో మీరు ఒకరినొకరు గాయపరుచుకుని ఉన్నా ఫర్వాలేదు. మనోహరావస్థలో బాంధవ్యంతో ఇద్దరిమధ్య దూరం తరిగి పోతుంది. మీ బిడ్డకు, మీ స్నేహితులకు, మీ తలిదండ్రులకు, మీ సహోదరులకు ఈ అవస్థ అనుభవంలోకి తీసుకురాగలిగితే, అదే బాంధవ్యంలో ఉన్న సంసార సారం.

మీతో పనిచేస్తున్నవారిని ఈ ఆధ్యాత్మిక దృక్పథంతో చూడగలిగితే వారినించి మీరు వేరుకాదన్న అనుభూతి పొందుతారు. అప్పుడు అక్కడ దోపిడీ ఉండదు. దోపిడీ చేస్తారనే భయము ఉండదు. ఆధిపత్యం చలాయించాలనీ ఉండదు. ఆధిపత్యం చలాయించుతారేమోనన్న భయము ఉండదు. వ్యర్థప్రేలాపన ఉండదు. అన్యాక్రాన్తత ఉండదు. మీరు నిశ్చింతగా ఉంటారు. వారి ఆదుర్దా, వారి కోరికలు, వారి నిరాశ, నిస్పృహలు, అంగీకరించబడాలనే వారి ఆశ అన్నీ మీరు అనుభూతి చెందుతారు. మనోహరావస్థలోని ఈ బాంధవ్యంతో తోడ్పాటు, సహకారంతో కూడిన ఒక కొత్త సంస్కృతీ సాధ్యమవుతుంది.

ఆధ్యాత్మిక దృక్పథంతో ఈ భూమితో ఒక నూతన బాంధవ్యం ఏర్పడుతుంది. భూమి అంటే మీరు ఇష్టం వచ్చినట్లు తొక్కే మట్టికుప్ప కాదు. ఈ భూమి మీలో ఒక భాగం. మీరు ఈ భూమిలో ఒక అంశ. ప్రతి ఒక్క జీవిపట్ల ఒక అనుకంప కలుగుతుంది. ఈ ఆధ్యాత్మిక దృక్పథం మీ ఆలోచనా సరళిని, మీ సంబంధ రీతినీ, మీరు చరించే పద్ధతినీ మార్చివేస్తుంది. అది నిజంగా అందమైన జీవితం.

సోల్ సింక్ అభ్యాసం
హృదయపూర్వక భాగస్వామి

మీ జీవితంలోకి ప్రేమావస్థ ఆహ్వానించటానికి సోల్ సింక్ అభ్యాసాన్ని వివిధ మార్గాలలో అనుసరించవచ్చు. దృఢతరమైన ప్రేమ బాంధవ్యాలకై మీరు సంకల్పించవచ్చు లేదా ఈ విశ్వాన్ని అడుగవచ్చు.

ఈ సోల్ సింక్ మీరు ఒక భాగస్థులతో కూడా కలిసి అభ్యసించవచ్చు. ప్రతి ఉదయము, లేదా ప్రతి రాత్రీ నిద్రపోబోయే ముందు ఇద్దరు కలిసి చేయాలనే సంకల్పంతో కొనసాగవచ్చు.

ఇప్పుడు 27-29 పేజీలలో ఇచ్చిన మొదటి ఐదు పద్ధతులు అనుసరించండి.

1. ఎనిమిది చేతనామయమైన శ్వాసలు
2. ఎనిమిది చేతనామయ శ్వాసలు నిశ్వాసంలో ఝుంకారధ్వనితో
3. ఎనిమిది చేతనామయ శ్వాసలు ఉచ్ఛ్వాసానికీ, నిశ్వాసానికీ మధ్య వ్యవధిని గమనించుతూ
4. ఎనిమిది చేతనామయ శ్వాసలు మనసులో ఆ–హం జపించుతూ
5. ఎనిమిది చేతనామయ శ్వాసలు మీ శరీరం వెలుగుగా వ్యాప్తి చెందుతున్నట్లు ఉహించుతూ

ఇప్పుడు ఆరవ సోపానంలో మీ హృదయం బాంధవ్యంలో మనోహరమైన స్థితికి చేరటం అనుభూతి చెందండి. ఆ బాంధవ్యంలో మీరు మీ ప్రియతమ వ్యక్తిని అనుభూతి చెందుతారు. మీ ఇద్దరిమధ్యా ఎల్లలు లేవు. గాఢమైన ప్రేమ మీ హృదయం నించి ఎదుటివారికి ప్రసరించుతున్నది. వారికి స్వస్థత చేకూర్చుతున్నది. వారిలో అందమైన ప్రేమావస్థను నింపుతున్నది.

IV

నాలుగవ పరమ రహస్యం

ఆధ్యాత్మిక సత్క్రియ అభ్యాసం

౭

నాలుగవ పరమ రహస్యం

ఆధ్యాత్మిక సత్క్రియ అభ్యాసం

కృష్ణాజీ

కష్టమైన సవాళ్ళలోనించి గాయపడకుండా బయట పడటం ఎలా?

కష్టసమయాలలో ఈ విశ్వవివేచన పరమ రహస్యం మనకు ఎలా సాయపడుతుందో చెప్పుకున్నాం. కేవలం మీ జీవిత సమస్యలు పరిష్కరించటం మా లక్ష్యం కాదు. ఈ ప్రక్రియలో మిమ్మల్ని మీరు ఎలా పరివర్తన చేసుకోగలరో చెప్పాలని కూడా మా ఉద్దేశ్యం.

నాలుగవ పరమ రహస్యం జీవితాన్ని సంపూర్ణంగా మార్చివేయగలదు.

సత్క్రియ శక్తి అంటే అదీ.

నేను పదహారేళ్ళ హైస్కూల్ విద్యార్థిగా ఉన్నపుడు, ఇంటి నుంచి స్కూలుకు నా స్నేహితులకంటే ముందుగా అన్ని అడ్డదార్లవెంట ఇంటికి పరుగులు తీసే అలవాటు ఉండేది. ఒకనాడు సైకిల్ మీద స్కూలుకు పోతుండగా నాకు చిన్న ఆక్సిడెంట్ అయింది. ఆ రోడ్డున నేను అంతక్రితం వెళ్ళలేదు. అప్పుడే రోడ్డు దాటుతున్న ఒక కార్మికురాలిని ఢీ కొట్టాను. ఇద్దరమూ రోడ్డుమీద పడ్డాం. ఆమెకు నడివయసు ఉంటుంది. ఎక్కడినించో వచ్చి ఇక్కడ పనిచేస్తున్నది. భారత దేశంలో అటువంటి సంఘటన జరుగగానే అక్కడ ఒక గుంపు పోగవుతారు. తప్పు ఎవరిదైనా సరే, వారంతా ఎప్పుడూ పేదవారినే సమర్ధించుతారు. ఈ విషయంలో ఇక్కడనేను పొరబాటు పడ్డాను. గుంపు పోగవటం మొదలయింది. నాకు దెబ్బ తగిలింది. భయపడ్డాను కూడా. ఆ స్త్రీ త్వరగా

లేచి అక్కడ చేరిన వారందరినీ పోయి వారి పని చూసుకోమన్నది. అప్పుడు నా దగ్గరికి వచ్చి నన్ను లేవదీసింది. సైకిలు కూడా లేవనెత్తి రోడ్డు పక్కనే ఉన్న తమ గుడిసెకు తీసుకు వెళ్ళింది. అది అవసరానికి తాత్కాలికంగా వేసిన గుడిసె. నాకు దెబ్బలు తగిలిన చోట కడిగి తుడిచింది. స్కూలుకువెళ్ళగలనా అని అడిగింది. నన్ను ఆప్యాయంగా దీవించి నేను పెద్ద చదువు చదివి ప్రపంచానికి మేలు చేయాలని చెప్పింది.

నాకు తల తిరిగి పోయింది. ఆ క్షణంలో ఆమెకు న్యాయం ధర్మం ముఖ్యం కాదు. అక్కడ చేరిన గుంపు బారినించి నన్ను తప్పించటమే ఆమె లక్ష్యం. ఆమెకు నా కృతజ్ఞతలు తెలిపి, మళ్ళీ సైకిల్ ఎక్కి స్కూలుకు వెళ్తుంటే నా ఆలోచనలు పరుగులు తీయ సాగాయి. ఒక అపరిచిత వ్యక్తిమీద ఆమె అంతప్రేమ ఎలా చూపగలిగింది? ఆమె నీతి, న్యాయం, ధర్మం అన్నీ ఆలోచించి కార్యంలోకి దిగలేదు.ఆ క్షణంలో ఆమె ఆలోచన అంతా నా శ్రేయస్సును గురించే.

ఈ సంఘటన నా మీద ప్రగాఢమైన ముద్ర వేసింది. కర్మ అంటే ఏమిటి అని నేను ఆలోచించటం మొదలు పెట్టింది అప్పటినించే.

ఏ పరిస్థితిలోనైనా సత్కర్మ అంటే ఏమిటి? చిన్న, పెద్ద అన్ని పరిస్థితుల లోను ఈ ప్రశ్న తలెత్తుతుంది కదా! మనం చేస్తున్నది తప్పా, ఒప్పా అని తెలుసుకోవటం ఎలా? దానికి ఏదైనా సూత్రం ఉన్నదా?

ఆధ్యాత్మిక సత్క్రియ వివరించటానికి మనం 'సూత్రం' అనే పదాన్ని ప్రయోగించ వద్దు. అది మీ ఆలోచనలను ఒక మూసలోకి దించుతుంది. మీ ఆలోచన పట్టువిడుపులు కోల్పోతుంది. రోడ్డుమీద ఆ గుంపునించి నన్ను తప్పించిన ఆ స్త్రీ ఏ పుస్తకంలోనో ఇచ్చిన పద్ధతిని వరుసక్రమంలో అనుసరించ లేదు. కేవలం దయాహృదయంతో, ఏమీ ఆలోచించనవసరం లేకుండా, సహజంగా ప్రవర్తించింది.

మనలో ఎంతమంది చేసేపనులు ఆ కోవలోకి వస్తాయి? మాకు తెలిసిన ఎంతోమంది సజ్జనులు ఆచరణ విషయానికి వచ్చేసరికి అయోమయంలో పడిపోతారు. పదితలల రావణుడి కథ ఇంతకు మునుపు విన్నారు కదా! ఆయనలాగే వారు 'ఇది ఇలా ఉండాలి', 'ఇలా ఉండకూడదు' అనే పరస్పర విరుద్ధమైన కోరికలు, నమ్మకాల మధ్య ఏమి చేయాలో తెలియక కూర్చుంటారు. ఎంత చిన్నపని అయినాసరే వారికి అంతా అయోమయం అవుతుంది.

'ఆధ్యాత్మిక సత్క్రియ' అంటే ఈ విశ్వానికి ఒక సందేశం అని ఇక్కడ సంస్థలో మా ఇద్దరి (ప్రీతాజీ, నేను) నిర్వచనం. మన స్థితిలో ఈ అనంత చైతన్య ఆకాశంలోకి మనం నిత్యమూ సమాచారము పంపుతూనే ఉంటాం. బాంధవ్యమే మనోహరావస్థ సారం. ఆ మనోహరావస్థలో ప్రవేశించినపుడు, సర్వాన్నీ ఏకం చేసే ఆ చైతన్యంలో మనం లీనం అయిపోతాం.

సత్క్రియకు సంబంధించిన కొన్ని సూత్రాలు ఇక్కడ చెబుతాం. ఈ సూత్రాలు సత్క్రియ శక్తిని వినియోగించటంలో మీకు సాయపడుతాయి. ఈ సూత్రాల ఆధారంగా

చేసే పనినే మేం ఆధ్యాత్మిక సత్క్రియ అంటున్నాం. ఆధ్యాత్మిక సత్క్రియ వల్ల ఈ విశ్వం మీకు ఒక పరిష్కారం చూపితే, మీ జీవితాన్ని ఉచ్ఛస్థితికి చేర్చే సంఘటనలు మీకు వరుసకట్టి ఎదురవుతాయని మీరు పందెం కట్టవచ్చు.

జీవనస్రవంతిని నియంత్రించటానికి మనం శతవిధాల ప్రయత్నించకుండా, చైతన్యశక్తినుంచి ప్రభవించే జీవితానికి మనం స్పందించగలిగితే, ఆధ్యాత్మిక సత్క్రియ చేసినట్లే. ఇది యదార్థం.

ఇప్పుడు మనం ఆధ్యాత్మిక సత్క్రియకు సంబంధించిన మూడు సూత్రాలను పరిశీలించుదాం. జీవితంలో -చిన్నవి కాని, పెద్దవి కాని - నిర్ణయాలు చేసేటపుడు ఇవి ఉపయోగపడుతాయి. ఈ సూత్రాలను కఠిన నిబంధనలుగా గాక ఉత్తేజంగా దర్శించండి. మనోహరావస్థ అలవరుచు కోవటానికి మీరు ఎంత సమయం వినియోగించితే ఈ ఆధ్యాత్మిక సత్క్రియ పరమ రహస్యం మీకు అంత సహజంగా అబ్బుతుంది.

మొదటి సూత్రం: మనం అంతరంగ సంఘర్షణలో ఉన్నపుడు కాక ఆ సంఘర్షణ సమసిపోయిన తర్వాతనే ఆధ్యాత్మిక సత్క్రియ జరుగుతుంది.

తరుచు మనం ఒంటరిగా ఉన్నపుడు, లేదా మనం కోపంగా ఉన్నపుడు ఒక సంబంధం ఆరంభించాలనో తెంచివేయాలనో నిర్ణయిస్తాం. భద్రత లేదనిపించినపుడో, నిరాశ కలిగినపుడో మనం ఉద్యోగానికి స్వస్తిచెబుతాం. ఆర్థిక మాంద్యం వస్తుందని భయపడినపుడే మనం అమ్మకాలు, కొనుగోళ్ళు చేస్తాం. వివేచనా రహితమైన స్థితిలో వివేచానామయమైన చర్యలు ఎలా సాధ్యం అవుతాయి?

వేదనావస్థలు వివేకాన్ని ధ్వంసం చేస్తాయి. వాస్తవాన్ని గురించి మన అవలోకనం వక్రిస్తుంది. కోపం, నిరాశ అతి తొందరపాటుకు కారణం అవుతాయి. దీర్ఘచింత, క్లేశం, ఒంటరితనం మనల్ని నిశ్చేష్టతలో కట్టిపడేస్తాయి, లేదా అనాలోచిత చర్యలకు ప్రేరేపిస్తాయి. ఆ తర్వాత అందుకు విచారించటం మనవంతు అవుతుంది.

కొంతమంది లోలోపల మథన పడుతూ గంటలు, వారాలు, నెలలు ఆమాటకు వస్తే సంవత్సరాలు కూడా జీవించుతారు. అది దాదాపు వేడిగా మాడిపోతున్న బంగాళదుంప చేతపట్టుకుని డాన్స్ చేసినట్లే. మన నిర్ణయాలు సంపన్నస్థితి నుంచి కాక, వేరేదిక్కుతోచని సమయంలో జరుగుతాయి. భారాన్ని ఒకచేతిలోనుంచి మరొక చేతిలోకి మార్చుతూ ఇక వల్లకాదనే వరకూ డాన్స్ చేస్తూనే ఉంటాం.

ఆగి, నిదానించి, ప్రశాంత మానసం అభ్యాసం చేసి మన వేదనావస్థ విలీనమయిన తర్వాతనే ఆధ్యాత్మిక సత్క్రియ మొదలవుతుంది. మీలో ఒత్తిడి తగ్గిన తర్వాతనే స్పష్టమైన అవలోకనం, సూక్ష్మదృష్టి సాధ్యమవుతాయి.

మా యూత్ చారిటీ ఫౌండేషన్ నిర్వహించిన శిక్షణా కార్యక్రమంలో ఒక యువకుడు పాల్గొన్నాడు. అతని అనుభవం ఈ విషయాన్ని పరిపూర్ణంగా

ప్రదర్శించుతుంది. ఇరవైఏళ్ళు పైబడిన ఆ యువకుడు తనజీవితంలో ప్రతిఒక్క దానినీ ద్వేషించేవాడు. అతని ద్వేషాల జాబితాలో మరొక కొత్తవిషయం ప్రవేశించింది. అది అతని కొత్త ఉద్యోగం. కాల్ సెంటర్ నుంచి ఊరగాయలు అమ్మటం. తన ఉద్యోగంలో ప్రతి ఒక్కవిషయమూ అతను ద్వేషించాడు. తను ధరించే హెడ్ సెట్ దగ్గరినుంచి, తను ఫోన్‌లో కాల్ చేసి నపుడు తను ఏదో అమ్మటానికి ప్రయత్నిస్తున్నాడని తెలిసినపుడు అవతలి వారి ప్రతిస్పందన వరకు అతను అన్నీ ద్వేషించాడు. దేనికీ చాలని అతని జీతమన్నాకూడా అతనికి ద్వేషమే. కాని కుటుంబానికి అతని సంపాదన అవసరం. కనుక అతను ఆ ఉద్యోగం వదిలి పెట్టలేక పోయాడు. పెద్దవాడైన అతని తండ్రి ఉపన్యాసాలు, తిట్లు వినే ఓపిక అతనికిలేదు.

ఆ నగరంలో అతను ఉన్నాడో లేదో ఎవరికీ తెలీదు, అవసరంలేదు. ఎవరికీ పట్టని ఆ జీవితం అతనికి నిస్పృహ కలిగించింది. ఇంటికి వెళ్తే తండ్రిని సహించలేడు. కనుక గ్రామానికి పోలేడు. అతని తండ్రి ఒక కుమ్మరివాడు. గ్రామానికి నీళ్ళుతాగే కుండలు తయారుచేసి జీవనం గడిపాడు. గ్రామానికి అతనిదగ్గరినించి కావాల్సింది అదే. కనుక తండ్రికి అంతకు మించి ఏమీ రాదు, తెలీదు. తల్లి ఒక గృహిణి. ఇంటిల్లిపాదికీ వండిపెట్టేది. ఎవరో ధనికుల పొలంలో పనికి వెళ్ళేది. పేదరికంలో కొట్టుకులాడుతున్న తన ఇల్లు అంటే అతనికి ద్వేషం. కనుక తను ఎక్కడికీ వెళ్ళలేడు, సార్ధకమైన పని ఏ మీ చేయలేడు.

ఊరగాయలు అమ్మటానికిమామూలుగా చేసే ఫోన్ కాల్స్‌లో అతను మా సంస్థ స్వచ్ఛంద సేవకులు ఒకరితో మాట్లాడాడు. వాళ్ళు ఇద్దరూ చాలాసేపు సంభాషణ సాగించారు. అతనిని ఒక స్కూలులో కౌమార వయస్కులకు జరుపుతున్న కార్యక్రమానికి రావలసిందిగా ఆహ్వానించారు. ఆ కార్యక్రమంలో పాల్గొన్న తర్వాత అతను ఆత్మద్వేషంతో తన జీవితాన్ని తనే నాశనం చేసుకుంటున్నానని గ్రహించాడు. గాఢమయిన ప్రక్రియలో పాల్గొన్న తర్వాత తండ్రిపట్ల, తనపట్ల అతనిలో ఉన్న ద్వేషభారం దిగిపోయింది.

ఆ తర్వాత వారాంతంలో తన గ్రామానికి వెళ్ళినపుడు తల్లి వంటచేస్తూ ఉంటే అతను మౌనంగా వంటయింట్లో కూర్చున్నాడు. జీవితంలో మొట్టమొదటిసారిగా తల్లితో గాఢమయిన బాంధవ్యం అనుభూతి చెందాడు. వంటలో తల్లికి సాయం చేశాడు. ఇంట్లో చిన్న చితక పనులు చేస్తూ ఇన్ని సంవత్సరాలలో తెలియని ఆనందం అనుభూతి చెందాడు. ఆ తర్వాత రెండురోజులు తల్లికి వంటలో ప్రతిసారీ సాయం చేశాడు. ఆహారం వాసన, రుచితో అతని రసన గ్రంధులలో మళ్ళీ జీవం వచ్చిందని చెప్పాడు. అతని గుండెలో ఒక కొత్త పాశం మేలుకున్నది. చాలా అవగాహనతో, ఎన్నడూ లేని ధైర్యంతో అతను కాల్ సెంటర్ లో తన ఉద్యోగానికి రాజీనామా చేశాడు. గ్రామం తిరిగివచ్చి రకరకాల దేశవాళీ వంటలు వండటంలో తర్ఫీదు పుచ్చుకున్నాడు. అందుకు తల్లిదగ్గర, గ్రామంలో ఇతర స్త్రీల దగ్గర శిక్షణ తీసుకున్నాడు. ఇప్పుడు అతను మా కేంద్రాలలో ఒకదానిలో వంటపెద్ద. కార్యక్రమాలలో పాల్గొనేవారి ఆహార విషయంలో అతను

అమితమయిన శ్రద్ధ తీసుకుంటాడు. వారి సంతృప్తే అతని ఆనందం అనటంలో సందేహం లేదు. అతను మనోహరావస్థలో ఉన్న వంటపెద్ద. ఆ అవస్థ అతని వంటకాలు అన్నిటిలోనూ మహత్తరమయిన రుచిగా ప్రసరిస్తుంది.

మీ వేదనావస్థ అధిగమించిన తర్వాత మీరు చేసే నిర్ణయాలకు మీకు అచ్చెరువు కలిగించే అవకాశాలు, సంపన్నత తరుముకు వస్తాయి. మీరు వేదనావస్థలో ఉన్నంతకాలం ఇది జరుగదు.

ఇప్పుడు ఆధ్యాత్మిక సత్క్రియలో రెండవ సూత్రం ఏమిటో చూద్దాం.

రెండవ సూత్రం: ఆధ్యాత్మిక సత్క్రియ మనోహరావస్థలో జరుగుతుంది.

మనోహరావస్థలో మీరు మీ శ్రేయస్సునేకాక ఎదుటివారి శ్రేయస్సును కూడా పరిగణించుతారు. మనోహరావస్థలో ఉన్నప్పుడు మీరు అందరి అనుభవానికి ముడిపడి ఉంటారు.

ఆధ్యాత్మిక సత్క్రియ అంటే మరొకరి కోసం మన శ్రేయస్సును త్యాగం చేయడం కాదు. ఎందుకంటే మనము జీవితంలో చేసిన త్యాగాల గురించి తరుచూ చింతించి, చేదు అనుభూతులు చెందుతూ ఉంటాం. ఎవరి కోసమైతే మనం త్యాగం చేసామో వారిదగ్గరి నుంచి కృతజ్ఞత ఆశిస్తాం. మనకు తగిన గౌరవం లభించలేదని అనిపించినప్పుడు మనం విచ్ఛేదన కలిగించే వేదనావస్థలో ప్రవేశించుతాము. అక్కడినుంచి ఇంకొక సమస్యల తేనెతుట్టె కదులుతుంది.

ఆధ్యాత్మిక సత్క్రియ అంటే మీరు మీచుట్టూ ఉన్నవారి శ్రేయస్సును పట్టించుకోరు అని కాదు. సత్క్రియ బాంధవ్యమయమైన మనోహరావస్థ నుంచి పుడుతుంది. ఆ స్థితిలో ఇతరుల శ్రేయస్సునుంచి ముఖం తిప్పటం అసాధ్యం. అనేకుల అనుభూతులతో వ్యవహరించవలసిన క్లిష్టసమయాలు కూడా ఉంటాయి. అప్పుడు అన్నిటికంటే తక్కువ నష్టం కలిగించే చర్య తీసుకుంటారు.

చివరికి మూడవ సూత్రం

మూడవ సూత్రం: ఆధ్యాత్మిక సత్క్రియ ఆదర్శాలతో జరగదు.

మన అందరికీ మన జీవితాలను రూపు దిద్దే ముఖ్యమైన ఆదర్శాలు, భావాలు ఉంటాయి. మనకు మన ఆదర్శాలే ముఖ్యం అయితే అవి మనం చేసే ప్రతి పనిని శాసిస్తాయి. అప్పుడు మనం అప్పటి పరిస్థితికి అవసరమైన ప్రత్యేక చర్యలను విస్మరిస్తాం. ప్రస్తుత అవసరానికి అనుగుణంగా మన వివేచన ఇక్కడ ప్రయోగించకుండా ఏనాడో, ఎవరో చేసిన దానిని అనుకరించితే సత్క్రియ ఎలా సంభవిస్తుంది? ఇప్పటి పరిస్థితికి అనుగుణంగా మనం ఇక్కడకళ్లు తెరిచి ఉండకపోతే సత్క్రియ ఎలా సంభవిస్తుంది?

అన్ని పరిస్థితుల్లోనూ ఒకే ఆదర్శం ఎలా దారి చూపగలదు?

మనకు ఉత్తేజం, ప్రేరణ అవసరమైనప్పుడు మన సవాళ్లకు పరిష్కారం దొరుకుతుందనే ఆశతో పెద్దవారి ఆత్మకథలు చదువుతాము. ఆ తర్వాత అదే మన ఏకైక మార్గం అవుతుంది.

ఒక ఆదర్శవ్యక్తి ఆకర్షణలో పడిపోతే మనమూ వారిలాగానే ఆదర్శవంతులం కావాలి అనే దృఢ నిశ్చయం మనలో కలుగుతుంది. అప్పుడు మనల్ని మనం మర్చిపోతాం. ఇప్పుడు ఆ ఆదర్శవ్యక్తితో సమానమైన యశస్విగా, ప్రేమికులుగా, నిపుణులుగా ఎదగటం మన కొత్తసమస్య అవుతుంది. ఆ ఆదర్శవ్యక్తి ఆలోచనలలో మనం పూర్తిగా నిమగ్నం అయిపోతాం. అప్పుడు ఆ ఆదర్శవ్యక్తి మన మనోవేదనకు మూలం అవుతారు.

మనం ఎవరి జీవితమో జీవిస్తూ ఉంటాం.

ఒక ఆదర్శం – ఏ ఆదర్శం అయినా సరే, అది మంచిదే కావచ్చు – అనుసరించి జీవించుతుంటే, మీరు ప్రస్తుత పరిస్థితికి, అవసరాలకు దూరం అవుతారు. ఆదర్శాలను అనుసరించి చేసే పనులు యాంత్రికం. ఏమి చేయాలో ఎలా చేయాలో ముందుగానే నిర్ణయమై ఉంటుంది. ఉదారమైన, అతినమ్రమైన స్పందనలు కూడా అలవాటు ప్రకారం లాంఛనంగా జరుగుతాయి. మీ శ్రేయస్సు, ఎదుటివారి శ్రేయస్సుకంటేకూడా ఆదర్శాన్ని అనుసరించటం ముఖ్యం అవుతుంది. మీ ఆదర్శం ఎంత ఉత్తమం, ఎంత ఉదాత్తం అయినా కానీయండి. మీరు చేసే పనులన్నీ ఆ ఆదర్శం నెరవేర్చటానికే అయితే మీరు జడులు, నిర్దయులు అవుతారు.

కన్ఫ్యూషియస్ ఒక ప్రసిద్ధ చైనీస్ వేదాంతి, రాజకుటుంబానికి సలహాదారు. కన్ఫ్యూషియన్ వ్యవస్థలో పాలన స్పష్టమైన శాసనాలు, నీతి శాస్త్రం, సూత్రాల మీద ఆధారపడి ఉన్నది. ప్రతి ఒక్కటి– ఒక వ్యక్తి తన స్నేహితుడు, తల్లిదండ్రులు, ఉపాధ్యాయులతో మాట్లాడేటప్పుడు ఉపయోగించవలసిన భాష కూడా – ముందే నిర్ణయం అయి ఉన్నది. ఆ వ్యవస్థ క్రమపద్ధతికి, సుగుణానికి, న్యాయానికి ధర్మానికి దారితీస్తుందని కన్ఫ్యూషియస్ విశ్వాసం. అందువల్ల ఏం చేస్తే సత్కారం జరుగుతుందో, ఏమి చేస్తే శిక్ష పడుతుందో ప్రతివారికి తెలిసింది.

ఒకసారి ఒక గుర్రం దొంగతనం అయింది. ఆ ఫిర్యాదు కన్ఫ్యూషియస్ కు చేరింది. దొంగను పట్టుకోవడానికి ఒక విచారణ మొదలైంది. అపరాధికి జైలు శిక్ష నిర్ణయం అయింది. దొంగను పట్టుకున్న వారికి ఒక బహుమానం కూడా నిర్ణయమైంది. కొన్ని రోజుల తర్వాత ఒక యువకుడు కన్ఫ్యూషియస్ దగ్గరికి వచ్చి దొంగ ఎవరో తనకు తెలుసు అన్నాడు.

“ఎలా?” కన్ఫ్యూషియస్ ప్రశ్న.

"ఆయన మా నాయన కనుక." యువకుడి సమాధానం.

"అతన్ని పట్టుకొని కటకటాల వెనక..." కన్ఫ్యూషియస్ అన్నారు. కానీ ఆ వాక్యం పూర్తి కాకమునుపే ఆయన ఆగి,అడిగారు. " ఒక్క నిమిషం, మీ నాయన మీ పొరుగువారి గుర్రాన్ని ఎందుకు దొంగిలించాడు?"

"మా కుటుంబం తిండి లేక మాడుతున్నది." ఆ యువకుడు అన్నాడు. "నాకు తిండి లేదు. మా అమ్మకు తిండి లేదు. మాకు తినటానికి తిండి లేదు. మాకు తిండి పెట్టడానికి మా నాయన ఆ గుర్రాన్ని దొంగిలించాడు."

"కానీ ఆయన మీ నాయన కదా?" రాజుగారి సలహాదారు అన్నారు."ఆయన మీద ఎందుకు ఫిర్యాదు చేశావు?"

"నేను నిజాయితీగా ఉండాలి కనుక." ఆ యువకుడు అన్నాడు. " నేను నిజం చెప్పాలి కనుక."

అప్పుడు కన్ఫ్యూషియస్ తన తీర్పును తిరగ తిప్పారు.

"తండ్రిని వదిలేయండి." ఆయన తీర్పు. " కొడుకును మూడు రోజులు ఖైదు చేయండి."

ఈ కథ చాలా ప్రశ్నలు, ప్రతిస్పందనలు లేవదీస్తుంది. మీరు అయోమయంలో పడటానికి ఇదే మంచి సమయం. మీ జీవితాన్ని మీరు మరికొంత పరిశీలనగా చూడటానికి సహాయపడటమే ఈ కథ ఉద్దేశ్యం.

కొడుకు చేసింది న్యాయసమ్మతమైన పని. అతను నిజం చెప్పి న్యాయాన్ని పాటించాడు. నిజాయితీ అతనికి కేవలం ఒక ఆదర్శం అయింది. తనకు తిండి పెట్టే తండ్రికంటే అతనికి తన ఆదర్శమే అతనికి ముఖ్యమైంది. ఒక నిజాయితీపరుడుగా గుర్తించబడటం మినహా అతనికి ఏమీ పట్టలేదు. తన ఆదర్శంపట్ల అతనికి ఉన్న అభిమానం అతనిని నిర్దయుడుగా, సానుభూతి రహితుడుగా చేసింది.

కుటుంబాన్ని పోషించడానికి దొంగతనం చేసిన వృద్ధుడికంటే, హృదయంలేని ఈ యువకుడు రోడ్ల వెంట తిరగడం ప్రమాదకరమని కన్ఫ్యూషియస్ అనుభూతి అయిఉండవచ్చు.

ఈ చివరి పవిత్ర రహస్యం ఎంత శక్తివంతమైనదో మీరు గమనించారని మా ఆశ. ఆధ్యాత్మిక సత్క్రియ అంటే నిర్ణయాలు చేయటానికి ఒక క్రమబద్ధమైన పద్ధతి కాదు. ఇతర రహస్యాలలాగానే ఇది కూడా అంతరంగంలోని సంఘర్షణ విలీనం చేయటానికీ, స్వీయ అవరోధంలోనుంచి బయటపడటానికి, వివేచనతో జీవితానికి బదులు పలకటానికీ సాధనం.

సత్క్రియ చేస్తూ ఉన్నప్పుడు - ఇది ఇలాగే ఉండాలి, అనే నియమంతో - మీరు మీ ఆరోగ్యాన్ని ఐశ్వర్యాన్ని ఆనందాన్ని త్యాగం చేయరు. మీ ఆనందానికి ఒక విలువ

ఉన్నది. ఆ విషయంలో మీరు జాగ్రత్త పడతారు. సత్క్రియ మీతోనే మొదలవుతుంది. ఇతరుల జీవితాల్లోకి ప్రసరించి వాటిని సంపన్నం చేస్తుంది. జీవితంలో ఘనకార్యాలు సాధించటానికి ఇది తొలి అడుగు.

మీ ఆధ్యాత్మిక దృక్పథాన్ని బట్టి మీ జీవితం సుందరం అవుతుంది.

మీ అంతరంగ సత్యం అభ్యాసాన్ని అనుసరించి మీ వేదన విలీనం అవుతుంది, మీరు మనోహరావస్థకు కళ్లు తెరుస్తారు.

మీ మనోహరావస్థ అనుసరించి మీరు ఆధ్యాత్మిక సత్క్రియ ఆచరిస్తారు. అదే వ్యక్తిగతంగానూ, సామూహికంగానూ మీ అదృష్టానికి దారితీస్తుంది.

విశ్వవివేచన మీరు ఎంత గ్రహించితే మీ జీవితం అంత అద్భుత ఆలయం అవుతుంది.

ꝏ

నాలుగవ జీవన యానం
చేతనామయ ఐశ్వర్య స్రష్ట

కృష్ణాజీ

నిరామయమైన మధ్యాహ్నం. మీకు అభిమానమైన రాగం ఈల వేస్తూ మీరు గుబురు పొదలు ఉన్న అడవిలో నడుస్తున్నారని ఊహించుకోండి. హఠాత్తుగా ఒక పక్షి కీచుగొంతు వినపడింది. మీ కంటి కొనతో దూరాన ఎత్తుగా పెరిగి ఉన్న గడ్డిలో కదలిక గమనిస్తారు.

మీరు ప్రమాదంలో ఉన్నారని మీకు తెలుసు. మిమ్మల్ని ఎవరో కనిపెట్టి అనుసరించుతున్నారు. అది మీదికి దూకటానికి సిద్ధంగా ఉన్న పెద్దపులి. మీరు పరిగెత్తుతారు. కానీ పెద్దపులి మిమ్మల్ని వెంటాడుతున్నది. క్షణాలలో మీరు ఒక పెద్ద లోతైన కూపం చేరుతారు. పెద్దపులిని తప్పించుకోవాలి అంటే ఆ బావిలోకి దూకటం తప్ప వేరే మార్గం లేదు. ఆ పతనం దారుణం. ఆ చోటు గతుకుల మయంగా, నిటారుగా ఉన్నది. దెబ్బలు తగిలి రక్తం ఓడుతూ ఆ మురికి నీటిలో పడుతూ ఉండగా కింద నోరు తెరుచుకుని ఉన్న ఒక పెద్ద మొసలి మీకు కనబడుతుంది.

భయంతో అదిరిపోయి, ఆ కూపం గోడలు పట్టుకోవటానికి ప్రయత్నిస్తారు. విఫలమైన కొన్ని ప్రయత్నాల తర్వాత అక్కడ వేలాడుతున్న ఒక అడవితీగ పట్టుకో గలిగారు. ఇప్పుడు మీ కాళ్లు ఆ మొసలి నోటికి కొద్ది అడుగుల ఎత్తులో వేలాడుతున్నాయి. పైన పెద్ద పులి. కింద మొసలి. మీ ప్రాణం అరచేతిలో ఉన్నది. అప్పుడే రెండు ఎలుకలు,ఒకటి నల్లనిది, మరొకటితెల్లనిది, మీరు పట్టుకు వేలాడుతున్న తీగను

కొరుకుతున్నాయి. భయంకరమైన ఈ స్థితిలో వేలాడుతుండగా మీ తలమీదికి ఏదో జారి పడింది అని మీరు అనుభూతి చెందుతారు. మీరు తలఎత్తి చూసి మీ పైన చాలా ఎత్తున ఒక తేనెతుట్టె ఉన్నదని గమనిస్తారు. ఒక్క క్షణం ఉపశమనం కోసం అలమటించుతూ తరవాత పడబోయే తేనెబొట్టు కోసం నోరు తెరిచి నాలిక బయట పెడతారు.

ఇంత భయానకమైన ఊహాలోక ప్రయాణం చేయించినందుకు క్షమించాలి. మా దృష్టిలో ఈ కథ ఉద్దేశ్యం ఏమిటో వివరిస్తాము. కొంచెం ఓపిక పట్టండి. ఈ కథను పూర్తిగా అవగాహన చేసుకుంటే సంపద, సమృద్ధి గురించి మీ చైతన్యం ఆలోచనా విధానం కొత్త దారులు తొక్కుతుంది.

ఈ కథ మనలో చాలామంది జీవితానుభవం ఎలా ఉంటుందో ప్రదర్శిస్తుంది. మనం పూర్తిగా ఆత్మాభి ముఖులమై ఉన్నప్పుడు మనలో కలిగే భయమే ఆ పెద్దపులి. మనము ఎవరికీ అక్కరలేదన్న విపరీతమైన భయం. దీనిని 'అనామక అవస్థ' అందాం.

సంపద సృష్టించే ప్రయత్నంలో అచేతనంగా, అత్యాశతో, దూకుడుగా వేసే మునకే ఆ కూపం. ఆ కూపంలోకి దూకటం 'అనామక అవస్థ' నుంచి విముక్తి గా తోచవచ్చు. కానీ ఆ ప్రయాణం మనం ఒక లక్ష్యంతో ఆనందంగా చేస్తున్న ప్రయాణం కాదు. అదీ భయం కొద్దీ చేసే పలాయనం.

అడుగున ఉన్న మొసలి అంతంలేని ఆర్థిక సమస్యలు. ఇవన్నీ మీ స్వీయ అవరోధం వల్ల కలిగినవే. ఆ కూపంలో కిందికి దిగజారుతున్న కొద్దీ మీ జీవితం అధమం అవుతుంది.

మీరు పట్టుకుని వేలాడుతున్న తీగ మీ ఆశ.

ఆ తీగను కొరుకుతున్న నల్లని తెల్లని ఎలుకలు రాత్రి, పగలు. రోజులు గడుస్తున్న కొద్దీ మీ ఆశ సన్నగిల్లుతూ ఉంటుంది.

ఆ తేనె, ఇంత సంక్షోభంలోనూ, గందరగోళంలోను మనం ఆశించే ఆనందం.

ఆ దురవస్థను, దుర్దశను తప్పించుకోవడం ఎలా?

సాధారణంగా తరుచు అనుసరించే బాట మన అందరికీ తెలుసు. పులిని చూడగానే ఈ కథలో పాత్ర చేసిన పనే మనము అందరమూ చేస్తాము. అందరమూ ఆ బావి దగ్గరికి పరిగెత్తాము. ఆ బావి పలురకాలుగా ఉండవచ్చు. అమ్మానాన్నల బలవంతాన చేరిన ఉద్యోగం కావచ్చు. చిన్నప్పుడు మనకు అందని గౌరవం హామీ ఇచ్చే పరిశ్రమ కావచ్చు. మన తోడబుట్టినవారి కంటే మనలను ధనవంతులను చేసే పదవి కావచ్చు. ఒక సమావేశంలో మనల్ని సదా గౌరవిస్తారు అని హామీ ఇచ్చే అంత స్తూ కావచ్చు.

ఆ బాట విజయాన్ని, ఆర్థిక సఫలతను కలిగిస్తున్నట్లు కనిపించవచ్చు. వేదనావస్థలో అంతరంగంలో ఏర్పడే శూన్యాన్ని నింపటానికి మాత్రమే చేసే పనివల్ల, మన వత్తిడి, ఆదుర్దా మన చుట్టూ ఒక విముఖమైన చక్రవాతం సృష్టించుతాయి. అక్కడ

మనం అధమానుభూతి చెంది మరింత గందరగోళంలో పడిపోతాం. అంత అధమమైన చైతన్య స్థితిలో జీవించితే, జీవితంలోని ఇతర అంశాలు అన్నిటికీ మనం హాని చేస్తాము. ఆర్థిక సంపన్నతకు ఇది ఎంతమాత్రమూ దారి కాదు. ఈ స్థితిలో చేతనామయ ఐశ్వర్య సృష్టి జరగదు.

ఇంతకంటే మంచి మార్గం వున్నది. మరొక చైతన్య స్థితి ఉన్నది.

అనామక స్థితిలో జీవితం

మైక్ అత్యంత విజయవంతమైన వాస్తుశిల్ప సంస్థలో సీఈవో. తనని ఎవరూ హీనంగా చూడకూడదు అని అతను నిర్ణయించుకున్న క్షణం ఆయనకు ఇంకా గుర్తు ఉంది. ఆ సంఘటన జరిగినప్పుడు అతను కౌమార వయస్సులో ఉన్నాడు. తను ప్రేమించిన అమ్మాయి ధనవంతుడైన మరొక కుర్రవాడి మోజులో తనను వదిలి వేసింది. ఆ అవమానం అతనిని చాలాకాలం వేధించింది.

తన సంస్థ గుర్తింపు పొందే స్థాయికి ఎదగటానికి అతను చాలా కష్టపడవలసి వచ్చింది. కానీ అతను ఆశించిన ఆనందం అతడికి కలగలేదు. చాలా సంవత్సరాలు శ్రమించిన తర్వాత ఆయన ఒక అహంకార స్థితికి వశులై పోయారు. తనలోని న్యూనతాభావాన్ని కప్పిపుచ్చుకోవటానికి ఆయన తను ఎంత గొప్పవాడో తనకు తాను చెప్పుకు పోవడమే కాక, ఎదుటివారికి కూడా చెబుతూ చాలా సమయం గడిపేవారు.

మైక్ ఐదో దశకంలోకి వచ్చిన తర్వాత ఆయనకు పోటీ తగిలింది. ఆ పోటీదారులు త్వరగా ఎదగసాగారు. తన రంగంలో పోటీ సహించలేక అసూయతో తన పోటీదారుడిని పడగొట్టటానికి కొన్ని కుయుక్తులు అన్నారు. కానీ ఆయన పథకం విపరీతంగా ఎదురుదెబ్బ కొట్టింది. వరసగా వెలుగులోకి వచ్చిన సంఘటనలతో ప్రసార మాధ్యమాలలో ఆయనకు చెడ్డ పేరు వచ్చింది. ఆయన తన సంస్థను కోల్పోయారు. ఆయన ఖాతాదారులు ఇతర సంస్థలకు వెళ్లిపోయారు. ఆయన దగ్గర పనిచేసినవారు స్వంతవ్యాపారం పెట్టుకోవడానికి వెళ్లిపోయారు.

రెండు దశాబ్దాల శ్రమ ఎలా మంటకలిసిపోయినదో ఆలోచిస్తుంటే, తను అట్టడుగుకు పడిపోయానని మైక్ తెలుసుకున్నారు. ఇక పరుగు ఆపవలసిన సమయం వచ్చింది.

మేం నిర్వహించిన నాలుగు రోజుల కార్యక్రమంలో మైక్ అయిష్టంగానే పాల్గొన్నారు. కేవలం కూతురి బలవంతం మీద ఆయన అక్కడికి వచ్చారు.

అయితే రెండవ రోజున ఆయన నిజంగానే తనలోకి చూడటం మొదలుపెట్టారు. ఇంతకాలం అతను ఏకాగ్రత అని, చోదన అని అనుకుంటున్నది అంతా నిజానికి ఒక వ్యసనం అని ఆయనకు జ్ఞానోదయం అయింది. ఐశ్వర్యం, సంపదలను వెంటాడింది అంతా కౌమారదశలో కలిగిన వెలితిని పూడ్చడానికి చేసిన వృథా ప్రయాస.

తనలోని ఈ వెలితి అనుభూతిని ఆయన ఎప్పుడూ పట్టించుకోలేదు. కనుక వయసుతోపాటు ఆయనలో ఆ వెలితికూడా పెరిగింది. ఆ వెలితిని పూడ్చటానికి ఆయన చేయగలిగినదల్లా తనరంగంలో అందరికంటే గొప్పవాడుగా కావడానికి ప్రయత్నించటమే. ఫలితంగా నిర్దయగా, ఉద్ధృతంగా సఫలతను వేటాడటమే లక్ష్యం అయింది.

తన కౌమారదశలో అనుభూతి చెందిన శూన్యత్వం, అనామకత్వమే నిర్వహణ అధికారిగా అంతరాంతరాలలో అనుభూతి చెందినట్లు ఆయన గ్రహించారు. ఆయన కింద ఎంతమంది పని చేస్తున్నారు, పరిశ్రమ ఆయనను ఎంత ఘనంగా దర్శిస్తున్నది అన్న విషయం అప్రస్తుతం అయింది. ఎవరైనా తననుమించి ఎదుగుతారు అనే ఆలోచనే ఆయనలో అనామక అనుభూతి కలిగించేది. ఆ బాధ ఆయన ఇంకా అనుభవిస్తూనే ఉన్నారు.

ఆ శిక్షణ చివరి రోజున, నాతో కలిసి అనంత క్షేత్ర ధ్యానం చేసినప్పుడు ఆయనకు ఒక విపరీతమైన భయం పట్టుకుంది: అనామకుడిగా చనిపోతానేమో అన్న భయం. ఆయన తన ఆలోచనలను మళ్లించడానికి ఎంత ప్రయత్నించినా ఆ భయం ఆయనను వదలలేదు.

తన జీవితంతో ఎవరికీ పని లేదు అనే సత్యానికి ఆయన దాసోహం అన్నప్పుడు, ఆయన అసలు సత్యాన్ని దర్శించారు: ఆయన ఎవరి జీవితాన్నీ సంపన్నం చేయలేదు. కారణం అంతటా తనే ఉన్నాడు.

గాఢమైన ధ్యానంలో ఆయన నిరర్ధకమైన జీవనం బాధను అనుభూతి చెందటానికి సిద్ధమయ్యారు. మరుక్షణం ఆయన నాభి క్షేత్రంలో విపరీతమైన వేడి పుట్టింది. తన హృదయంలోనూ, కడుపులోని ఎంతోకాలంగా ఉన్న అసంతృప్తి కడుపులో చెలరేగుతున్న మంటలలో ఆహుతి అవుతున్నదని ఆయన అనుభూతి చెందారు. ఒక గంట తర్వాత సమ్మోహనమైన నిద్ర ఆయనను ఆవహించింది.

విమానంలో తిరుగు ప్రయాణం మైక్ జీవిత సమీక్ష అయింది. అనామక అవస్థలో ఐశ్వర్యాన్ని వెంటాడటం ఎంత నిష్ప్రయోజనమో ఆయన గ్రహించారు. ఈ ప్రాపంచిక విజయాలు ఏవీ తనకు సంతృప్తిని కలిగించలేక పోయాయి.

ఆయనలో అసలైన పరివర్తన మొదలైంది. ఒక కొత్త జీవితం స్వాగతం పలికింది. ఆయన నిర్ణయాలు చేయవలసిన సమయం వచ్చింది. ఆయన పనిలోనుంచి విశ్రాంతి తీసుకొని ఏదైనా హాబీ చేపట్టాలా? లేదా మరొక కొత్త ఉద్యోగపర్వం ప్రారంభించాలా? తన పూర్వవృత్తినే కొనసాగించాలా? తను కొత్త ఉద్యోగం ఉన్నఊరిలోనే చేపట్టాలా లేకపోతే మరొక ఊరికి మారాలా? తను ఒంటరిగానే పనిచేయాలా, లేక ఇతరులతో కలిసి పనిచేయాలా? ఎక్కడ మొదలు పెట్టాలి?

ఆయన పయనానికి త్వరలోనే తిరిగివద్దాం

'పరిపూర్ణ ఆత్మ' బాధ

వైక్ అనుభవంలోకి వచ్చిన అనామక అవస్థలోనుంచి ఐశ్వర్యాన్ని సృష్టించడానికి ప్రయత్నిస్తే అది కోడి ఎగరటానికి ప్రయత్నించినట్టు - పరిమితం, ఆయాసం- అవుతుంది. ఈ అనామక అవస్థ మూడు దారులు పడుతుంది.

1. మనం అధమ వివేకస్థాయి నుంచి వ్యవహరిస్తున్నాం. కనుక మనం అన్వేషిస్తున్న ఐశ్వర్యం సాధించటంలో మనం విఫలం అవుతాం.

2. ఏదో కొంతవిజయం సాధించినా ఆ అభివృద్ధి కష్టము, బాధాకరం అవుతుంది. విజయం సాధించిన సంతృప్తి, ఆనందం కలగవు.

3. మన వేదనామయ అవస్థలు సమస్యలు సృష్టించి మనము కష్టపడి సాధించిన దానిని అంతటినీ తలకిందులు చేస్తాయి.

పైన చెప్పిన దృశ్యాలలో ప్రతి ఒక్కటీ మూసి ఉన్న దారులుగా కనిపిస్తే కలవర పడకండి. శాంతించండి. ఈ అనామక అవస్థ మనమీద అధికారం చలాయించటానికి ఒక కారణం ఉంది. ఒకసారి మనకు ఆ కారణం తెలిసిన తర్వాత దానిశక్తి ఉడిగి పోతుంది.

అసలు దానికి అంత శక్తి ఎలా వచ్చింది?

మన మనసులలో కేవలం మనం సేకరించి కూడబెట్టిన సమాచారమే కాదు. అందులోకి మన అవ్వలు, తాతలు, తల్లిదండ్రులు, చదువు నేర్పిన గురువులు, స్నేహితులు, హైస్కూల్‌లో హృదయ రాణులు, భాగస్తులు వీరేకాక మనకు ఇష్టం లేని వారి అభిప్రాయాలు, వారి ఆశలు, ఆశయాలు, మూఢ నమ్మకాలు, భయాలు, కోరికలు అన్నీ మన మనస్సులోకి ప్రసరించాయి.

ఈ సామూహిక సమాచార ప్రవాహం మనలో ఒక 'పరిపూర్ణ ఆత్మ' రూపాన్ని ప్రతిష్టించింది. దురదృష్టం ఏమిటంటే ఈ పరిపూర్ణఆత్మ సుగుణాల పోవు, అతి మేధావి, శారీరకంగా ఆకర్షణీయమైన విగ్రహం, ఆర్థికంగా సంపన్నం. స్టీవ్ జాబ్స్, ఓప్రా విన్ ఫ్రే, గిగి హాడిడ్, వారెన్ బుఫే- దలైలామాను మర్చిపోకండి - అందరినీ కలిపి పోతపోసిన సజీవ సృష్టి! దగ్గరిగా పరిశీలించితే ఇదే దాదాపు మీ ఆదర్శ మూర్తి!

మనం స్వతహాగా ప్రపంచంలో అత్యంత ప్రశంస పొందిన వారిని, సఫలత సాధించిన వారిని, ఆకర్షణీయమైన వారిని అనుకరించక పోవచ్చు. కానీ మంచితనం, ఆనందం, సఫలతని గురించి మొదటినుంచి మనకు సందేశ అస్త్రాలు నిత్యము నిరంతరంగా వస్తూనే ఉంటాయి. కనుక మన జీవితం ప్రారంభదశలోనే మనము ఎటువంటివాడుగా ఉండాలో ఒక భావం ఏర్పడుతుంది. మన కుటుంబం, స్నేహితులు, ఉపాధ్యాయులు మనలను గురించి తీర్పులు ఇస్తున్న కొద్దీ ఆ రూపం ఇంకా ఇంకా జటిలం అవుతుంది.

మనకు తెలియకుండానే మనం ఎలాంటి వాళ్ళం కావాలి అనే దానికి ఈ పరిపూర్ణఆత్మ మన అంతరంగంలో ఒక ప్రమాణం అవుతుంది. మనం వాస్తవాన్ని నిత్యమూ ఈ ప్రమాణంతో బేరీజు వేస్తూ ఉంటాం. అందులో కొరత కనబడితే మనం మన జీవితాలతోను, మనతోనూ నిరాశ చెందుతాము. మనం నిష్ప్రయోజకుల మని అనుభూతి కలుగుతుంది. ఆ నిరాశావస్థనుంచి మనలక్ష్యాలు వెంటాడటం ఆరంభించుతాము.

ఇక్కడ మేము చెప్పేది మీ ఆశయాలను ఒకమెట్టు కిందికి దించి తార్కికంగా ఉండుమన్నట్లు ధ్వనించు తున్నాయా, లేకపోతే తృప్తిగా జీవించాలంటే మీ కోర్కెలకు స్వస్తి చెప్పమని ఉపదేశించినట్లు తోస్తున్నదా?

మా తత్వం అది కాదు. ఏది సబబు, ఏది కాదు అనే దానికి అసలు ప్రమాణం ఏమిటి?

ఏదో విధంగా సర్దుకుపోయి అధమమైన జీవనం కొనసాగించటం మా పద్ధతి కాదు. మీరు కోరికలను త్యజించాలనేది మా మతం కాదు. మన కోరికలు పెద్దవైనా, చిన్నవైనా వాటిని ఏ స్థితిలో వెంటాడుతాము అనేది ముఖ్యం.

మరి ఈ అనామక అవస్థ ఆవహించితే ఏమి చేయాలి? మనకు తెలిసింది అది ఒక్కటే అయితే?

ఒక్క విషయం మాత్రం చెప్పాలి: ఎవరూ అనామకులుగా పుట్టలేదు.

పరిపూర్ణ ఆత్మ అనే ఊహాలోకానికీ, అనామకులనే వాస్తవానికీ మధ్య నెర్రెలు అనుభూతి చెందటం మొదలు కాక మునుపు మనం మనోహరావస్థలో ఉన్నాం. పసితనంలో ఆ క్షణంలో మన అనుభవం తప్పించి మనం ఏమీ కావాలని కోరలేదు, ఆలోచించలేదు. అప్పుడు మనం ఆ అవస్థలో - అది కోపం, ఆనందం, అసూయా, విసుగు, ఆటలు పట్టించటం ఏదైనా కానీయండి - లీనం అయి ఉన్నాం.

ఆ అవస్థలో మనం మనంగా పూర్తిగా లీనం అయి ఉన్నాం. అతి సుందరమైన ఈ అమాయకస్థితి ఒకవిధమైన స్వర్గం. విచారం మనవంటిమీద పడి జారిపోయే నీటిబిందువుల లాటిది.

మన చర్మం రంగు, మన కళ్ళ రంగు ఏదైనా కానీయండి, మనం మనంగా ఉండటానికి సిగ్గుపడలేదు, ఎవరికీ తలవంచలేదు. మనకు అక్షరాలు, ఎక్కాలు వచ్చినా రాకపోయినా మనం చింతించ లేదు. ప్రశాంతంగా ఉన్నాము. మన పద్ధతిన, మనకు నచ్చిన సమయాన నేర్చుకున్నాం. ప్రతి ఒక్క ప్రయత్నమూ ఒక సృజనాత్మక చర్య.

మనం ఎదుగుతున్నకొద్దీ మన అంతరంగంలోని స్థిమితాన్ని క్లిష్టమైన ఒక కొల మానానికి అమ్మివేశాం. ఈ కొలమానాలు మీకు ఎన్నటికీ తృప్తి కలిగించలేవు. ఈ పరిపూర్ణ ఆత్మ స్థితికి దూరంగా జరిగిన కొద్దీ, బాధాకరమైన అనామకస్థితిలో ఇంకా ఇంకా లోతుగా మునిగిపోతాం.జీవితంలో గాయపడిన ప్రతిసారీ ఈ అనామక స్థితి మరీమరీ ప్రబల మవుతుంది.

మన తలిదండ్రులు మనల్ని మన సహోదరులతో పోల్చినపుడు మనం అనామకులం అవుతామేమోనన్న భయం తొలుస్తుంది. ఉపాధ్యాయులు మరొకరిని సాదరంగా చూస్తున్నపుడు ఈ అనామకభీతి కరుస్తుంది. మన హృదయరాణి మనలను తిరస్కరించినపుడు, లేదా మనం కలగన్న ఉద్యోగం మనకు దక్కనపుడు అనామకులం అవుతామేమోనన్న భయం మనలను తినేస్తుంది.

ఘనమైన కీర్తిప్రతిష్టలు సాధించినవారు కూడా ఈ అనామకస్థితి అనుభవించుతారు. వారు అక్కడే ఉంటే అత్యంత ప్రతిష్ఠాత్మకమైన పురస్కారాలు, ప్రశంసల ుకూడా వారికి ఆనందం కలిగించలేవు. ఇది తెలుసుకోండి: మనం అనామకస్థితినుంచి ఐశ్వర్యం సృష్టించటానికి ప్రయత్నించటం లేదు. మనం నిరాశాకూపంలోకి వ్యసనంతో దిగజారి పోతున్నాం.

ఇక్కడ ఆగండి. ఐశ్వర్యాన్ని సాధించటంలో, సంపన్నతను అను భవించటంలో అనామక అవస్థ ఎన్ని విధాలుగా అడ్డుపడుతుందో నిజంగా తెలుసుకుందాం. అనామక అవస్థ మిమ్మల్ని నిత్యనిరాశలో ఎలా కట్టివేసింది? మీ పరిష్కారాలకు విశ్వవివేచన సహాయం కావాలంటే మీ బంధనాలను, స్వార్థాన్ని పక్కన పెట్టాలి. ప్రశాంత మానసం అభ్యాసం చేయటం వల్ల ఇది సాధ్యం అవుతుంది (62 పేజీలో ఈ అభ్యాసం పునర్దర్శనం చేయండి). పరిస్థితిని విశాల దృక్పథంతో గమనించండి. అది మీ కుటుంబం, మీ సంస్థ, మీ పర్యావరణం ఏదైనా కానీయండి అంతటిమీదా మీరు చూపగల ప్రభావం దర్శించండి. పరిష్కారాలు మీకు సద్యస్ఫురణగా కలుగవచ్చు. లేదా ధ్యానంలో ఒక ఉత్తేజంగా లేదా ఆశించని మూలనించి ఒక భావంగా రావచ్చు.

చైతన్యవంతులైన నాయకులుగా మిమ్మల్ని మీరు ప్రశ్నించుకోండి: ఏ అవస్థ నా విజయాలకు తోడ్పడుతున్నది? నా ప్రగతికి నేను అల్పుడిని, అనే పోలికను, భయాన్ని ఇంధనంగా వినియోగించుతున్నానా? లేకపోతే ప్రగాఢమైన ఉత్సాహంతో ఆనందంతో ఉత్తేజం పొంది వ్యత్యాసాన్ని సృష్టించుతున్నానా?

మందే మనసుకు చికిత్స

మనకందరికీ ఒంటిమీద మంట అనుభవంలోకి వచ్చింది. హానికరము, చికాకు పెట్టింది ఏదైనా జీవిలో ప్రవేశించితే దానిని తొలగించటానికి జీవస్పందన జరుగుతుంది. ఈ మంటకు సూచనగా కనిపించే బొబ్బలు వగైరా నొప్పిపుట్టి చికాకు కలిగిస్తాయి. శరీరం ఆ విషక్రిములను తొలగించి చికిత్స పొందటానికి పోరాడుతుందని సాక్ష్యం.

కొన్నిసార్లు ఈ మంట శరీర స్థిరత్వాన్ని తలకిందులుచేసి మరికొంత మంట కలిగించవచ్చు. దీర్ఘకాల వ్యాధులలో ఈ మంట తక్కువగా ఉంటుంది. కానీ దాని మందస్వభావం వెనక విధ్వంసక శక్తి దాగి ఉంటుంది. ఒత్తిడివల్ల కలిగే వాపులు, నొప్పులు ఒకసారి మొదలైతే కంటికి కనపడకుండా లోలోపలే దశాబ్దాలపాటు దాగి ఉండి శరీరం అంతటా కణాలను నాశనం చేస్తాయి. శరీరంలో ఈ రకమైన పోరాటం చివరికి చక్కెర వ్యాధి, ఆల్జైమర్స్, మెనింజైటిస్, క్యాన్సర్, హృద్రోగంగా తల ఎత్త వచ్చు. కనుకనే ఈనాడు వైద్యశాస్త్రంలో పరిశోధన అంతా ఈ మంటలు వాపులు కలిగించే రోగాల మీద కేంద్రీకృతం అయి ఉన్నది.

శరీరం సంవత్సరాల తరబడి మంటలతో, వాపులతో జీవించినట్లుగానే మన జీవనం కూడా కొనసాగుతుంది. గాయపడిన అనుభూతులకు స్పందనగా మొదలై హృదయంలోనూ, మనసులోనూ వ్యాధిగా రూపొందుతుంది. ఒకసారి మనసులో మంటలు, వాపులు తల ఎత్తితే మనకు తెలియకుండానే మన జీవితం దశాబ్దాల తరబడి వక్రించుతుంది.

మనం గతంలోని గాయాలను మర్చిపోయామని అనుకోవచ్చు. మన ప్రస్తుత జీవనశైలికీ, బాల్యంలో అనుభవించిన జీవనానికి పోలిక లేకపోవచ్చు. కానీ మన గాయాలకు చికిత్స చేయించుకొని, సంపదను ఆహ్వానించాలి, ఆ మనోహరావస్థలు జీవించాలి అంటే మనం అనామకులము అనే భయోత్పాతాన్ని ఎదుర్కోవాలి. ఎలా?

ఐశ్వర్యంతో అత్యంత తీవ్రమైన బంధనాలు ఏర్పడటం అనామక అవస్థకు ఒక సంకేతం. ఈ వేదన అవస్థను అనుభవించుచున్నవారు డబ్బు అంటే విపరీతమైన వ్యామోహంలో ఉంటారు. లేదా డబ్బు అంటే పూర్తిగా ఏవగించుకుంటారు. మరికొందరు ఈ రెండింటి మధ్య ఊగిసలాడుతూ ఉంటారు.

మొదట డబ్బు మీది వ్యామోహం చర్చించుదాం. మన శరీరం అంటువ్యాధితో పోరాడుతున్నది అనటానికి తిరుగులేని సంకేతం మన అందరికీ తెలుసు: జ్వరం. ఈ అనామక అవస్థతో వ్యవహరించాల్సి వచ్చినప్పుడు మనలో కొందరి అనుభవం ఇలాగే ఉంటుంది.

ఒక విధమైన వెర్రిలో పడిపోయి మనం ఐశ్వర్యము, అంతస్థు సాధించటంలో మునిగిపోతాం. ఈ జాడ్యం పట్టినప్పుడు మనం వాస్తవాన్ని స్పష్టంగా చూడలేము. భవిష్యత్తును గురించి మన ఊహలు వక్రించి పోతాయి. నాకే గనక డబ్బు ఉంటే, ప్రేమ, ఆనందం, అధికారం, నేను కోరినవన్నీ నాకు లభిస్తాయి. ఇటువంటి స్థితిలో మనకు తాత్కాలికమైన శక్తి విస్ఫోటనం జరుగుతూ ఉంటుంది. ఈ మనస్థితిలో మనం చిరకాలం నిలిచేది ఏదీ సాధించలేము. ఒకే గాడిలో కట్టుబడ్డ మనసు పరాజయం తలుచుకుంటే అదిరిపోతుంది. కనుక మన సవాళ్లకు, సమస్యలకు సృజనాత్మకమైన పరిష్కారాలు వెతికే సామర్థ్యం ఉండదు.

మై ఇకిబాన అధ్యాపకురాలు. వృద్ధాప్యంలో తనకు అవసరమైన డబ్బు ఉండదేమోననే భయంతో ఆమె జీవించింది. ఆమె నిత్యము బ్యాంకులో తనసొమ్ము ఎంతఉన్నదో లెక్కలు వేస్తూ, మరి ఇంకా ఎంత కావాలో అంచనావేస్తూ సంవత్సరాల తరబడి గడిపింది. ఏమి చేసినా, ఎంత సంపాదించినా ఆమె సంతృప్తి, భద్రత అనుభూతి చెందలేదు. ఆ కారణంగా ఆమె ఎక్కువ కాలం డిప్రెషన్ లో గడిపింది.

ఈ అనుభూతులు అన్నిటికీ మూలం ఎక్కడ, అని ఆమె పరిశీలించినప్పుడు ఆమెకు ఒక విషయం బోధపడింది. బాల్యంలో తను ఏమి చేసినా ఎంత చేసినా తల్లిని సంతోషపెట్టలేక పోయింది అని గ్రహించింది. తన స్నేహితులను, ప్రేమించిన వారిని అదే మనస్తత్వంతో సమీపించింది. ఆమె హైస్కూల్లో ఉన్నప్పుడు కూడా ఆర్థికసంపన్నత ఆమెను పట్టి పీడించిన బలహీనత. డబ్బు తనలో నడయాడుతున్న అభద్రతను తొలగించుతుంది అని ఆమె ఆశ.

కాలక్రమేణా డబ్బుతో మై సంబంధం చాలా వక్రించింది. రిటైర్ అయిన తర్వాత తనదగ్గర ఎంత డబ్బు ఉంటుందో లెక్కలు వేస్తూ ఆమె గంటలకొద్దీ సమయం గడిపేది. ఆ తర్వాత అది చాలదని భీతి చెందేది. ఆ భయంలో ఆమె నిర్విరామంగా పనిచేసి మరింత డబ్బు సంపాదించడానికి ప్రయత్నం చేసేది. అయితే అనవసరమైన ఖర్చుచేసి, తెలివితక్కువ పెట్టుబడులుపెట్టి డబ్బు తనచేతిలో నిలవటం లేదని విచారిస్తూ ఉండేది. ఏతావాతా అంతరంగంలో ఆమె నిత్యమూ పేదరాలుగానే ఉండేది. ఆ భయంలో ఆమె రోజుల తరబడి అనారోగ్యము, అలసట అనుభూతి చెందుతూ ఉండేది.

తన ప్రస్తుత సమస్యలు అన్నీ తన అంతరంగ స్థితివల్ల కలిగినవే అని ఆమె గ్రహించిన మరుక్షణం ఆమెకు విముక్తి కలిగింది. ఆమెను సమస్యలతో పరీక్షించుతున్నది ఈ విశ్వం కాదు. గాయంతో మండుతున్న మనసే ఆమె జీవితాన్ని అదను తప్పించింది. తరువాత కొద్ది నెలలలో ఆమె అంతరంగం స్థితిని గురించిన అవగాహన ప్రగాఢం అయింది. తన ఇకిబాన విద్యార్థులతోనూ, ఇకిబాన పూలతోను బాంధవ్యం కలిగి మనోహరావస్థ ఆమెలో మేలుకున్నది.

ఒకనాడు డబ్బును గురించి ఆదుర్దా, పీడనలో ఉన్న ఆమె మనసు, ఈ ప్రగాఢ ఆధ్యాత్మిక ప్రయాణం తరువాత తన బాట మార్చింది. ఇప్పుడు ఆమె ఈ విశ్వం తన చేదోడుగావున్న అనుభూతి చెందుతుంది. ఈ విశ్వం తనకు సకాలంలో సదవకాశాలను కలిగించుతున్నదని ఆమె అనుభూతి. ఆమె దాదాపు నిత్యము మనోహరావస్థలోనే ఉంటుంది.

మనకు జ్వరం వస్తే అది ఫ్లూ కావచ్చును అని హెచ్చరిస్తుంది. అలాగే డబ్బుపిచ్చి మనలో నాటుకొని ఉన్న వ్యాధికి సంకేతం. మంటలు, వాపులు దాచిపెట్టే మందును మనము నిలువ ఉంచుకోవచ్చు. లేదా మన ఇబ్బందిని మన అనామక స్థితి సూటిగా ఎదుర్కోవటానికి ఒక శంఖారావం వినియోగించవచ్చు.

అనామక స్థితి నుంచి సృష్టించిన ఐశ్వర్యంతో మన బంధం తల తిప్పుకోవటం. అనామక అవస్థ లో మనలో కొందరు పిచ్చిగా బ్యాంకు స్టేట్మెంట్స్ పట్టుకు తిరుగుతుంటే, మరికొందరు ఎదురు దిక్కుగా పరిగెత్తుతున్నారు.

డబ్బు చెడ్డది. అనేది ఒక ఆలోచనా స్రవంతి. అది జనానికి అహంకారం నేర్పింది. ప్రపంచాన్ని చెడగొట్టింది. కనుక దానిని వెంటాడటం, గౌరవించటం నిరర్ధకమైన పని.

లోపల ఉన్న అసహ్యం కోపంగా అవతారం ఎత్తుతుంది. మనకు అది కూడా సబబుగానే తోస్తుంది: ప్రపంచంలో ఎంతోమంది గూడు లేకుండా ఉంటే, మా పొరుగి ంటి ఆయనకు అంత పెద్ద ఇల్లు ఎందుకు? ఎలా భావ్యం?

ఇటువంటి అంటీ ముట్టని సంబంధంతో మనం అందించే చేదోడు మనం ఆదరించం.మన సేవ ఎంత విలువైనదో తెలుసుకోవటానికి మనం సందేహిస్తాం. ఎదుటివారు మనకు ఇచ్చేది న్యాయంగా లేదు అంటాము. కానీ మనకు రావాల్సిన దాన్ని అడిగే ధైర్యం మనకు లేదు.

మరి కొంచెం లోతుగా చూడండి. డబ్బు అన్నా, డబ్బు ఉన్నవారు అన్నా మనకు కలిగే ఏవగింపుకు మూలం గతంలో ఎప్పుడో తగిలిన గాయం అయి ఉంటుంది. మొదటి మొండితనం ఎంత మూర్ఖము, ప్రమాదకరమో ఈ రెండవ మొండితనం కూడా అంతే.

దయచేసి ఆగండి. మీకు అభ్యంతరం లేకపోతే, ఒక చిన్న అంతరంగ ప్రయాణం చేయటానికి, ఇక్కడ ఆగుదాం. శ్వాసను నిదానం చేసి మామూలు స్థితికి రావటానికి ప్రయత్నిద్దాం.

మన అంతరంగ సత్యాన్ని మరింత లోతుగా పరిశీలిస్తాం. నిశ్చలంగా కూర్చుని గమనించండి. ఐశ్వర్యంతో మన సంబంధం ఏమిటి? దానికోసం మనం మంకుపట్టు పట్టుతున్నామా? లేకపోతే చెప్పులో రాయిలా అది మనలను అనుక్షణం వేధించు తున్నదా? లేకపోతే ఐశ్వర్యం అంటే మనకు నిర్లక్ష్యం, రోతా కలుగుతున్నాయా?

అనామకులం అవుతామేమోనన్న భయం మనలను ఎంత తరుచుగా పీడించుతూ ఉంటుంది? ఎవరికీ అక్కరలేని జీవిగా బతికి వెళ్లిపోతామేమోనన్న వేదన మనలను ఎంతతరుచుగా తినివేస్తూ ఉంటుంది? భవిష్యత్తులో ఒక పేరు సంపాదించాల న్న గాఢమైన కోరిక మిమ్మల్ని జీవనానికీ, బాంధవ్యానికీ, అనుభూతికీ దూరం చేసిందా? మీ సంపద ఇతరులతో పంచుకోవాలనే కోరికతో, ఆనందమయ స్థితిలోనే మీరు సంపదను వెంటాడుతున్నారా?

ఇక్కడ వేదనావస్థలో భయానికి మనలను మనం మందలించుకోవటం ఉద్దేశ్యం కాదు. అందుకు పూర్తిగా విరుద్ధం:మనలను మనం అభినందించుకోవాలి. ఎందుకంటే అసత్యంనుంచి సత్యంలోకి ప్రయాణమే మనోహరావస్థకు కీలకం.

మనం ఈ అనామక అవస్థనుంచి బయట పడవచ్చు. నిజానికి, మనం బయటపడి తీరాలి. ఆ వేదనావస్థ మన చుట్టూ ఒక విముఖ శక్తివలయం సృష్టించగలదు.

ఇదంతా మనం ఏదో ఒకనాడు చూసే ఉన్నాం. కదా! డబ్బుపిచ్చి పట్టుకున్నవారు అతి మూర్ఖ నిర్ణయాలు చేయటం చూశాం. అవి ఆ పరిసరాలలో ఉన్న అందరి కొంపలు ముంచివేశాయి. ఈ అనామక అవస్థ పనిబోతుతనంగా, మాంద్యంగా ఎలా అవతార మెత్తుతుందో కూడా చూశాం. ఆ స్థితిలో ఉన్నవారి చెంత ఉండటం సులువు కాదు. వారు అతికోపంతోనో, అతి అవమానంతోనో రగులుతూ ఉంటారు. ఎదుటివారి ప్రేమను అనుభూతి చెందే వ్యవధి వారికి ఉండదు.

స్థూలస్థాయిలో ఈ అనామక అవస్థ ఐశ్వర్యాన్ని మనవైపు రాకుండా ఆపుతుంది. అది వివేకాన్ని అడ్డుకుంటుంది. శుభానికి అడ్డు పడుతుంది. హిందూ సంస్కృతిలో ఐశ్వర్యానికి దేవత అయిన లక్ష్మికి తలుపు మూస్తుంది.

కాని మనం వీటినుంచి బయట పడవచ్చు.

వాస్తుశిల్ప సంస్థ సి ఇ ఓ మైక్ గుర్తు ఉన్నారు కదా! ఆయన తన అంతర్ముఖ ప్రయాణంలో ఆర్థిక భద్రతను వెంటాడటం వదలలేదు. కానీ ఆయన మరొక దాన్ని వదిలి వేశారు. ఆయన శూన్యంలో నుంచి వెంటాడ లేదు. తనను చూసి నవ్విన వారి మీద, తనతో భాగస్వామ్యం వదిలి వేసిన వారి మీద కోపంతో జరగలేదు. సమాజంలో కోల్పోయిన తన ప్రతిష్ట ఎలాగైనా సరే తిరిగి సంపాదించాలనే పట్టుదలతో రాలేదు.

మైక్ మనోహరావస్థలో ఒక ప్రశాంత ధైర్యాన్ని పొందారు. అంతక్రితం తన పరిస్థితి, తన చర్యలు కలిగించిన విధ్వంసం అతనికి తెలుసు. అతనికి ఎవరి మీదా పగ తీర్చుకోవలసిన అవసరం లేదు. పరివర్తనలో అతని చైతన్యం అతనిని మరొక పరమార్థానికి నడిపించింది. తన జ్ఞానాన్ని అందరి శ్రేయస్సుకు వినియోగించాలని పట్టుదల పెరిగింది.

ఈనాడు అతనితో ఒక కొత్త బృందం చేరింది. మేము ఇది రాస్తున్నప్పుడు ఆయన, ఆయన బృందం నేర్చుకో దలిచినవారికి వాస్తు పరిష్కారాలు ఆన్ లైన్ ద్వారా అందించుతున్నారు. మనోహరావస్థలో దృఢచిత్తంతో ప్రశాంతంగా వారు తమ స్వప్న మందిరాన్ని అంచెలంచెలుగా నిర్మిస్తున్నారు. ఈ ఆరోహణలో అంతరంగ ప్రయాస ఏమీ ఉండదు.

సచేతన స్రష్ట

ప్రపంచంలో అన్నిటినీ మించి చర్చకు వచ్చేది ఐశ్వర్య సృష్టి. సంపన్నులు కావడానికి మీరు ఎన్నో కిటుకులు, పథకాలు విని ఉంటారు.

కానీ సచేతనంగా ఐశ్వర్యం సృష్టించటం చాలా భిన్నమైన ప్రక్రియ.

సంపద సృష్టించడానికి ఒక సచేతన ప్రక్రియ ఉండాలని మా సలహా. మనకలలు నిజం కాకుండా అడ్డుపడే విధ్వంసక స్థితులనుంచి దూరంగా తొలగటం, పూర్తి మెలకువతో అత్యంత సృజనాత్మకమైన చైతన్యం దిశగా దూకటం. ఇక్కడ మీరు లేమిలోంచి సృష్టించి, నిర్మించి, సాధించవలసిన అవసరం లేదు. ప్రగాఢమైన సృజనాత్మకతనుంచి ఎలా సాధించాలో నేర్చుకుంటారు.

విద్యార్థులు ఈ చైతన్య మార్గంలో ప్రయాణించినప్పుడు ఉత్తేజపరిచే కొత్త కొత్త అవకాశాలు వారికి ఎదురవుతాయి. అద్భుతమైన లయలు తోడవుతాయి. జీవితానికి ఎదురీదే బదులు, ఒక మహా ప్రవాహం వారిని జీవననదిలో అనేక అద్భుత తీరాలు దాటించి తీసుకువెడుతుంది.

ఈ సచేతన ఐశ్వర్య స్రష్ట ఎవరు?

తను ఏ అవస్థ నుంచి ఐశ్వర్యాన్ని, సఫలతను వెంటాడుతున్నాడో, సచేతన ఐశ్వర్య స్రష్టకు తెలుసు.

తమ వేట వెనక ఉన్న పరమార్థం సచేతన ఐశ్వర్య స్రష్టకు తెలుసు.

తమ సంపద తమ చుట్టూ ఉన్న పర్యావరణం మీద ఎటువంటి ప్రభావం చూపుతుందో సచేతన ఐశ్వర్య స్రష్టకు తెలుసు.

ఇప్పుడు చాలామందికి అభిమానపాత్రమైన ఒక సంస్థ సీఈవో అనుభవం తెలుసుకుందాం.

కొత్తగా ఉద్యోగంలో చేరిన ఈ సీఈవో, ఆయన భార్య మా అకాడమీలో కొన్ని సంవత్సరాల క్రితం నిర్వహించిన పరివర్తన ప్రయాణంలో పాల్గొన్నారు.

ఈ సీఈవో గారి సంస్థ ఆర్థిక సంక్షోభంలో ఉన్నది. బోర్డ్ ఆఫ్ డైరెక్టర్స్ సమావేశంలో సంస్థకు ఊపిరి పోయవలసిన బాధ్యత ఈ సీఈవో గారికి అప్పజెప్పారు.

అటువంటి సంక్షోభంలో అందరు నేతలు అనుసరించే మార్గమే ఈయన కూడా అనుసరించ దలచారు – ఖర్చును తగ్గించడానికి ఉద్యోగస్థులను బయటికి పంపించడం.

బరువెక్కిన గుండెతో ఆయన తన పథకాన్ని భార్యకు చెప్పాడు. అప్పుడు ఆయనకు ఒక ప్రశ్న ఎదురైంది.

"పని వారిని బయటికి పంపించ తలచుకున్నారు, అని అర్థమైంది." ఆమె అన్నారు. "ఒక మాట చెప్పండి. మీరు ఏ స్థితిలో ఈ నిర్ణయం తీసుకున్నారు? భయమా, ప్రేమా?"

ఆధ్యాత్మిక దృక్పథంలో మొదటి పరమ రహస్యంతో ఆయన తన ప్రయాణం ఆరంభించారు. అప్పుడు తను తన సవాలును మనోహరావస్థ నుంచి కాక, వేదనావస్థనుంచి స్పందించుతున్నానని గ్రహించారు. తన వేదన తనను అగమ్య గోచరంగాను, మూర్ఖంగాను చేసిందని ఆయనకు ఖచ్చితంగా తెలుసు. వేదనావస్థ ఆయనకు మరిన్ని సమస్యలను తెచ్చిపెడుతున్నది.తన సంస్థ సమస్య వేదనావస్థ నుంచి గాక మనోహరావస్థ నుంచి పరిష్కరించాలనే నిశ్చయంతో ఆయన అంతరంగ రహస్యంలో రెండవ పవిత్ర రహస్యానికి పయనం చేశారు.తన నిర్ణయం సంస్థను దృష్టిలో పెట్టుకొనిగాక ఆత్మరక్షణ, స్వీయావరోధం దృష్టితో చేసిన నిర్ణయమని గ్రహించారు. అంటే తను ఒక భయభ్రాంత స్థితిలో ఆ నిర్ణయం చేశారు. బోర్డ్ దృష్టిలో తను ఎలా కనుపడుతాడో అని ఆయన భయం.వారి దృష్టిలో తనను సఫలుడుగా రుజువు చేసుకోవాలని ఆయన నిశ్చయం.

తన భయం గుర్తించిన తర్వాత ఆయన తనను తానే ప్రశ్నించు కున్నారు: ఈ పరిస్థితికి నేను ఏ అవస్థలో స్పందించాలి?

సమాధానం ఆయన ఎదుటనే దర్శనం ఇచ్చింది. ఆయన ధ్యానంలో తన ఉద్యోగులు అందరితోను తనకు ఉన్న బంధం ఆయనకు అవగతం అయింది. క్రిస్మస్ కు ముందర వారి ఉద్యోగాలు పోతే వారు పొందే అనుభూతి ఆయన స్వయంగా అనుభవం చెందారు.

అప్పుడు ఆయన ఆధ్యాత్మిక సత్క్రియ అనే నాలుగవ పరమ రహస్యం అనుసరించారు. దృఢ నిశ్చయంతో, ఈ విశ్వం మీద అపార విశ్వాసంతో ఆయన సంస్థ అంతటినీ ఒక కుటుంబంగా చేర్చి ప్రతి ఒక్క చోట ఉత్పాదన, పాకేజింగ్ దగ్గరి నుంచి రవాణా, ప్రదర్శన వరకు - ఖర్చులు తగ్గించే ప్రయత్నం చేశారు.

ఆయన బాంధవ్యం సంస్థలో ప్రతి ఒక్కరినీ గాఢంగా ప్రభావితులను చేసింది. అదిసాధించాలి అనే నిశ్చయంతో అందరూ కలిసి కృషి చేశారు. సంస్థ ఆ సంక్షోభంలోనుంచి బయటికి వచ్చింది.

ఇతర మార్పులు ఆయనకు అనుకూలంగా కదలసాగాయి.

క్రిస్మస్ సమీపించే సరికి ఆర్థిక స్థితి మెరుగు పడింది. వారి వస్తువులకు డిమాండ్ పెరిగింది. ఆ డిమాండ్ కంపెనీ తట్టుకోగలిగింది కేవలం ఉద్యోగులను తీసివేయక పోవటం వల్ల.

ఆయన అక్కడ ఉన్నంత కాలం కంపెనీ ప్రతి సంవత్సరమూ సాటిలేని ప్రగతి సాధించింది.

నాలుగు సాధనలు, రెండు మార్గాలు

ఐశ్వర్యాన్ని ప్రదర్శించటం ఆ మాటకొస్తే దేనిని ప్రదర్శించటమూ – మా అభిమతం కాదు. మా ఇరవైరెండు సంవత్సరాల వైవాహిక జీవితంలో మేము ఇద్దరమూ కలిసి సఫలమైన అంతర్జాతీయ వ్యాపారాలు సృష్టించాం. మా విద్యార్థులు అనేకులు సచేతన ఐశ్వర్య స్రష్టలు అయారు.

సనాతన భారతీయ మహర్షుల అనుసారం మానవాళి కోరికలన్నీ నాలుగు వర్గాలలోకి విభజించవచ్చు.

- **అర్థ** – ఐశ్వర్యము, దానితోవచ్చే సౌఖ్యాలు, విలాసాలు.
- **కామ** – మమత, ఆత్మీయత, ఆదరం, అనుకంప – ప్రేమ రూపాంతరాలు.
- **ధర్మ** – మీ కుటుంబానికీ, మీ సంస్థకు, ఈ ప్రపంచానికీ ఒక వ్యత్యాసం కలిగించే దృఢసంకల్పం.
- **ముక్తి** – ఆధ్యాత్మిక జాగృతి. జ్ఞానోదయం అనికూడా అంటారు. అక్కడ మీరు బాధనుంచీ, మీరు వేరు అనే భ్రమ నుంచీ విముక్తులవుతారు.

మన కోరికలు ఏవైనా కానీయండి. ప్రతి ఒక్కటీ పై నాలుగు వర్గాలలో ఏదో ఒకదానిలో ఇముడుతుంది. మేము ఇద్దరమూ ఈ సంస్కృతిలోనే పెరిగినప్పటికీ, ఎకాడెమీకి శిక్షణా కార్యక్రమం తయారు చేస్తున్నపుడే ఈ సనాతన వివేచనను గురించి మరింత అవగాహనకలిగింది.

వీటిలో ప్రతి ఒక్క లక్ష్యము – తద్వారా మానవుడి కోరికలు అన్నీ మనోహరావస్థ నుంచీ అనుసరించవచ్చు, వేదనామయ అనామక అవస్థనుంచీ వెంటాడవచ్చు.

మొదటి ధర్మం పరిశీలించి మనం చెప్పదలచుకున్నదేమిటో తెలుసుకుందాం.

తలిదండ్రులకు పిల్లలుగా, భాగస్వాములకు సహచరులుగా, సమాజానికి పౌరులుగా మన అందరికీ బాధ్యతలు ఉన్నాయి. మనం ఒక పీడనావస్థ నుంచి మన పాత్రలు నిర్వహించటానికి ప్రయత్నిస్తే, అవి మనకు ఒక విధిగా, భరించి తీరవలసిన భారంగా తయారవుతాయి.మన ఆదర్శాలవల్ల మన విధులు నిర్వర్తించుతాం. లేదా ఒక వ్యవస్థలో మనం మన పాత్రలు నిర్వహించుతున్నాం. కాని ఆ విధి నిర్వహణలో ఆనందం లేదు. ఆ విధులు మనం త్రికరణశుద్ధిగా నిర్వహించటం లేదు.

బాంధవ్యం మనోహరావస్థ సారం. కనుక మనం మనోహరావస్థలో ఉన్నప్పుడు మన కుటుంబాన్ని, సంఘాన్ని, సమాజాన్ని పోషించి తోడ్పడటంలో మన ధర్మం ఒక దృఢసంకల్పం అవుతుంది. అందరి శ్రేయస్సుకోసం మనం మన నైపుణ్యం, మన పరపతి, మన సర్వశక్తులు వినియోగిస్తాం. సకల జీవులు పరస్పరం బంధం కలిగి ఉన్నాయని గుర్తిస్తాం. కనుక మన చర్యలు జీవనంలోని పడుగు పేకలలో బహు

దూరం విస్తరిస్తాయని మనం తెలుసుకుంటాము. మనం సృష్టించగల తరగల ప్రభావం తలచినపుడు మనలో ఎవరైనా అనామకులు కాగలరా?

అలాగే కామ - ప్రేమ కోసం శోధన - కూడా ఈ అనామకస్థితినుంచి అనుసరించవచ్చు. అలా జరిగినప్పుడు ప్రేమకోసం మన కోరిక అంతులేని కోరిక అయి కూర్చుంటుంది. మనం ఎలాగైనా సరే ఎదుటివారిని సంతోష పరచటానికి ప్రయత్నిస్తాము. అలాగే ఎదుటివారు మనల్ని సంతోష పరచాలని ఆశిస్తాం. అన్నిటికీ తెగించిన ఈ ఆనంద అన్వేషణ అదుపులేని దురలవాటు అవుతుంది.

అదే కామ, మనోహరావస్థలో అనుసరిస్తే పెంచి పోషించి, ఉద్ధరించి స్వేచ్ఛ ప్రసాదించే ప్రేమగా ఫలిస్తుంది. రెండింటికీ మధ్య వ్యత్యాసం గమనించారుగా!

ముక్తి లేదా ఆధ్యాత్మిక అన్వేషణ కూడా అనామక స్థితిలో అనుసరించినప్పుడు అది నిజమైన కోర్కెతో, ఉధృతంగా సమకూర్చుకొనే జ్ఞానంగా, ఆధ్యాత్మిక కౌశల్యంగా తయారవుతుంది. ఇదంతా కేవలం ప్రదర్శన ప్రయోజనానికి మాత్రమే. ఉదాత్తమైన ఆధ్యాత్మిక ఆత్మరూపానికి అంటుకొని పోయి, నిజజీవితంలో సమస్యలను తప్పించుకోవడానికి ప్రయత్నిస్తాము. ఆ ప్రయత్నంలో మనం నిరాశ, ఒంటరితనం, సంఘర్షణ మార్గంలో తిరిగిరాని దూరాలకు వెళ్ళిపోతూ ఉంటాము. కనుకనే ఎంతో పవిత్రులైన వ్యక్తులు కూడా ఈ ప్రపంచంతో పోరాడుతున్నట్లు అనుభూతి చెందుతారు. మనలో అత్యంత ఉదార హృదయులు కూడా 'అందరికీ ఎందుకు అంత సులువు అవుతుంది?'అని ప్రశ్నించే అంతరంగ స్వరాన్ని నోరు మూయించ లేక పోతున్నారు.

అనామక అవస్థ నుంచి ఆధ్యాత్మిక మార్గం అనుసరించిన వారిలో బుద్ధ భగవానుడి సోదరుడు దేవదత్తుడు ఒక అద్భుతమైన ఉదాహరణ. దేవదత్తుడు అందమైన వాడు, చాలా తెలివైనవాడు. మాట్లాడటంలో బుద్ధుడికంటే సమర్థుడు అని పేరుపొందిన వాడు.

ఇద్దరూ బాల్యంలో ఉన్నప్పుడు, దేవదత్తుడు బాణంతో కొట్టిన హంస బుద్ధుడి కాళ్ల దగ్గర పడింది. వెంటనే బుద్ధుడు ఆ హంస గాయాలకు చికిత్స చేసి, దానిని మామూలు స్థితికి తేవటానికి ప్రయత్నం చేస్తున్నాడు. అప్పుడు దేవదత్తుడు వచ్చి ఆ హంస తను కొట్టాడు గనుక ఆ హంస తనదే అని వాదులాడాడు. కానీ బుద్ధుడు ఆ హంసకు ప్రాణం పోశాడు కనుక అది అతనికే చెందుతుంది అని పెద్దలు నిశ్చయించారు.

దేవదత్తుడిలో అనామకస్థితికి బహుశా అదే ఆరంభం కావచ్చు. లేకపోతే అంతక్రితమే జరిగిన మరేదైనా సంఘటనవల్ల కూడా కావచ్చు. జ్ఞానోదయం కలిగిన తర్వాత బుద్ధుడు తిరిగి ఇంటికి వచ్చినప్పుడు దేవదత్తుడు అతని సంఘారామంలో చేరాడు. కానీ తాను ఒక ఘనతరమైన ఉపదేశకుడు అని నిరూపించటమే దాని వెనుక ఉన్న రహస్యమైన ఆరాటం. ఆయన కఠినమైన నియమనిష్టలు పాటించారు. కానీ అసంతృప్తితోనే వెళ్లిపోయారు.

ఈ కథలో మనం అందరమూ బుద్ధుడులాగానే ఉండాలని కోరుకుంటాం. కానీ దేవదత్తుడికి సహానుభూతి చూపటం కష్టం కాదు. మనవారు, మన ముఖ్యస్నేహితులు గొప్పవారు అవుతుంటే మనలో అసూయ కలగనివారు ఎవరు? మనకు దొరకని అవకాశాలు మనతోబుట్టిన వారికి లేదా స్నేహితుడికి దొరికితే మన అంతరంగంలో వారితో యుద్ధం చేయని వారు మనలో ఎవరున్నారు?

దురదృష్టవశాత్తు ఇది అనామక అవస్థ శక్తి. కనుకనే దానిని తక్కువగా అంచనా వేయకూడదు. అధోగతికి లాగటంలో దాని ఆకర్షణ మరులు గొల్పుతుంది.

ఇప్పుడు నాలుగవ వర్గానికి వద్దాం. ధర్మాన్ని ఒక భారంగా చూడకూడదు. అలాగే ఐశ్వర్యం సంపాదించాలి అనే పిచ్చి వ్యామోహంతో దాని వెంట పడితే సంపద కలగదు.

సచేతనం అయిన ఐశ్వర్య సృష్టి మనోహరావస్థ నుంచి మాత్రమే సాధ్యమవుతుంది. మనోహరావస్థలో ఎప్పుడూ మనమే గెలవాలి అనే మూర్ఖత్వంతోగాని, ఓడిపోతామేమో అనే భయంతోగాని ప్రయత్నించం. ఆ స్థితిలో ఐశ్వర్య సృష్టి అంటే ఒక పోరాటం కాదు. సఫలత అంటే చావో రేవో కాదు. మన విజయయాత్ర ఒక విహారయాత్ర అవుతుంది. ఆ చైతన్య స్థితిలో సృజనాత్మకత విస్ఫోటనం చెందుతుంది. ఐశ్వర్యం మనలను వెతుక్కుంటూ వస్తుంది.

సృజనాత్మకమైన ఈ బాంధవ్యస్థితిలో మనలో ఒక పరమార్థం మేలుకుంటుంది. అది మనలను మన తరాన్నిదాటి వృద్ధి చెందుతుందని మన ఆశ. ఆ పరమార్థం మన వివేకాన్ని, సామర్థ్యాన్ని, నైపుణ్యాన్ని మన పలుకుబడి, సంపద వృద్ధి చెందటానికి కాక ఒక వ్యక్తిని, ఒక పరిస్థితిని వీలైతే మన చుట్టూ ఉన్న ప్రపంచాన్ని పరివర్తనచెందించటానికి సాధనాలుగా గమనిస్తాం.

మనకు ఒక పరమార్థం ఉన్నది అనే అనుభూతి ఉన్నది. కానీ అది మన ఒత్తిడి నుంచి వేదన నుంచి మనలను విముక్తులను చేయలేకపోతున్నది. మరి అప్పుడు ఏం చేయాలి?

మనోహరావస్థ – జీవిత పరమార్థం

ఒక పెద్దమనిషి కొరియా నుంచి వచ్చారు. జంతువుల జీవితాలు మెరుగుపరచటానికి ఆయన ఒక సంస్థ స్థాపించారు. ఆయన కథ వినండి. ఆయన నిరాశతో కుంగిపోయి ఆత్మహత్యా ప్రయత్నంలో ఉన్నప్పుడు మా దగ్గరికి వచ్చారు. ఒక నాయకుడిగా తాను విఫలుడు అయ్యారని ఆయన నమ్మకం.

మనం చేసే పనిలో సంతోషం కలగకపోవడానికి కారణం అందులో ఒక పరమార్థం లేకపోవడమే అని మన సాధారణ ఆలోచన. కానీ ఆయనకు ఒక లక్ష్యం ఉన్నది. జంతువుల జీవితాలు మెరుగుపరచడానికి సాంకేతిక విజ్ఞానాన్ని

వినియోగించాలని అతని కోరిక. కాలేజీలో ఉన్నప్పుడే ఆ సాంకేతిక విజ్ఞానానికి అతను శ్రీకారం చుట్టాడు.

లేదా మన పరమార్ధం సాధించటంలో విఫలం అయితే మనకు చింత, దు:ఖము కలుగుతాయని మన ఆలోచన కావచ్చు. కానీ ఆయన సంస్థ సఫలం కావడమే కాక అభివృద్ధి చెందుతున్నది.

అప్పుడు బహుశా ఆ సంస్థ యాజమాన్యం సరిగా లేకపోవడం ఆయన చింతకు కారణం అని మనం అనుకోవచ్చు. కానీ మన విద్యార్థికి ఆ విషయంలో లోటు ఏమీలేదు.

మాతో కలిసి ప్రయాణం చేస్తున్న కొద్దీ అతను తన పరిస్థితిని వివరించాడు. గత ఐదు సంవత్సరాలలో తన ఉద్యోగులు వందమంది సంస్థ విడిచి వెళ్లాలని నిశ్చయించుకొన్నారు. ఎంతో నచ్చజెప్పి వారిని సంస్థలో ఉంచటానికి ఒప్పించాడు. కానీ ఇకముందు వారిని ఒప్పించకలిగే నమ్మకం ఆయనలో లేదు. ఆయన అలిసి పోయి వున్నాడు. ప్రతిరోజూ ప్రచోదనం చేస్తూ, అదనపు ఆకర్షణలు చూపుతూ, నచ్చ చెప్పటానికి ప్రయత్నిస్తూ ఆయన అలసిపోయాడు.

మా అకాడమీలో ఆధ్యాత్మిక ప్రయాణంలో ఆయన తన అలసట పనివల్ల కాదని, తన అంతరంగ అవస్థవల్ల అని గ్రహించారు. ఆయన ట్రెడ్ మిల్ మీద ఎక్కడమే కానీ దిగటం తెలియని మనిషిలా ఉన్నారు. తండ్రికి తన విలువ నిరూపించటానికి నిత్యము ప్రయత్నించాడు. కంపెనీలో కొత్తగా చేరిన ఎగ్జిక్యూటివ్లకు తాను ఏమి తీసిపోడు అని అనుభూతి చెందటంలో, ప్రతి మీటింగ్ లోను డైరెక్టర్ల ఆదరణ సంపాదించడానికి చేసే ప్రయత్నంలోనూ ఆయన నిరంతరం పరుగులు తీస్తూనే ఉన్నాడు.

అతను సాధించిన విజయాలన్నీ తను అందుకు తగడేమోననే భయంతో సాధించినవి. వ్యక్తిగతంగా అతనికి ఎవరితోనూ బాంధవ్యం లేదు. అతను తన ఉద్యోగుల ను ఆదరించలేదు. వారితో ఆయన సంబంధం కేవలం వ్యావహారికం.

ఆయన అంతరంగ ప్రయాణంలో ఒక కృతజ్ఞతావస్థకు కళ్ళు తెరిచాడు. తన అభివృద్ధికి విజయానికి తోడ్పడుతున్న తన ఉద్యోగుల పట్ల నా హృదయంలో కృతజ్ఞత కలిగింది. వారి నిరాశ, అసంతృప్తి ఆయనలో చలనం కలిగించాయి.

ఈ పరివర్తన ప్రయాణం జరిగిన తొమ్మిది నెలల తర్వాత తన సంస్థ నడకలో మార్పు వచ్చింది అని ఆయన చెప్పారు. క్రమక్రమంగా ఆయన ఉద్యోగులందరినీ ఒక సామరస్య స్థితిలోకి తీసుకువచ్చారు.

ఈ కథలో చెప్పినట్టు పరమార్ధం ఎంత ఉదాత్తమైనది అయినా వేదనామయ స్థితులు దానిని కూలదోస్తున్నాయి. మీ పని, మీ ఉద్యోగం, మీ లక్ష్యాలు వేదనామయ స్థితిలో నడుస్తూ ఉంటే మీ ఉద్యోగం ఒక రణరంగం అవుతుంది. అందుకు కారణం విధ్వంసకమైన మీ అచేతన.

అలా మనోహరావస్థ మీ కృషిని ఉత్తేజపరుస్తూ ఉంటే మీ పని ఈ విశ్వవివేచనకు ఆటస్థలం అవుతుంది.

మీ జీవనస్థితి తనకు ఇష్టం వచ్చిన మార్గంలో బండిని లాక్కువెళ్లే గుర్రం వంటిది. ఆ బండి మీ ఉద్యోగం కావచ్చు, పనిచేసే చోట మీ సంబంధ బాంధవ్యాలు కావచ్చు, లేదా పర్యావరణం మీద మీ ప్రభావం కావచ్చు.

మీ అవస్థ దారి చూపుతుంది. మీ జీవనం అనుసరిస్తుంది.

మీరు ఎక్కడికి వెళుతున్నారు?

మనం కొన్ని ముఖ్యమైన ప్రశ్నలను గురించి ఆలోచించుదాం. మీరు ఎక్కడికి వెళుతున్నారు? అక్కడికి వెళ్ళమని మీకు ఎవరు చెబుతున్నారు? మీరు ఏ స్థితిలో మీ జట్టును నడిపించుతున్నారు? మీ సంస్థ సంస్కృతి ఎలా ఉండాలని మీ ఉద్దేశ్యం? వేదన అవస్థా లేక మనోహరావస్థ? బాంధవ్య సహిత స్థితి లేదా బాంధవ్య రహిత స్థితి?

దయచేసి ఆగండి. ఈ క్షణంలో మీ ఉద్యోగ నిర్ణయానికి ప్రేరణ ఏమిటి? మీ ఆదుర్దా వల్ల చేస్తున్నారా? అది కేవలం ఒక జీవనాధారం మాత్రమేనా? మీకే గనక డబ్బు ఉంటే ఈ ఉద్యోగం మరుక్షణం వదిలేస్తారా?

మీరు మీ నిరాశను కోపాన్ని అనుసరిస్తున్నారా? ఉద్యోగము అంటే మీకు, మీ భాగస్వామికి, మీ తల్లిదండ్రులకు, మీ సహోదరులకు, మీ శత్రువులకు, మీ మిత్రులకు ఒక విలువ కలిగించటానికేనా?

బహుశా మీరు మీ విసుగుదల అనుసరిస్తున్నారో! పని అంటే విసుగుదల తప్పించుకోవడానికి, కాలక్షేపానికా?

మీరు ఏది అనుసరిస్తున్నారు?

మీరు ఎక్కడికి వెళ్తున్నారు?

ఏ అభ్యంతరాలు లేకుండా మీ అంతరంగం సత్యాన్ని దర్శించండి.

చివరిలో మీ అవలోకనం ఏమి చూపింది? మీరు ఆనందాన్ని, కృతజ్ఞతలను, అనుకంపను అనుసరిస్తున్నారా లేకపోతే భయము, ఆదుర్దా మిమ్మల్ని ఈ సౌభాగ్య మార్గానికి తెచ్చి పడవేశాయా?

ఐశ్వర్య చేతనకు మీరు కళ్ళు తెరిస్తే మీరు ఆ ఐశ్వర్య సృష్టి అంతటినీ ఆనందిస్తారు. మీసేవ ఇతరుల జీవితాలను ఎంత ప్రభావితం చేస్తుందో మీకు

తెలుస్తుంది.. ఇతరులకు సేవ, మీ మీద ఎంత ప్రభావం కలిగిస్తున్నాయో కూడా మీకు తెలిసే ఉంటుంది.

ఎందుకంటే దానిని గురించి మీరు ఆలోచించినా, ఆలోచించక పోయినా దాని ప్రభావం మాత్రం తప్పక ఉంటుంది.

ఈ సత్యాన్ని విపులీకరించే ఒక కథ తెలుసుకుందాం.

ఒక వ్యక్తి ఒకనాడు తన కారు డ్రైవ్ చేస్తున్నాడు. ఆయన రోజూ వెళ్ళే మెలికలు తిరిగే మార్గంలోనే వెళ్లాడు. కానీ ఇవాళ ఆయన కారు రోడ్డుమీద పడివున్న ఒక పెద్ద రాతి బండను గుద్దింది. గింగిరాలు తిరిగి రోడ్డు అవతల పడ్డాడు. నజ్జు అయ్యాడు. చనిపోయాడు.

కానీ కథ అక్కడితో అంతం కాలేదు. ఆధునిక విజ్ఞానశాస్త్రం అద్భుతం - ఐ సి యు ఆయనకు ప్రాణదానం చేసింది. మేలుకొన్న మరుక్షణం ఆయన మారిపోయారు.

ఏమైంది?

స్పృహ రాకమునుపు ఆయన తన జీవితం అంతా ఒక సినిమాలాగా చూశారు. ఇప్పుడు ఆయన తన జీవితాన్ని బయట నుంచి - ఆయనకు తారసపడే ప్రతిజీవి ద ృక్పథంతోనూ - చూశారు.

చిన్నపిల్లవాడుగా ఆయన ఒక మేకను తను కర్రతో కొట్టటం చూశారు. అయితే ఇప్పుడు ఆయన ఆ మేక అనుభవించిన షాక్ ను, బాధను ఆయన కూడా అనుభవించారు. చిన్నప్పుడు స్కూల్లో ఇతర పిల్లలను బెదిరించడం గమనించారు. కానీ ఇప్పుడు వారి భయాన్ని, అవమానాన్ని ఆయన అనుభూతి చెందారు. ఆయన కళ్లముందు తన జీవితం అంతా ఒక సినిమాలాగా ప్రదర్శన అయింది. అందులో ఆయన అనుకున్నదానికంటే ఎక్కువగా ప్రతినాయకుడి పాత్రలో దర్శనమిచ్చారు. అది ఆయనను పూర్తిగా విచారంలో ముంచివేసింది.

నాకు, ఎదుటివారికి మధ్య ఎప్పుడూ ఒక గోడ ఉండేది. ఆ గోడను నేనే అని ఆయన గ్రహించారు.

వృథా అయిన తన జీవితాన్ని తలుచుకొని ఆయన విపరీతమైన వేదనావస్థలో పడిపోయారు.

అప్పుడు ఆయన కళ్ళ ఎదుట ఇతర జ్ఞాపకాలు కనిపించసాగాయి. ఇవాళ తనకు ప్రమాదం జరిగిన స్థలం మీదుగానే రోజూ తను ఉద్యోగానికి వెళుతుండగా తాబేళ్లు రోడ్డు దాటుతూ దర్శనం ఇచ్చేవి. ఎవరూ కలుగజేసుకోకపోతే వేగంగా వెళ్లే కార్లు ఆ తాబేళ్లను చంపుతాయి అని ఆయనకు తెలుసు. ఆయన తన కారు ఆపి, తాబేళ్లను అవి వెళ్లే మార్గంలో రోడ్డు అవతల వదిలి, తన ఉద్యోగానికి వెళ్లేవారు.

ఆయన స్పృహలో లేనప్పుడు ఈ జ్ఞాపకం ఆయన మనసులో దర్శనమిచ్చింది. ఈ చిన్నదయామయమైన పని చేస్తున్నప్పుడు ఆయన ఆ పని తాను చేస్తున్నట్లు

చూడలేదు. అప్పుడు తనే ఒక తాబేలు, భద్రంగా ఎత్తుకుని వెళ్లి అవతల చేర్చబడ్డారు. ఆ క్షణంలో ఆయన హృదయంలో ప్రేమ నిద్ర లేచింది. జీవితం అంతటితోను ఆయనకు గాఢమైన బాంధవ్యం ఏర్పడింది. ఎప్పుడైతే మనం ఒకరిని ఒకరం నొప్పించుతామో అప్పుడు మనం జీవితవ్యవస్థ అంతటినీ గాయ పరుస్తున్నాము అని ఆయన గ్రహించారు. మనం ప్రేమించి పోషించిన ప్రతి ఒక్క సారి మనం జీవన వ్యవస్థను పదిలపరుస్తున్నాము.

ఈ గ్రహింపు కలిగిన మరుక్షణం ఆయన తిరిగి తన శరీరంలోకి లాగ పడ్డారు. తక్షణం తను మరొక జీవితం జీవించాలని, ప్రపంచానికి మరొక విధమైన అనుభవం కలిగించాలని ఆయన తెలుసుకున్నారు.

మా విద్యాసంస్థకు వచ్చిన వ్యక్తులు ప్రతి ఒక్కరూ తమ చైతన్య పరివర్తనలో ప్రత్యేకమైన అనుభవాన్ని పొందుతారు. ఈ వ్యక్తి మరణశయ్యమీది అనుభవంలో కలిగిన సూక్ష్మదృష్టిని అమితంగా పోలిన అనుభవాలను చాలామంది వెల్లడించారు. చైతన్యం విస్తరించిన స్థితిలో కలిగే అనుభవాలు ప్రపంచాన్ని గురించిన మన దృక్పధాన్ని పూర్తిగా మార్చివేస్తాయి.

జీవితంలో తొలిసారిగా వారి జీవితాలను గురించి విస్తారమైన అవగాహన కలుగుతుంది. వారి చర్యలు కలిగించే నిరంతర విస్తార ప్రభావం, మన అందరికీ ఆధారభూతమైన ఈ జీవితాన్ని గురించి విస్తారమైన అవగాహన కలుగుతుంది.

పరస్పర బాంధవ్యం – మేలుకొలుపు

మనము నివసించే ఈ ప్రపంచం పరస్పర బాంధవ్యాల ఆలయం.

మన చర్యలు ప్రభావం చూపుతాయి.

మీరూ, నేనూ అనుభవించే సుఖమైన ప్రతి ఒక్కరోజు వెనక సంవత్సరాల తరబడిగా వేలాది ప్రజల శ్రమ, సూక్ష్మదృష్టి దాగి ఉన్నాయి. లక్షలాది ప్రజల నిర్విరామ శ్రమ లేకపోతే మీకు, నాకు ఒక్కపూట భోజనం కూడా లభించేది కాదు. మనలో ప్రతిఒక్కరమూ ఈ ప్రపంచాన్ని సజీవంగా నిలిపే కోట్లాది ప్రజలలో ఒకరమే. ప్రతి ఉదయం మనం ఇంటినుంచి పనిలోకి బయలుదేరినప్పుడు మనం 'సామరస్య ప్రపంచం' అనే కార్యక్రమానికి సేవ చేస్తున్నాం.

మీ మ్యాక్ కంప్యూటర్ మీద టైప్ చేసిన ప్రతిసారీ... లేబరేటరీ పనిచేయటానికి ప్రత్యేకంగా డిజైన్ చేసిన డ్రెస్సు ధరించిన ప్రతిసారీ... ఒక కొత్త వాణిజ్య అవకాశం అవలోకించిన ప్రతిసారీ... మీ తరగతిలో విద్యార్థులకు ఒక పద్యం చదివి చెప్పటానికి మీరు 63 వ పేజీ తిప్పిన ప్రతిసారి... మీ నౌక మీద ఉన్న మూడు వందల మంది ప్రయాణికులను క్షేమంగా వారి గమ్యం చేర్చిన ప్రతిసారి... వివిధ రకాలైన పనులలో మీరు నిమగ్నులై ఉన్న ప్రతిసారీ... మీరు ఈ ప్రపంచం సామరస్యానికి

సహాయపడుతున్నారు. సుందరమైన ఈ భూమి నిలకడకు సామరస్యానికి మీరు అమూల్య ఆధారభూతులు అవుతారు.

ఈ పరస్పర బాంధవ్యం అవగాహనకు వచ్చినప్పుడు మన సామర్థ్యం ఆకాశాన్ని అంటుతుంది. వ్యక్తిగతంగా మనం విజయం సాధిస్తాం. ఈ ప్రపంచంలోని సంస్థలలో ప్రతి ఒక్క వ్యక్తి విజయానికి తోడ్పడుతాం.

మా విద్యార్థులలో ఒకరు ఫ్యాన్సీ సెలూన్లో స్టైలిస్ట్ గా ఉండేవారు. ప్రతిరోజు పని ముగిసే సమయానికి ఆమె మందకొడిగా తయారై ఒక విధమైన నిరర్థకత అనుభూతి చెందేది. తెలివైన సంభాషణతో తన ఖాతాదారులకు కాలక్షేపం కలిగించేది. కానీ లోపల మాత్రం ఆమె శూన్యం అనుభూతి చెందేది. రంగు వేయటం, జుట్టు కత్తిరించటం ప్రతిరోజు ఎందుకు ఒకే లాగా అనిపిస్తాయి?

ఆమెను ఒక ప్రక్రియలో ప్రయాణం చేయించిన తరువాత ఆమెలో ప్రగాఢమైన ప్రేమ మేలుకున్నది. ఫలితంగా పనిలో ఆమె అనుభవం పూర్తిగా మారిపోయింది. ఇప్పుడు ఆమె తమ ఖాతాదారుల అంతరంగంతో చెలిమి చేస్తుంది. తన దగ్గర జుట్టు స్టైల్ చేయించుకున్న తర్వాత ఉద్యోగం చేసే తల్లి ఎంత ఆనందాన్ని అనుభవిస్తుందో ఆమె ఆలోచిస్తుంది. కొత్త హెయిర్ స్టైల్‌తో తొలిసారిగా కాలేజీలో అడుగుపెడుతున్న కౌమార వయస్కుడి ఆత్మవిశ్వాసాన్ని గురించి అవలోకించుతుంది. మా విద్యార్థిని తన ఖాతాదారులతో గాఢమైన బాంధవ్యం ఏర్పరుచుకుంటుంది. ఒకనాడు జీవనాధారంగా మొదలైన వృత్తి ఈనాడు ఎదుటివారిని ప్రభావితులను చేసే ప్రేమ వ్యాపకంగా మారింది.

ఆమె అంతటితో ఆగలేదు. స్టైలిస్ట్ స్థాయి నుంచి తన పాత్ర విస్తరింపజేయాలి అనేది ఆమె కోరిక. ఆమెలో కలిగిన అసంతృప్తి తీరని ఆమె కోరికలకు మేలుకొలుపు. ఆమె అనుభవం తన స్వంత సహజ ఉత్పాదనలు తయారుచేసి, విడుదల చేసే ధైర్యసాహసాలను ఆమెకు కలిగించింది.

ఐశ్వర్య సృష్టిలో మనం సచేతనమైన మార్గాన్ని అనుసరించితే, మనం కలిసి పనిచేసే వారితోనూ, మనపనితో ప్రభావితులు అయ్యేవారితోనూ మనకు ప్రేమ కలుగుతుంది. మన హృదయాలు మేల్కొనాలి. ఎదుటివారు ఎలా అనుభూతి చెందుతున్నారో మనం పట్టించుకోకపోతే వారితో మనం కలిసి పని చేస్తూ ఉండవచ్చు, కానీ మనం ఒంటరిగా పీడనావస్థలో కొట్టుకుంటూ ఉంటాం. ఎదుటివారితో బాంధవ్యం అనుభూతి చెందినప్పుడే మనకు భద్రత, శ్రేయస్సు, పాలన,పోషణ అనుభూతిలోకి వస్తాయి.

బాంధవ్య స్థితిని గురించి ఇంత చెబుతున్నారు. ఇదంతా నిజమేనా అని మీకు సందేహం కలగవచ్చు. ఆ సందేహం మీకొక్కరికే ప్రత్యేకం కాదు.

"మరొక వ్యక్తితో బాంధవ్యం కలిగించుకోవడం ఎందుకు ముఖ్యం?" మా సంస్థలో తన మొదటి రోజున ఒక విద్యార్థి ప్రశ్న.

స్కాట్ సఫలత సాధించిన యువకుడు. 32 సంవత్సరాల వయసులో అతను తన సంస్థలో చాలా ఉన్నత స్థాయికి ఎదిగాడు.

తాను స్వయంకృషితో పైకి వచ్చానని అతని భావం.

"నేను ఇక్కడ ఈ టేబుల్‌తో, నాకు అభిమానమైన కారుతో, నా శక్తి సామర్థ్యాలతో సంబంధం పెట్టుకో గలను." అతను అన్నాడు."మనిషి ఎప్పుడైనా మారిపోవచ్చు. కనుక నేను మనిషి మీద ఎందుకు ఆధారపడాలి. నేను నామీద, నా సామర్థ్యం మీద, నేను ప్రేమించే వస్తువుల మీద ఆధారపడతాను."

జీవితంలో తను ఏదో కోల్పోయిన అనుభూతి కలుగుతూఉండడంచేత మా సంస్థకు తను వచ్చినట్లు అతను తర్వాత చెప్పాడు. ప్రతిరోజూ నిద్ర లేవగానే అతనికి మూడు ప్రశ్నలు ఎదురయ్యేవి.

1. ఈ సంస్థలో నా శక్తి, సృజనాత్మకత ధారపోసి ప్రయోజనం ఏమిటి?
2. ఇదంతా నేను ఎందుకు చేస్తున్నాను?
3. ఎవరికోసం చేస్తున్నాను? ఇంతకాలం నేను పెంచుకున్న జట్టుకు ఇక నా అవసరం లేదని తోస్తున్నది.

స్కాట్ తన అంతరంగ ప్రయాణంలో ఇంతకాలంగా తనకు కలిగిన గాయాలు తనను ప్రతిక్రియాత్మకంగా తయారు చేశాయని అతను గ్రహించాడు. జనానికి దూరంగా ఉండటానికి వారితో కలిగిన నిరాశలే కారణంగా చేసుకుంటాడు.

జీవితమంతా ఇలాగే ఏ సంబంధబాంధవ్యాలు లేకుండా కొనసాగ తలుచుకున్నాడా?

తన కోపాన్ని, నిరాశలను విడిచిపెట్టిన మరుక్షణం స్కాట్ కు తనను తన జీవితాన్ని గురించిన దృక్పథం మారిపోసాగింది. అప్పుడు తను స్వయంశక్తితో పైకి వచ్చిన వ్యక్తిగా కనిపించటం మానివేశాడు. తన అభివృద్ధిలో పాత్ర వహించిన అనేకమందిని గురించి అతను ఆలోచించసాగాడు. చిన్న పెద్ద పనులు అన్నిటిలోనూ తన బృందం తనకు అందించిన సహాయాన్ని గురించి అతను తలపోయసాగాడు.

అతని చైతన్యం విస్తరించిన కొద్దీ అతనిలో తన బృందం, తన సంస్థ సంతోషంగా ఉండాలి అనే కోరిక అతనిలో వేళ్ళు ఊనసాగింది.

భారతదేశంలో శిక్షణ పూర్తి చేసిన ఆరు నెలల తర్వాత స్కాట్ తన జీవిత పరమార్థం తిరిగి కనుగొన్నానని చెప్పాడు.

"ఇప్పుడు పనిలోకి వెళ్ళటం అక్కడ అభివృద్ధి జరపటం ఒక ఆనందం." అతను చెప్పాడు. "నా మెదడు ఒక సృజనాత్మక లోకంలో అడుగుపెట్టినట్టు ఉన్నది. ఎటు చూసినా అంతా కలిసి వస్తున్నది."

మీకు పరమార్థం కోల్పోయినట్లు అనిపించితే, అది మీ బాంధవ్యాలలో లోపం అయి ఉండాలి. హృదయ పూర్వకమైన బాంధవ్యం కలిగితే మీ పరమార్థం మీకు తప్పక తెలుస్తుంది. నిజంగా సహకరించటం అంటే ఏమిటో మీరు గ్రహిస్తారు.

సంస్థలలో ఇటువంటి హృదయ పూర్వకమైన బాంధవ్యం అవసరం ఏమిటి? నాయకులు దానిని ఎలా పెంచి పోషించగలరు?

హృదయపూర్వక బాంధవ్యం అంటే ఒక వైఖరి, కలిసి చేసే ఒక పని కాదు. మీ శ్రేయస్సు, ఇతరుల శ్రేయస్సు ఒకటేనని చూడగలిగే చైతన్య శక్తి. మీ చుట్టూ ఉన్న వారి ఆనందాన్ని, శ్రేయస్సును వృద్ధిపరచాలి అనే సహజమైన తృష్ణ.

మన మిత్రుడు స్కాట్ కంటే ఎక్కువ కాలం గడిపిన మీలో పెద్దలు కొందరు "ఇన్ని సంవత్సరాల తర్వాత ఈ మార్పు చేయడం ఎందుకు? నిజంగా అది అవసరమా?" అని ఆశ్చర్యపడుతూ ఉండవచ్చు.

మా పనిలో ప్రీతాజీ, నేను అనేక సంస్థల - దంపతులు, కుటుంబాల నుంచి చిన్న వ్యాపారాలు, సంస్థలు మంచి బహుళజాతి సంస్థలు, ఉద్యమాలు, దేశాలు - లోపల పని చేసే విధానం ప్రతి స్థాయిలోనూ గమనించే అవకాశం కలిగింది. నాయకులుగా అభివృద్ధి పథంలో నడిచే వివేకవంతమైన వ్యవస్థల విలువను మేము గుర్తిస్తాము.

మీరు ఎటువంటి వ్యవస్థను సృష్టించినా, ఎటువంటి నిబంధనలు అమలుపరిచినా, ఆ వ్యవస్థలో వ్యక్తుల చైతన్యం పరిమితంగా ఉన్నంతకాలం, ఆ సంస్థ తన గమ్యాన్ని ఎన్నటికీ చేరలేదు. స్వీయావరోధంతో నిండి ఉన్న చైతన్యం అత్యంత సమర్థవంతమైన వ్యవస్థను కూడా లొంగదీసుకుంటుంది. కనుకనే ఈ ప్రపంచం మీద ప్రభావం చూప దలచుకున్న నాయకులు ఎవరికైనా పరివర్తన మీద ఏకాగ్రత అత్యవసరం.

అధికార పదవులలో ఉన్న మా విద్యార్థులు చాలామంది చెప్పారు: తమ చైతన్యాన్ని పరివర్తన చేసుకోవాలని నిబద్ధత కలిగి ఉన్నప్పుడు సంస్థలో పనిచేసే ఇతరులు కూడా తమను అనుసరించుతారు. కొత్త యాజమాన్యం పద్ధతులను బలవంతంగా ప్రవేశ పెట్టే బదులు వాటిని గురించి అందరికి నచ్చజెప్పి ఒప్పించితే మీరు నిజంగా ఒక చైతన్యవంతమైన సంస్థను సృష్టించారు. ఈ ప్రపంచంలో అది మీ జీవన విధానం. వేదనామయ అవస్థలను కరిగించి, తొలగించే సామర్థ్యం. అప్పుడు మీరు అవసరమైన చర్యలు నిశ్చయంగా తీసుకోవచ్చు. మీ సంస్థలో అందరి శ్రేయస్సుకు బాధ్యత వహించే మీ కోరిక. సమగ్రంగా మేలు కలిగించే ప్రభావం సృష్టించాలనే మీ కోరిక.

అందరు నాయకులు తాము ఈ నేలకు ఏం చేయదల్చుకున్నారో చెప్తారు. కానీ వారు ఏ అవస్థలో ఉన్నారో వారికి తెలియదు. మన చైతన్యంలో విభజన నుంచి ఏకత్వానికి, వేర్పాటు నుంచి బాంధవ్యానికి, వేదనామయ స్థితి నుంచి మనోహరావస్థకు ప్రాథమికమైన మార్పు కలగనంత కాలము మానవాళి భవిష్యత్తును గురించి మనకు స్పష్టమైన దృక్పథం ఎలా కలుగుతుంది?

మన చైతన్యంలో పరివర్తన లేనంత కాలము అన్ని తీర్మానాలు, నిర్ణయాలు మార్పులు కేవలం పై పై మెరుగులు మాత్రమే. వాటివల్ల ఫలితం ఏమీ ఉండదు.

తర్వాతి సంఘర్షణలో అన్నీ కూలిపోతాయి. గుర్తుంచుకోండి: మొదట చైతన్యం. ఆ తర్వాతే నిర్ణయము, ఆచరణ.

మానవ చరిత్రలో మనము ఒక కీలక స్థానంలో ఉన్నాం. మరో సామూహిక పరిణామాన్ని తర్వాతి ఉన్నతస్థాయికి తీసుకు వెళ్ళవచ్చు. లేదా మనలను, ఇతర జీవకోట్లను విధ్వంసానికి, సర్వనాశనానికి నడిపించవచ్చు.

మనలో ప్రతి ఒక్కరిలోనూ శక్తి ఉన్నది. రాబోయే తరాల భవిష్యత్తు, అనేక ఇతర జీవులగతి మన చైతన్య పరిణామం మీద ఆధారపడి ఉన్నది. మీ చైతన్యాన్ని వేదనకు విభజనకు, ఒంటరితనానికి క్షీణించే దశకు చేర్చుతారా? లేక సచేతనంగా మనోహరావస్థకు పరిణామం చెందుతారా?

మీ గమ్యం ఏమిటి?

సోల్ సింక్ అభ్యాసం
సచేతన ఐశ్వర్య స్రష్ట అవ్వండి

మీరు మీ అంతరంగంలోని అనామక అవస్థను అధిగమించాలని కోరినా, మీకు ఆనందం కలిగించే సార్థకమైన ఉద్యోగం కనుక్కోవాలి అన్నా, మీరు చేస్తున్న పని ప్రభావం ఇంకా ప్రగాఢం కావాలని కోరినా, మీకు, మీ ఆత్మీయులకు, మీరు సహాయపడే సత్కార్యానికి, సంపద ఇంకా పెరగాలి అని కోరినా, సోల్ సింక్ సచేతనంగా ఐశ్వర్యం సృష్టించటంలో మీకు తోడ్పడుతుంది.

27- 29 పేజీలో ఇచ్చిన సోల్ సింక్ ధ్యానంలో మొదటి 5 మెట్లు తిరిగి అభ్యాసం చేయండి.

ఆరవ మెట్టుకు వచ్చినప్పుడు మీరు ప్రశాంత ధైర్యంతో నిండిన మనోహరావస్థలో ఉన్నట్లు ఊహించి అనుభూతి చెందండి. మీరు ప్రగాఢమైన సంకల్పంతో జీవించుతూ మీ చుట్టూ ఉన్న ప్రజల జీవితాలలో శుభకరమైన మార్పులు తీసుకువస్తున్నారు. మీ జీవితంలోకి అఖండ సంపద ప్రవహిస్తున్నట్లు అనుభూతి చెందండి.

మీకు, మీ ఆత్మీయులకు, ఈ ప్రపంచానికి ఈ స్థితి ఏమి చేయగలదో ఊహించండి.

∞

తుదిపలుకు

మా సంస్థను గురించి ప్రశ్నలు జవాబులు

కృష్ణాజీ

ప్రశ్న: ఆనందం ఐశ్వర్యము, గురించి మీ దృక్పథం ఏమిటి?

జవాబు: మాకు జీవితం అంటే సఫలత, అన్యోన్య సంబంధం, విజయం, కీర్తి ప్రతిష్టలు మాత్రమే కాదు.

ఒక మహాచైతన్య అవస్థలో ఉండటం కూడా జీవిత పరమార్థం కాదు. ఈ రెండిటిలో దేని చివరికి చేరినా జీవితం సమతుల్యత కోల్పోతుంది. ఈ రెండిటి సంయోగమే సుందర జీవనం అవుతుంది.

హాస్యోక్తిగా చెప్పాలి అంటే "ఆత్మీయులతో కలిసి బెంజ్ కార్ డ్రైవ్ చేసే బుద్ధుడుగా ఉండటమే" జీవన సారాంశం. ఇందులో మనం ప్రతి ఒక్కరమూ విలాసాల వైపే మొగ్గాలి అని చెప్పటం కాదు. మనం మనోహరావస్థలో జీవించటం నేర్చుకోగలం. ఆ వ్యవస్థలోని శక్తితో మనకు, మన ఆత్మీయులకు, మన చుట్టూ ఉన్న ప్రపంచానికి సంపదను, ప్రేమను సృష్టించగలము అని చెప్పడమే ధ్యేయం.

నాలుగు పరమ రహస్యాలు ఈ మహత్తర దృక్పధాన్ని గురించే. ఈ బోధనలు సచేతనులైన ఐశ్వర్యస్రష్టలను, జాగృతి పొందిన తల్లిదండ్రులను, హృదయపూర్వక భాగస్వాములను, ఆనందమయిన వ్యక్తులను వెలికి తీసుకు వస్తాయి అని మా విశ్వాసం. వీరందరూ పరివర్తన చెందిన చైతన్యంలో జీవించి చరించుతారు. వ్యక్తిగతంగా ప్రీతాజీ నేను పరస్పరం గాను, మా కుమార్తె లోకా తోనూ సంపన్నము, సంతృప్తికరం అయినా

బాంధవ్యం ఆనందిస్తున్నాము. మా తల్లిదండ్రులపట్ల, అత్తమామలపట్ల గాఢమైన ఆదరాభిమానాలు కలిగి ఉన్నాము. మా అధ్యాపకుల బృందాన్ని నడిపించటంలోనూ సంస్థలో వేలాది విద్యార్థుల శ్రేయస్సును గమనించటంలోనూ మా ఆనందం ఉన్నది. ఈ బాంధవ్యాలు, ఇంకా చాలా ఇతర అంశాలు ఏవో కొన్ని ఆదర్శాలవల్ల, విలువలవల్ల సంపన్నం రాలేదు. ఇవి మా చైతన్య స్థితివల్ల సంభవించాయి. మా చైతన్యంలో వేదనకు స్థానం లేదు.

మా వాణిజ్యం నడపటానికి అద్భుతమైన బృందాలు, నమ్మకమైన భాగస్తులు, సీఈవో లు మాకు తోడ్పడతారు. అందువల్ల మాకు మానవ చైతన్యాన్ని పరివర్తన చెందించే కార్యక్రమం అనుసరించటానికి అవకాశం కలుగుతున్నది. అన్నీ కలిసి రావడానికి ఈ విశ్వం మా శ్రేయోభిలాషిగా ఉన్నది. ఇదంతా మేము ఏవో కొన్ని రహస్యమైన యాజమాన్య సూత్రాలు పాటించి అవలంబించడం వల్ల జరగటం లేదు. ఇదంతా చైతన్య స్థితివల్ల సాధ్యం అవుతున్నది.

సంపన్నమైన వాస్తవిక జీవితాన్ని సంపన్నమైన అంతరంగ స్థితితో మేళవించటమే నాలుగు పరమ రహస్యాల ప్రయోజనం. ఈ సంపూర్ణమైన జీవితం అందరికీ సాధ్యం చేయాలి అనేదే మా కోరిక.

ప్రశ్న: మీ సంస్థలో సాధకులు ఏమి నేర్చుకుంటారు?

జవాబు: O & O అకాడమీ తత్త్వజ్ఞానము, ధ్యానం ద్వారా మానవ చైతన్యాన్ని పరివర్తన చెందించే ఒక ధ్యాన కేంద్రం. మా ముఖ్య కార్యాలయం భారతదేశంలో ఉన్నది. అన్ని దేశాలనుంచి వచ్చినవారికి వారివయసును అనుసరించి వారి భాషలో శిక్షణ అందజేస్తాం. మా విద్యాప్రణాళిక అనేక స్థాయిలలో ఉన్నది. విద్యార్థులలో ఈ పరివర్తన సృష్టించటానికి అంకితమై ఉన్న బోధనాబృందం కూడా ఇక్కడ ఉన్నది.

ఈ విద్యాసంస్థకు ఎక్కువగా ఇతరదేశాలవారు వస్తూఉంటారు. ప్రీతాజీ ప్రపంచంలోని ముఖ్య నగరాలు పర్యటిస్తూ ఉంటారు. ఆమె సంపన్న క్షేత్రం (Field of abundance) అనే నాలుగురోజుల ఆధ్యాత్మిక శిక్షణ నడుపుతారు. అదే కాక ఆమె సోర్స్ అండ్ సింక్రోనిసిటీస్, బీయింగ్ లిమిట్ లెస్ అనే రెండు ఆన్ లైన్ శిక్షణ కార్యక్రమాలు కూడా నడుపుతారు.

మా శిక్షణా కార్యక్రమాలను గురించి ఇంకా తెలుసుకోవాలంటే www.oo.academy దర్శించండి.

ప్రశ్న: మీ సంస్థ సాధకులను ఏ విధంగా ఆకర్షిస్తుంది?

జవాబు: భారతదేశం ప్రాచీన మహర్షులు మనలను ద్విజులు అవమని బోధిస్తారు. ద్విజులు అంటే రెండుసార్లు జన్మించినవారు అని అర్థం. పరివర్తన చెందిన చైతన్యంతో మేలుకున్న వ్యక్తులుగా పునర్జన్మ ఎత్తుమని భావం. జీవితం అంటగట్టే పరిమితమైన అవస్థను ప్రక్షాళన చేసుకొని అపార శక్తివంతమైన చైతన్యంలో ప్రవేశించుమని బోధ.

ఆ జాగృతి అందరికీ అందుబాటులో ఉన్నదా? అవును, ఉన్నది. ప్రతి ప్రాచీన సంస్కృతి గంభీరమైన ఆధ్యాత్మిక పయనాలను గురించి మాట్లాడుతుంది. ఆ సాహసాల రహస్యాలు చిహ్నాలుగా, పురాణాలుగా, పవిత్రమైన కళగా, వాస్తుశిల్పంగా తరవాతి తరాలకు వదిలారు. ట్రాయ్ పతనం తర్వాత ఓడిసాస్ ఇథాకా తిరిగి రావటం గాని, తిమింగలం నోటిలోకి జోనా దూకటం గాని, యుద్ధానికి పూర్వం అర్జునుడి విషాదం గాని, చీకటి గుహలోకి ప్రవేశించి పగటి వెలుగులో డ్రాగన్‌గా బయటికి వచ్చిన పాము కథ చెప్పే చైనా పురాణం కాని ఒక్కక్షణం ఆలోచించండి. ఆ కథలు కేవలం వినోదానికి కాదు. అవి పరివర్తనకు బ్లూ ప్రింట్లు. వాటిలో పటిష్టమైన వివేచన ఉన్నది.

చాలా సంస్కృతుల పరిణామానికి ఆచారాలు కీలకం. అగ్నితో జరిగే ఈ ఆచారాల వెనుక ఉన్న పరివర్తనాశక్తితో, చికిత్సాశక్తితో మనలో చాలామందిమి బంధం కోల్పోయాం. దుర్ఘటన జరిగినపుడు, లేదా జీవితం క్రమంగా నిరాశామయము, విషపూరితం అయినపుడు - తల్లి/తండ్రి మరణం వల్ల, ప్రేమవిఫలం అవటం వల్ల, కల కరిగిపోవటం వల్ల – అనాది నుంచీ మనిషి అనుభవించిన వేదననే మనమూ అనుభవిస్తాం. సాంకేతికంగా ఎంత పురోగమించినా ఆధునిక సమాజం ఈ దురవస్థల నించి తేరుకోని తర్వాతి జీవితంలో ఉన్నతమైన చైతన్య స్థితిలో అడుగు పెట్టటానికి అవసరమైన పరికరాలను మనకి చేకూర్చలేక పోయింది.

మా ధ్యానప్రక్రియలు జీవితంలోని ప్రతిదశనుంచీ సామరస్యంగా బయట పడటానికి అనువుగా నిర్మించ బడ్డాయి. పరివర్తన చెందటానికి మన అందరిలోనూ ఉన్న సంభావ్య శక్తి మేలుకొలపటంలో ఈ ప్రక్రియలు సాయపడుతాయి. మా విద్యా ప్రణాళిక, సంస్థలో మేము విద్యార్థులను నడిపించే తీరు వారిని నిస్సహాయ స్థితి నుంచి, వక్రించిన అదృష్టంనుంచి వారు తమంతట తామే వెలికి వచ్చి మరొక మార్గం అనుసరించే సమర్థులుగా మార్చుతుంది. ఇక్కడి మా ప్రక్రియలు మీరు మీ జీవితాన్ని, మీ బాంధవ్యాలను, మీ అలవాట్లను ఒక నూతన దృష్టితో అవలోకించటానికి సాయ పడుతాయి.

మా సంస్థ ఆరంభించిన నాటినుంచీ వేలాది ప్రజలకు జీవితంలో ప్రాథమిక ప్రశ్నలకు జవాబు చెప్పటానికే గాక, అసాధ్యమనిపించే జీవితాలు కొనసాగించాటానికి సాయపడ్డాం. పన్నెండు సంవత్సరాల వయసు ఉన్న కుర్రవాడి దగ్గరినుంచి, ఎనభై ఒక్క సంవత్సరాల వృద్ధుల వరకు మేము బోధన జరిపాం. దక్షిణ కొరియా నుంచి, ఉత్తర కాలిఫోర్నియా నుంచీ ఈ మధ్యన ఉన్న ప్రతి దేశం నుంచీ వచ్చిన వారు ఉన్నారు.

తమ కలలను పండించు కోవాలనుకునేవారు కొందరు, బాధాకరమైన అనుభవాన్ని మరచిపోవాలని తలకిందులయ్యేవారు మరికొందరు. కొందరు పెద్ద ప్రశ్నలతో సతమత మవుతూ ఉంటారు: మనలను మనం కాని, ఇతరులను కాని నిజంగా ప్రేమించటం అంటే ఏమిటి? నిజంగా సజీవంగా ఉండటం అంటే ఏమిటి? ఈ విశ్వానికి చైతన్యం ఉన్నదా? నా జీవన మార్గాన్ని మార్చగల శక్తి నాలో ఉన్నదా?

పెద్ద నిర్ణయాలతో కుస్తీ పట్టే వారు కొందరు: ఈ సంబంధం నేను ఉంచుకోవాలా, త్రెంచుకోవాలా? మరొక నగరానికి వెళ్లేదా? ఆసక్తికరమే కాని అనిశ్చితమైన ఈ అవకాశం కోసం ఉద్యోగం వదిలి పెట్టనా?

వేదన నుంచీ, నేను వేరు, నువ్వు వేరు అనే భ్రమ నుంచీ స్వేచ్ఛ కోసం అన్వేషించే వారూ ఉన్నారు.

విశ్వ వివేచనతో లేదా దాని మూలంతో ప్రత్యక్ష అనుభవం కోసం వచ్చేవారూ ఉన్నారు.

మా దగ్గరికి వచ్చేవారు అనేక కారణాలతో వస్తారు. వారందరూ వారికి అందీ అందనట్లు ఉన్న దేనికోసమో అన్వేషించేవారే. వారిలో ప్రతి ఒక్కరు అడిగే ప్రశ్నమూలం(అడిగే విధానంలో మార్పు ఉండవచ్చు) ఇదే:నాకు అందకుండా తప్పించుకుంటూఉన్న దానిని అందుకోవటం ఎలా? వీటికి ఎవరికంటే వారికి సమాధానాలు ఉండవు. కాని ఇటువంటి ప్రశ్నలకు సమాధానాలు తెలుసుకోవటంలో మీకు మేము సాయ పడతాం. తీక్షణమైన సూక్ష్మద ృష్టితో, శక్తివంతమైన నిగూఢ ప్రక్రియలతో, సరళ ధ్యానాలతో మీ ఈ అన్వేషణ నేరవేరటానికి మేము సాయపడుతాం.

ప్రశ్న: మీ ఉద్దేశ్యంలో దేవుడు అంటే ఏమిటి?

జవాబు: దేవుడు అనేది వ్యక్తిగత అనుభవం. ఒక్కొక్క మనిషి దేవుడిని ఒక్కొక్క విధంగా నిర్వచించారు. వారి భావనలోని దేవుడిని గ్రహించటానికి ఇక్కడ అన్వేషకులకు మేము సహాయ పడతాము. ఆ తర్వాత వారికి దేవుడు అంటే కేవలం ఒక పదం మాత్రమే కాదు.

ఒక్కొక్కరి సంస్కృతిని అనుసరించి కొందరు ఆ దేవుడిని వ్యక్తిగత సంబంధం ఉన్న స్వరూపంగా అనుభవం పొందుతారు. మరికొందరు విశ్వ వివేచన ప్రేమగా, దయగా, శక్తిగా అనుభూతి చెందుతారు. మనం ఎంత ఎక్కువగా మనోహరావస్థలో జీవించి ఉంటే అంత ఎక్కువగా వివేచనతో మనం మన బాంధవ్యం పెరుగుతుంది. మనలో ఉన్న మీ సౌందర్య స్థితిని మేల్కొలపడానికి ఇక్కడ అకాడమీలో అనేక ప్రక్రియలు ఉన్నాయి.

ప్రశ్న: అయితే చైతన్యం అంటే ఏమిటి?

జవాబు: ఉన్నదంతా చైతన్యమే. చైతన్యం కానిది అంటూ ఏమీ లేదు. మీరు కూడా దానికి చెందినవారే. మీరు అందులోనే ఉన్నారు. అదే మీరు. చైతన్యం అంటే తర్కంతో అర్థం చేసుకోగలిగింది, అర్థం కాని రహస్యం కూడా. చైతన్యం ఒక పదార్థం. మీరు ఆ పదార్థాన్ని అనుభూతి చెందుతారు.

ఇదంతా గాలివాటంగా తోచితే క్షమించాలి. రహస్య శక్తిని వర్ణించటానికి మాటలు చాలవు. అయినా ఇలా చెప్పడానికి ప్రయత్నిస్తాను. సూర్యోదయం చైతన్యానికి ఒక భౌతిక అంశ అయితే, దాని అందం, వైభవం లేదా వాటి కొరత చైతన్యంలో ఒక

అనుభవం. మీకు కొత్తగా కలిగిన బిడ్డ చైతన్యానికి భౌతిక అంశ అనుకుందాం. ఆ బిడ్డను ఎత్తుకున్నప్పుడు మీకు కలిగే ప్రేమ, ఆ బాధ్యత వల్ల మీకు కలిగే భయం మీ చైతన్యం యొక్క అనుభవం.

పంచేంద్రియాల ద్వారా మనం అనుభవంచెందే ఈ విశ్వం మన చైతన్యానికి భౌతిక అంశ. అంతర్గతంగా మీరు వ్యక్తిగతంగా పొందే అనుభవం చైతన్యంలో అనుభవ అంశ. విజ్ఞాన శాస్త్రం ముఖ్యంగా చైతన్యంలో భౌతిక అంశం పరిశోధించడంలో లగ్నం అయి ఉన్నది. నిజమైన ఆధ్యాత్మికత చైతన్యం అంతరంగాన్ని, అందులోని అనుభవం అంశము శోధించడంలో నిమగ్నమై అయి ఉన్నది. పరివర్తన సారం స్వీయావరోధ అవస్థ (దీనినే మేము స్వీయ చైతన్యం అంటాం) నుంచి ఏకత్వ చైతన్యానికి కదలటం.

ప్రశ్న: ఇప్పుడు మీరు చెప్పిన స్వీయ చైతన్యం, ఏకత్వ చైతన్యం గురించి మరికొంత చెప్పగలరా?

జవాబు: మీరు ప్రపంచంలోని ప్రాచీన రహస్యాలను గమనించితే-తూర్పు పశ్చిమ ఏదైనా కానీయండి – ఒక యుద్ధం దర్శనమిస్తుంది. దేవాసుర యుద్ధం. చీకటికి వెలుగుకు మధ్య యుద్ధం. ఈ కథల్లో కొన్నిసార్లు దేవతలు గెలుస్తారు, కొన్నిసార్లు రాక్షసులు జయిస్తారు.

ఈ యుద్ధం కొన్నిసార్లు స్వర్గంలో జరుగుతుంది. మరికొన్నిసార్లు భూమి మీద జరుగుతుంది లేకపోతే మరో ప్రపంచం లో జరుగుతుంది. కానీ ఈ యుద్ధం ఏమిటి? ఈ యుద్ధం నిజానికి ఎక్కడ జరుగుతున్నది? ఈ యుద్ధం వాస్తవానికి మన చైతన్యంలో జరుగుతున్నది.

మన చైతన్యం ఒక వర్ణ పటం వంటిది. దానికి ఒక చివర మేము చెప్పే స్వీయ చైతన్యం, మరొక చివర ఏకత్వ చైతన్యం ఉన్నాయి.

మన ఆలోచన ఎంతసేపటికీ మనచుట్టూనే తిరుగుతూ ఉంటే అది స్వీయ చైతన్యం. ఆలోచన నిరంతరం నేను నేను నేను... మన చింతలు, మన ఆదుర్దాలు, మన సత్ప్రవర్తన, మన ఆనందాలు, మన కోరికలు.. వీటి చుట్టూనే తిరుగుతూ ఉంటుంది. ఇది స్వార్థంలో మునిగి ఉన్న అవస్థ. వర్ణపటంలో ఈ అంచు అసంతృప్తి, కోపము, ద్వేషము, భయం, బాధ, నియంత్రించి ఆధిపత్యం ప్రదర్శించా ల నే కోరిక వంటి విధ్వంసక స్థితులకు పుట్టినిల్లు. స్వీయ చైతన్యం వేదనామయ అవస్థలు అన్నిటిలోనూ ఉద్ధృతం అయినది. మనం ఎవరము అన్న ఆలోచనే కలగదు. మనము ఎవరమో అనేది ఒక వృత్తం అయితే, స్వీయ చైతన్యంలో మన కుటుంబాలు, మన బిడ్డలు, మన స్నేహితులు ఎవరికీ ఉనికి లేదు. దేనికీ ఉనికి లేదు. మనం వేదనావస్థలో చిక్కుకున్నప్పుడు ఎవరు ఏమైపోయినా మనకు పట్టదు. అది పరిమితమైన సంకుచిత జీవనం. అత్యంత బాధాకరం. ఈ అవస్థలో ప్రతి ఒక్కటి కుంచించుకుపోతుంది. మన సృజనాత్మకత ఎండిపోతుంది. మన సామర్థ్యం సన్నగిల్లుతుంది. ఐశ్వర్యం కరిగిపోతుంది.

సంబంధ బాంధవ్యాలు పెళుసు బారి పోతాయి. ఈ విశ్వం అంతా మనకు విరోధి అన్న అనుభూతి కలుగుతుంది.

స్వీయ చైతన్యంలో నుంచి మనం అనాలోచితంగా, తోచిన విధంగా చేసే పనులు మనకు, ఎదుటి వారికి కూడా బాధను, కష్టనష్టాలను కలిగిస్తాయి.

ఈ స్వీయ చైతన్యంనుంచి మనం ఏకత్వ చైతన్యం వైపు లంఘించినపుడు మన జీవితాలలో సంపూర్ణ పరివర్తన, మన చైతన్యంలో నిజమైన విప్లవము జరుగుతుంది. ఏకైక చైతన్యాన్ని సరళంగా అర్థం చేసుకోవాలి అంటే, మనతోనూ మిగిలిన జీవరాసులు అన్నిటితోనూ ప్రగాఢమైన బాంధవ్యం అనుభూతి చెందటం. అప్పుడు మన ఆత్మభావనలో మనము-ఇతరులు, మనము- ప్రక ృతి, మనము-ఈ భూమి, మనము-ఈ విశ్వం, అంతా కలిసి ఉంటాము. ఏకైక చైతన్యంలో మన ఆత్మభావన క్రమంగా విస్తరించి పరిధి లేనంత దూరం విస్తరించుతుంది. మనం అపారము, అనంతము అవుతాం.

ఏకత్వ చైతన్యం ప్రత్యేకంగా ఒక అవస్థ కాదు. అది ఉనికిలో విస్తార అవస్థ. ఆ అవస్థలో మీరు మీ చుట్టూ ఒక మహాసామరస్యమయమైన శక్తి క్షేత్రం సృష్టిస్తారు. ఆ క్షేత్రం మీ జీవితంలోకి అరుదైన యాధ్రుచ్ఛికాలను, మాయను ఆకర్షిస్తుంది. జీవితంలోని సవాళ్ళను అవలీలగా జయించే వివేకం మీ సొత్తు అవుతుంది. ఎటువంటి గాయాన్నైనా మాన్పగల ప్రేమను మీరు పంచగలరు. మీరు ఊహించనంతమందిని పోషించగల సంపద మీరు సృష్టిస్తారు. స్వీయ చైతన్యం నుంచి నిష్క్రమించి ఏకత్వ చైతన్యంలో వివిధ తలాలలో అడుగు పెట్టటమే మనం జాగృతి లేదా జ్ఞానోదయం అంటాం.

ప్రశ్న: జాగృతి అంటే ఏమిటి?

జవాబు: చైతన్యంలో పరిణామ పయనాన్నే జ్ఞానోదయం, జాజేన్, సటోరి, ముక్తి, జాగృతి, ఆత్మజ్ఞానం, ఇంకా అనేక పేర్లతో పిలిచారు. సరళత కోసం మనం ఇక్కడ జాగృతిని గురించి ప్రస్తావించుదాము. మన వేదనావస్థలన్నీ - జీవన భారం, భయం, కోపం, విచారం ఏదైనా కానీయండి - పూర్తిగా మేలుకొని ఉన్నపుడే కలిగే భయంకరమైన పీడకలలు.

ఒక పీడకల నుంచి మేలుకోవటం మీకు గుర్తు ఉన్నదా? మీకు వచ్చింది పీడకల అని, అది నిజం కాదని గ్రహించటానికి కొంత టైం పడుతుంది. పూర్తిగా మేల్కొన్న తరువాత మీరు ఒక పెద్ద రిలీఫ్ అనుభూతి చెందుతారు.

ఈ వేదనామయ అవస్థలను, వేర్పాటు కలిగించే స్థితులను పూర్వులు పగటి పీడకలలుగా నిర్ణయించారు. మనము జాగ్రదావస్థలో ఉన్నా కూడా ఈ పగటి పీడకలల నుంచి మేలుకోవలసిన అవసరం ఎంతైనా ఉంది. మనం పూర్తిగా మేలుకున్నప్పుడు వాస్తవం తెలిసిన ఆనందంలో నవ్వుతాం. ఏకత్వ చైతన్య అవస్థలో మూడు అంతస్తులు ఉన్నాయి. మనోహరావస్థ, భావాతీత అవస్థ, జ్ఞానోదయ అవస్థ.

మేలుకొనటం అంటే స్వీయ చైతన్యం నుంచి ఏకత్వ చైతన్య స్థితికి కళ్ళు తెరవడం. దీనిని గురించి మరొకనాడు వివరంగా చెప్పుకుందాం.

ప్రశ్న: మీ పుస్తకంలో మనోహరావస్థను గురించి మాత్రమే చదివాము. మీరు చెబుతున్న ఆ ఇతర అ రెండు స్థితులు ఏమిటి? వేదన అవస్థ, మనోహరావస్థ అని చైతన్య అవస్థలు రెండే కదా?

జవాబు: మనము 2 చైతన్య అవస్థలలో మాత్రమే - వేదన అవస్థ, మనోహరావస్థ - జీవిస్తాం అన్న మాట నిజం. ఇక్కడ మూడవ అవస్థ అంటూ ఏమీ లేదు.

మనం వేదన పరిశీలించితే అది విసుగు, చికాకు, నిర్లక్ష్యం, ఒత్తిడి వంటి అసౌకర్య స్థితులతో మొదలవుతుంది. ఆ తర్వాత అది తీవ్రస్థాయికి పెరిగి అసంతృప్తి, కోపము, భయము, భద్రతలేమి, దు:ఖము, ఒంటరితనముగా వేషం మార్చుతుంది. ఇదే మరి ఒక స్థాయి పెరిగి జీవన భారం, అగమ్యగోచరస్థితి, డిప్రెషన్, ద్వేషం, పూర్తిగా నిరాశచెందిన స్థితిగా అవతారం ఎత్తుతుంది.

వేదన లేని స్థితిలో కూడా ఒక వర్ణపటం ఉన్నది. వాటిని మూడు దశల అనుభవాలుగా మేము విభజించాము: మనోహరావస్థ, భావాతీత అవస్థ, జ్ఞానోదయ అవస్థ. ఒక్కొక్క చైతన్య దశలో మీ జీవన అనుభవం వేరు వేరుగా ఉంటుంది. చైతన్యం అనేది అపార సాగరం. ఈ పుస్తకంలో మేము ఒక తీరాన్ని గురించి మాత్రమే - మనోహరావస్థ - ప్రస్తావించాను. ఈ మూడు దశలను గురించి క్లుప్తంగా తెల ుసుకుందాం.

చైతన్యంలో మనోహరావస్థలు అత్యంత భావావేశ స్థితులు కావు. ఆ స్థితిలో అంతరంగ సంఘర్షణ ఉండదు. మనోహరావస్థలో మీరు మీతోను, ఎదుటివారితోను, ఈ ప్రపంచంతోను అవినాభావ సంబంధం కలిగి ఉంటారు. జీవితానికి మీరు ప్రత్యక్షంగా ఉంటారు. ప్రశాంతత, బాంధవ్యం, ప్రేమ, అనుకంప, ఆనందం, స్థిమితము, ఆప్యాయత, కృతజ్ఞత, ధైర్యం ఇవన్నీ మనోహరావస్థలు దశలు. మన జీవితాలలో అధిక భాగం ఈ మనోహరావస్థలో మనలో ప్రతి ఒక్కరమూ జీవించగలము. మన మేధా, శరీరాలు, చైతన్యము పరివర్తన చెందిన తర్వాత, ఒక వేదన ఎదురైనా మనము దానిని త్వరగా అధిగమించి మనోహరావస్థకు తిరిగి రాగలము.

పారవశ్యము, పరమానందం, విశ్వ ప్రేమ, శాంతి, సమభావం, నిర్భయత్వం- ఇవి అన్ని భావాతీత స్థితులు. ఈ స్థితులు మనలో ఎక్కువ కాలం కొనసాగవు. మనం భావాతీత స్థితికి ఎదిగినప్పుడు మనం జీవన గమనానికి సాక్షులము అవుతాం. జీవితంతోపాటు మనము కదులుతూ ఉంటాం. ఈ చెట్లు, భూమి, మానవులు, ప్రతి ఒక్కటీ మన లోకి ప్రవహిస్తుందని, మనము వాటిలోకి ప్రవహించుతామని గ్రహిస్తాం. ఈ జీవితం నుంచి మనం వేరు కాదు. ఇవి అసాధారణ స్థితులు. గాఢధ్యానంలోనూ, ప్రక్రియల లోను అనుభవంలోకి వస్తాయి. భావాతీత స్థితిలో మనం

గుప్త రహస్యాలను చూస్తాం. ఈ స్థితిలో కొందరు భావాతీత దృశ్యాలను చూస్తారు లేదా ఇంద్రియ అతీతమైన అనుభవాలు పొందుతారు. ఈ తీవ్రమైన స్థితులు జీవితాల నే మార్చివేయగల పరివర్తనను కలిగిస్తాయని ఇక్కడ మా అకాడమీలో గమనించాము.

జ్ఞానోదయ చైతన్య స్థితిలో మీరు వస్తువు-చైతన్యం, పవిత్ర-అపవిత్రము, మీరు-వారు, దివ్య-మానవ, బాధ- ఆనందం అనే ద్వైదీ భావం నుంచి మేల్కొంటారు. మీరు ఏకైకంగా మేల్కొంటారు. జ్ఞానోదయ స్థితి మానవ చైతన్యం లో శాశ్వత ముద్ర వేస్తుంది.

అటువంటి స్థితులు చూసిన తర్వాత మన దైనందిన జీవితం ఏకంగా మారి పోదా? ఆత్మ చైతన్యంలో జీవిస్తున్న మనం మన ఇంట్లో గోడకు వేలాడుతున్న అందమైన బీచ్ పెయింటింగ్ చూసి నిరాశతో నిట్టూర్చే దుర్బలుల వంటి వారం. ఆత్మ చైతన్యం అధిగమించి ఏకత్వ చైతన్యంలోని అగాధ దశలు పరిశీలిస్తుంటే మనం అగాధ సముద్రంలో అందాలు శోధిస్తున్న సాహస వీరుడు అవుతాం. వేదనామయ స్థితుల నియంతృత్వం నుంచి తప్పించుకొని మనం నిజంగా సజీవులు అవుతాం. జీవనం ఒక క్రీడ అవుతుంది దానితోపాటు పరమపావనం కూడా అవుతుంది.

ఈ భూమి మీద ఉన్న ప్రతి ఒక్కరూ మీ చైతన్య దశలను అనుభవించే శక్తి గల మేధతో జన్మించారు. మానవాళిని వేదనామయ స్థితి నుంచి ఈ అద్భుత అవస్థలకు చేర్చడమే ఇక్కడ అకాడమీలో మా నిబద్ధత.

ప్రశ్న: అనంత క్షేత్రం (Limitless Field) అంటే ఏమిటి? వ్యక్తుల అనుభవాలలో ఈ విషయం పుస్తకంలో చాలాచోట్ల ఉదాహరించి ఉన్నది.

జవాబు: భావాతీత చైతన్య స్థితి, జ్ఞానోదయం చైతన్య స్థితి అనుభవించటానికి అనంత క్షేత్రం ఒక మాధ్యమం.

అంటే ఏమిటో వివరిస్తాను. క్వాంటం ఫిజిక్స్ లో ఎలక్ట్రాన్ ఒక కణమా లేక ఒక తరంగమా అనేది జగం ఎరిగిన మీమాంస.

ఎలక్ట్రాన్‌ను మనం ఒక కణంగా చూస్తే అది ఒక స్థలంలో స్థిరంగా ఉంటుంది.

అదే ఎలక్ట్రాన్‌ను మనం ఒక తరంగంగా చూస్తే అది ఒక స్థలంలో స్థిరంగా ఉండదు. అది విశాలమైన ఆకాశంలో తన ప్రభావం విస్తరింపజేస్తుంది అని అర్థం.

అదేవిధంగా మనలో ప్రతి ఒక్కరమూ ఒక శరీరంలో కొన్ని జ్ఞాపకాలు, కొన్ని అనుభవాలతో జీవిస్తున్న వ్యక్తులుగా మనలను చూడవచ్చు. అంటే మనలను మనం ఒక కణంగా చూస్తున్నామన్న మాట.

మనం ఇతరుల జీవితాలను ప్రభావితం చేసే తరంగాలుగాకూడా మనలను దర్శించవచ్చు.

మన చైతన్యం మన చుట్టూ ఒక శక్తి క్షేత్రం సృష్టించగలదు. దీనికి మనం అందరమూ నిదర్శన చూశాం. కొందరు వ్యక్తులతో ఉన్నప్పుడు మనము

ప్రశాంతంగానూ ఆనందంగానూ అనుభూతి చెందుతాం. అలాగే లోలోపల కోపంతో ద్వేషంతో రగిలిపోతున్న వ్యక్తి పక్కన ఉన్నప్పుడు మనకు అసౌకర్యమైన అనుభూతి కలగడం కూడా చూసి ఉన్నాము.

మన చైతన్య స్థితి ననుసరించి మనలో ప్రతి ఒక్కరమూ మనచుట్టూ ఒక క్షేత్రం సృష్టించుతాం.

ప్రేమ,అనుకంప, ఆనందం, స్థిమితం వంటి మనోహరావస్థలో ఉంటే మీరు ఒక క్షేత్రం సృష్టించుతారు. మీరు నోరు తెరిచి ఒక్క మాట మాట్లాడక పోయినా ఈ క్షేత్రం మీ చుట్టూ ఉన్నవారిని ప్రభావితులను చేస్తుంది. ఇలా ఎందుకు జరుగుతుంది అంటే మీరు ఒక శరీరంలోమాత్రమే ఇమిడి ఉన్న అనుభవం కాదు. మీరు ఒక చైతన్యం.

ఈ పవిత్రమైన బహుమతి - అనుకున్న వెంటనే ఉదాత్తమైన జ్ఞానోదయ అవస్థకు చేరగలగటం - నాకు కృష్ణాజీకి చాలాకాలం క్రిందట లభించింది. ఈ మహోన్నత స్థితినే మన పూర్వీకులు 'ఏకం' అన్నారు. ఇక్కడ వియోగం అంటూ ఏమీ లేదు. అక్కడ ఒక మహా చైతన్యక్షేత్రం ఉన్నది. కలిసి మీరు అనంత క్షేత్రంలో ప్రవేశించినప్పుడు, మీరు ఒక మహా శక్తివంతమైన క్షేత్రంలో అడుగు పెడుతున్నారు. అనంత విశ్వంలో మీరు ఎక్కడ ఉన్నా సరే దాని ప్రభావం మీకు కలుగుతుంది.

జిజ్ఞాసువులు ఈ అనంత క్షేత్రంలో ప్రవేశించినప్పుడు వారి తటస్థ నిర్మాణం, తటస్థ రసాయన స్థితి ప్రభావితమై వారు శక్తివంతమైన చైతన్యంలో కళ్ళు తెరుస్తారు.

అనంత క్షేత్రం ప్రయత్నరహితమైన ఒక ఆకాశం. అది ఘటనా స్థలం.

ప్రశ్న: మీ పుస్తకం మొదట్లో ఏకం నిర్మాణ విధానాన్ని - ఘనమైన కట్టడం. ప్రజలలో జాగృతి అనుభవం కలిగించటమే దాని లక్ష్యం - గురించి చెప్పారు. ఏకం వేగం, దాని వాస్తు శిల్పాన్ని గురించి, మరికొంత చెప్తారా?

జవాబు: ఏకం అన్న పదం ద్వైదీ భావం లేని మహోన్నత చైతన్య స్థితిని తెలియజేస్తుంది. మనం ఈ శరీరంలో ఉన్నప్పుడే ఆ అనుభవం చెందవచ్చు.

ఏకం ఒక రహస్య శక్తి మందిరం. అది మూడు పవిత్ర ఆశయాలతో నిర్మించబడింది.

1. ఇక్కడ అన్ని మతాలవారు, అన్ని అంతస్థులవారు విశ్వ వివేచనతో సంపర్కం కలిగించుకొని జీవితంలో ముఖ్యమైన నిర్ణయాలు చేసేటప్పుడు అవసరమైన సద్భుస్ఫురణ పొంద వచ్చు. దివ్య శక్తికి ఇది పీఠం.
2. ఏకం చాలా అరుదైన స్థానంలో ఉన్నది. ఇక్కడ ధ్యానం చేస్తే మానసిక శక్తి కేంద్రాలు ప్రబలం అవుతాయి. విశ్వశక్తులు మానవ చైతన్యంలో వరద గట్టి ప్రవేశిస్తాయి. ఇక్కడ మేము తయారుచేసిన ప్రక్రియలు

> మిమ్ములను జ్ఞానోదయ చైతన్య స్థితికి చేర్చటానికి ఉద్దేశించినవి. ఏకంలో ప్రజలు అత్యున్నత భావాతీత స్థితిని అనుభవం చెందుతారు.

ఇది ప్రాచీన రహస్య సూత్రాల ఆధారంగా, విస్తారకంగా పనిచేయటానికి నిర్మాణం అయింది. వేలాది మంది వచ్చి ఏకంలో ధ్యానం చేసినప్పుడు మానవ చైతన్యం ప్రగాఢంగా శాంతి మార్గాన కదులుతుంది.

ఈనాటి పవిత్ర వాస్తు శిల్పాలలో ఏకం ఒక అత్యుత్తమ ఉదాహరణ. ఇక్కడ ప్రతి ద్వారము, ప్రతి కిటికీ, నేల మీది ప్రతి చిత్రము నిగూఢమైన ప్రాముఖ్యత కలిగి ఉన్నాయి. ఈ భూమినుంచి, ఈ విషయం గురించి ప్రసరించే చికిత్సా శక్తులతో అనునాదం చెంది అన్నిటినీ అవి వర్ధిల్ల చేస్తాయి.

ఏకం కట్టడమే ఒక మహత్తర ఘటన. అది మీ చైతన్యాన్ని భావాతీత లోకాలకు తీసుకు వెళ్ళగలదు. మీరు ఇక్కడ ప్రక్రియలో పాల్గొని ధ్యానం చేసినప్పుడు మిమ్ములను ఏకత్వం వైపుకు నడిపించే శక్తి క్షేత్రం లోకి ప్రవేశిస్తారు. ఏకం కట్టడము, ఇక్కడ మేము శిక్షణ ఇచ్చే ప్రక్రియలు ధ్యానం చేసే వారి చైతన్యాన్ని జాగృతం చేస్తాయి. అప్పుడు వారు మానవాళిని ప్రభావితం చేయగలరు.

ప్రతి సంవత్సరము ఏకం 3 ఉత్సవాలు జరుపుతుంది – ఏకం ఐశ్వర్య ఉత్సవం, ఏకం విశ్వశాంతి ఉత్సవం, ఏకం ముక్తి ఉత్సవం.

ఏకం ఐశ్వర్య ఉత్సవం గురించి మాట్లాడదాం. ఈ ఉత్సవం ఒక మూలసూత్రం ఆధారంగా వెలువడింది. మనకు తెలియకుండానే మనం ఒక ప్రాథమిక భ్రాంతికి లోనవుతాం. కార్యకారణ సంబంధంతో జీవితం ఒక సరళరేఖలో నడుస్తుంది అని మన ఆలోచన.

మన హృదయదేవతను కలసి ఉంటే మన జీవితం ప్రేమమయం అవుతుంది అని మన ఊహ. మనం సఫలత సాధిస్తే సంతృప్తి చెందుతాము. సరైన ఆహారం తీసుకుంటే మనం విశ్రమిస్తాం. కానీ మన జీవితాలు పరమాణు ప్రపంచం లాంటివి. అక్కడ కారణానికి పూర్వమే కార్యం జరుగుతుంది.

మీరు ప్రేమను వెతికి పట్టుకోండి. అప్పుడు మీ హృదయదేవత దర్శనం ఇస్తుంది. సంతృప్తి అనుభూతి చెందండి అప్పుడు సఫలత కలుగుతుంది. గాఢమైన విశ్రాంతి అవస్థలోకి కదలండి అప్పుడు అవసరాన్నిబట్టి మీ శరీరం బరువు పెరగటం తరగటం జరుగుతుంది.

మనము నివసించే ఈ విశ్వం అనేక పవిత్ర న్యాయాల మీద నడుస్తుంది. మానవాళిలో అత్యధిక భాగానికి వాటిని గురించి తెలియదు.

ప్రశ్న: ఏకం విశ్వశాంతి ఉత్సవం ఏమిటి? ప్రజలు ఇందులో పాల్గొనడం ఎలా?

జవాబు: ఒక్క క్షణం ఇక్కడ శాంతి అంటే ఏమిటో పరిశీలిద్దాం.

శాంతిని గురించి ఆలోచించినప్పుడు మనలో చాలామంది మనసులోకి వచ్చేది బూడిద రంగు సూట్లు ధరించిన పెద్ద మనుషులు అణు ఆయుధాలు నిషేధించాలని, సరిహద్దుల మధ్య ఉగ్రవాదం ఆపాలని ఒడంబడికలు చేసుకొని కరచాలనం చేయటం. ఈ ఊహాచిత్రం దర్శించినప్పుడు ప్రపంచశాంతి నిర్ణయంలో అధిక శాతం ప్రజలు కేవలం ప్రేక్షకులని అందులో వారికి ఏమీ పాత్ర లేదని భ్రమ కలుగుతుంది.

మనం నిజంగా కేవలం ప్రేక్షకులమేనా? కొంచెం దగ్గరగా పరిశీలించండి. ఈ క్రింది ప్రశ్నలు మీరు నిజాయితీగా సమాధానం చెప్పగలరా?

- మీ జీవితంలో ఎప్పుడైనా మానసిక శారీరిక అత్యాచారాలకు లోనైనారా?
- జీవితంలో ఎప్పుడైనా విభజన, వేర్పాటువల్ల కలిగిన బాధ అనుభవించారా?
- మరి ఎవరో సృష్టించిన సంఘర్షణ ప్రభావం మీకు కలిగిందా?

మనలో తల్లిదండ్రుల అత్యాచారాలు అనుభవించిన వారికి శాంతి అంటే ఏమిటో తెలుస్తుంది. బాధాకరమైన విడాకులు లేదా వేర్పాటు అనుభవించిన మనలో ప్రతి ఒక్కరికీ శాంతి విలువ తెలుసు. పనిలో గాని, ఇంట్లోగాని, స్కూల్ లో గాని వివక్షత అనుభవించిన ప్రతి ఒక్కరికి శాంతి విలువ తెలుసు.

కనుక శాంతి కేవలం ప్రపంచ నాయకులకు, మధ్యవర్తులకు మాత్రమే వర్తించే అంశం కాదు.

మనమందరము చైతన్యంలో కలిసి ఉన్నామని గుర్తుంచుకోండి. ఒక వ్యక్తి చైతన్యంలో జరిగే సంఘర్షణ సామూహికంగా విస్తరించి హింసాకాండగానో, యుద్ధముగానో పరిణమిస్తుంది. శాంతి అంటే ఏమిటో తెలుసుకొని, జీవుల అందరి శాంతికోసం మీరు ధ్యానం చేస్తే ప్రపంచశాంతికి అదే కీలకం అవుతుంది.

శాంతి అనేది అలవరచుకోవలసిన ఒక గుణం కాదు; అది ఒక అస్తిత్వం - సుందరమైన ఒక అంతరంగ స్థితి.

మరి అంతరంగ సంఘర్షణకు అంతం పలికి బాహ్య ప్రపంచపు శాంతిని సాధించడం ఎలా? మనలను, మన కుటుంబాలను, మన వర్గాలను నిజంగా పరివర్తన చెంది ఉండటం ఎలా?

సర్వసాధారణంగా అనుసరించే పద్ధతులను పరిశీలిద్దాం. నీతిబోధతోనూ (విలువలతో కూడిన పద్ధతి), మతపరమైన బోధనలతోను (నమ్మకాలతో నిండిన పద్ధతి), తార్కిక పద్ధతిలోనూ (పరస్పర లాభనష్టాలు అర్థం చేసుకొని కొనసాగే పద్ధతి) సామరస్యమైన సమాజం సృష్టించటంలో మనం ఎంత సఫలత సాధించాము?

కేవలం విద్యావిధానంతో సంఘర్షణ నిర్మూలించవచ్చునా?

సుగుణాలు అలవరచుకున్నంత మాత్రాన పరివర్తన సాధ్యమవుతుందా? తార్కిక మార్గంలోనూ, సుగుణాల బాటలోనూ తాత్కాలిక పరిష్కారాలు కలగవచ్చు. కానీ శాశ్వతమైన పరివర్తన కలగాలి అంటే మనం యుద్ధానికి, హింసాకాండకు మూల కారణం తెలుసుకోవాలి. సర్వసాధారణంగా ప్రతి హింసాకాండకు, యుద్ధానికీ వెనక ఒక వేదనావస్థ ఉన్నది. విధ్వంసక భాషణకు, చర్యలకు అదే మూలకారణం.

మన ప్రస్తుత స్థితిని పరివర్తన చేయటమే నిత్యశాంతికి రూఢి అయిన మార్గం.

అందుచేత ఏకం విశ్వశాంతి ఉత్సవం శాంతి కోసం జరిగే ఉద్యమం కాదు. అది శాంతి మార్గాన చైతన్యం ప్రయాణం. ప్రతి సంవత్సరము ఆగస్టు నెలలో జరుగుతుంది. ఆ ఉత్సవంలో 'ఏకం' కు కదిలి వచ్చే వేలాది ప్రజలే కాక, ప్రపంచవ్యాప్తంగా శాంతికాముకులు ఏకంతో ప్రతి సాయంత్రమూ వివిధ అంశాల - పరమత సహనం, జంతువుల పట్ల దయ, స్త్రీలకు ఆదరణ, పసివారికి పోషణ, ఆర్థిక దౌర్జన్యం, జాతి సామరస్యం - మీద సామూహిక ధ్యానంలో ఇంటర్నెట్ ద్వారా పాల్గొంటారు. పదకొండో రోజున మిలియన్‌కు పైగా ప్రపంచవ్యాప్తంగా ప్రజలు ఏకంతో సంపర్కం చెందుతారు. అప్పుడు మేము సామూహికంగా ప్రపంచశాంతి కోసం ధ్యానం చేస్తాం. ఈ ఉత్సవం ఏకంకు చాలా ముఖ్యం. మానవాళి చైతన్యం ప్రభావితం చేయటంలో ఈ ఉత్సవం ముఖ్య పాత్ర వహిస్తుంది.

ప్రశ్న: ఏకం ముక్తి ఉత్సవం ఏమిటి? అందులో నేను ఎలా పాల్గొనగలను?

జవాబు: నా సమాధానం ఒక ప్రశ్నతో మొదలుపెడతాను. ముక్తిలో ఎన్ని అవస్థలు ఉన్నాయి?

మన మెదడులో ఒక బిలియన్ న్యూరాన్లు ఉన్నాయి. వాటిలో క్వాడ్రిలియన్ న్యూరాన్ కనెక్షన్లు ఉన్నాయి. కనుక సాంకేతిక దృష్టిలో మనము జ్ఞానోదయంలో క్వాడ్రిలియన్ అవస్థలు అనుభవించవచ్చు.

అయితే విస్తరించిన చైతన్య స్థితులను గురించి వివిధ సంస్కృతులు చరిత్రలో చెప్పిన తీరు గమనించితే ఈ అనంతమైన అనుభవాలను ఐదు ముఖ్య చైతన్య స్థితులుగా సంగ్రహించవచ్చు.

ప్రీతాజీ, నేను సంయుక్తంగా ఈ ఏకం జ్ఞానోదయ ఉత్సవాన్ని రచించాము. ఉత్సవంలో మీరు ఈ ఐదు చైతన్య స్థితిగతులను అనుభూతి చెందవచ్చు. ఈ ఏడు రోజుల ఉత్సవం డిసెంబర్ నెలలో జరుగుతుంది. అప్పుడు 60 కి మించి దేశాలనుంచి జిజ్ఞాసువులు ఈ ఉత్సవంలో పాల్గొంటారు.

అయితే ఈ ఉత్సవం జన్మకొకసారి జరిగే సాహసం కాదు. ఈ స్థితులు మీ మెదడు రసాయన చర్యలను పరివర్తన చెందించుతాయి. కొత్తనాడీ మండలాలు ఏర్పడతాయి. కనుక మీరు మీ కలలలోను, మేలుకొని ఉన్నప్పుడు కూడా ఈ పరమానంద స్థితికి మళ్లీ మళ్లీ రావచ్చు.

వేము నడిపే శిక్షణలో మీకు కలిగే అనుభవాలు మిమ్మల్ని జ్ఞానోదయం మార్గంలో జీవించే నిజమైన జిజ్ఞాసువుగా పరివర్తన చెందించుతాయి. మామూలు ప్రపంచంలోకి తిరిగి వెళ్లి, అయోమయం, సంఘర్షణ కలిగించే సమయాలు ఎదురైనప్పుడు మీ చైతన్యంలో ఒక మూలను ఈ అలజడి ఏమీ చేయలేదని మీకు తెలుస్తుంది. మామూలు ప్రపంచంలో వేదన ఎదురైనప్పుడు, మీ చైతన్యంలో పరమానందమైన స్థితి ఒకటి ఉన్నది అని మీకు తెలుస్తుంది. ప్రపంచంలో బాధ, వేర్పాటు ఎదురైనప్పుడు మీ చైతన్యంలో వేర్పాటుకు చోటు లేదు అని మీకు తెలుస్తుంది.

మామూలు ప్రపంచంలో మీరు ఒంటరిగా అనుభూతి చెంది మరణ భయం ఎదుర్కొన్నప్పుడు మీ చైతన్యంలో అంతా ఒకటేనని, ఆ ఒక్కటి మీరేనని మీకు తెలుస్తుంది.

ప్రశ్న: నాలుగు పవిత్ర రహస్యాలలో చెప్పిన ధ్యానం నేను ఎలా చేయాలి?

జవాబు: మీరు మాతో కలిసి అభ్యాసం చేయవచ్చు. మా యాప్ download చేసుకోవటానికి www.breathingroom.com దర్శించండి. The Four Sacred Secrets నుంచి ధ్యానాలు సేకరించండి. మీ స్పెషల్ ఆఫర్ కోసం soul sync code ఉపయోగించండి.

ప్రతి వందనాలు

కృతజ్ఞత అంటే విస్తరించిన జాగృతి. జీవితం పవిత్రతను గురించిన జాగృతి. మనం జీవితాలను అవలోకించితే ప్రతి ఒక్క అనుభవంలోను ఎంతోమంది ప్రేమ, అంకిత భావం గమనించుతాం.

కనుక ఈ పుస్తకానికి రూపం ఇవ్వటంలో తోడ్పడిన వారందరి పేర్లు ఇక్కడ చెప్పటం అసంభవం.

అయినా ఈ పుస్తకానికి అక్షర రూపం ఇవ్వటంలో సాయపడిన సారా రైనాన్ కు, ఈ పుస్తక రూపాన్ని నిర్వచించిన మా సంపాదకురాలు మిషెల్ హేరేరా మలిగన్ (ఆట్రియా బుక్స్) కు మా కృతజ్ఞత తెలుపుకుంటున్నాం. చివరిగా, ఈ పుస్తకంలో ఎవరెవరి అనుభవాలు చోటు చేసుకున్నాయో వారందరికీ పేరుపేరునా ప్రత్యేక కృతజ్ఞతా ధన్యవాదాలు.

రచయితలను గురించి

ప్రీతాజీ, కృష్ణాజీ పరివర్తనా నాయకులు. O & O అకాడమీ – చైతన్యాన్ని పరివర్తన చెందించటంలో సాయపడే విద్యాలయం – సహ వ్యవస్థాపకులు. 'ఏకం' ఈ విద్యాలయం హృదయం – అన్వేషకులను భావాతీత స్థితికి మేలుకొలిపే శక్తి నిలయం.

ప్రీతాజీ, కృష్ణాజీ తమ కుమార్తె లోకాతో కలిసి రెండు పెద్ద ధార్మిక సంస్థలు స్థాపించారు. వాటిలో ' వరల్డ్ యూత్ చేంజ్ మేకర్స్ ' పరివర్తన చెందిన యువనాయకుల ను సృష్టించటానికి కృషి చేస్తుంది. భారతదేశంలో అకాడెమీ చుట్టూ ఉన్న వెయ్యి గ్రామాలలో నివసించేవారి జీవితాలను మెరుగు పరచటం 'ఒన్ హ్యూమానిటీ కేర్' సంస్థ లక్ష్యం.

కృష్ణాజీ ఒక వేదాంతి, ఋషి. ఆయన ధ్యానంలో భావాతీత శక్తి ఉద్భవిస్తుంది. ఆయన ప్రపంచవ్యాప్తంగా ఉన్న సంస్థలలో అనేక ప్రపంచ నాయకులకు ఉపదేశకులు.

ప్రీతాజీ ఒక సిద్ధయోగిని. ఆమె అనేక ధ్యాన విధానాలను సృష్టించారు. ప్రపంచం అంతటా చాలామంది వీటిని అభ్యాసం చేస్తున్నారు. ఆమె TEDx ప్రసంగాలు రెండు మిలియన్లకు పైగా పాఠకులు చూశారు. ఆమె నాలుగు రోజుల సంపన్న క్షేత్రం (Field of abundance) ప్రక్రియ ప్రతి సంవత్సరము ప్రపంచం ముఖ్యనగరాలలో నడుపుతారు. అంతేకాక సోర్స్ & సిన్క్రోనిసిటీస్, బీయింగ్ లిమిట్ లెస్ అనే రెండు కార్యక్రమాలు ఆన్ లైన్‌లో బోధిస్తారు. ప్రీతాజీ తన బోధనలలో వైజ్ఞానిక, భావాతీత ప్రపంచాలను, వివేకాన్ని, హృదయాన్ని లయింప జేస్తారు.

BREATHING
ROOM

బ్రీతింగ్ రూమ్

మనశ్శాంతి, ఒత్తిడి లేని జీవితం మరియు
ఆశామయ దృక్పథం కోరే వారి కోసమే
బ్రీతింగ్ రూమ్ చేయబడింది.

బ్రీతింగ్ రూమ్ ఒక సాధారణ మెడిటేషన్ యాప్ కంటే చాలా విశేషమైనది. ఇందులో మీ జీవితానికి సంబంధించిన విషయాలపై అనుభవజ్ఞులైన బోధకులు మీకు ప్రేరణ కలిగించేలా ధ్యానం నేర్పుతారు. ఇందులోని ధ్యానాలన్నింటికీ మానవ చైతన్య పరివర్తన కొరకు నెలకొని ఉన్న ఓ&ఓ ఎకాడెమీ మూలము. ఇందులోని ధ్యానాలు ఆహ్లాదంగా, సరళంగా, ఎవరైన చేయడానికి వీలుగా ఉంటాయి. ఇప్పటికే లక్షలాది మంది శ్వాస, శబ్ద, లయల సమ్మిళితమైన ఈ ధ్యానాలను చేసి తమ జీవితాలను మెరుగు పరుచుకున్నారు. మీరూ రండి. అనుభవించండి. www.breathingroom.com

Breathing Room

BREATHING ROOM WAS CREATED FOR THOSE LOOKING FOR
GREATER CALM, REDUCED STRESS AND A MORE
OPTIMISTIC OUTLOOK ON LIFE.

Breathing Room is more than a meditation app. It features relatable topics, experienced teachers and a unique sensory approach to keep your mind engaged. Our meditations are created by the O&O Academy in India, our center for consciousness and transformation. Our beautiful, masterful and inspiring meditations make creating a regular practice effortless. Join the millions who have changed their life by simply participating in the joy of sound, movement and breath. Visit BreathingRoom.com to learn more.